I0726776

TÁNG TẬN LƯƠNG TÂM

TÁNG TẬN LƯƠNG TÂM
Truyện dài Lê Nguyệt
Bìa: Nguyễn Thành
Trình bày: Nguyễn Thành
Nhân Ảnh Xuất Bản 2019
ISBN: 9781989705612
Copyright © 2018 by Le Nguyet

LÊ NGUYỆT

TÁNG TẬN LƯƠNG TÂM

truyện dài

NHÂN ẢNH 2019

LỜI GIỚI THIỆU

Nhà phê bình *Trần Thị Hồng Châu*

CÁI BẤY NGƯỜI

Vì tôi là người miền Trung, ít có điều kiện đi đây, đi đó. Nhất là về miền Tây Nam bộ, vùng đất mà từ bé tôi chỉ được nghe người lớn kể và ca ngợi về thiên nhiên nơi đó, con người nơi đó vô cùng thuần khiết, cá đầy sông, lúa đầy đồng. Cuộc sống rất dễ chịu không phải lo lắng nhiều đến miếng cơm manh áo như người miền Trung quê tôi. Nên phim, truyện, truyền hình gì nói về cuộc sống con người miền Tây là tôi luôn theo dõi tìm hiểu.

Nhà văn Lê Nguyệt là một cây viết Bến Tre, chuyên viết cho người Bến Tre. Chị kể chuyện quê, kể những gì đã và đang xảy ra dưới những rặng dừa ngút ngàn che phủ. Những mảnh đời đặc biệt, những nhân vật đặc biệt luôn là chủ đề chính trong truyện của chị, họ đều rất ư là cá tính, rất ư là thật nhưng không phải ai cũng có cơ duyên được gặp, được biết.

Không những vậy, mỗi câu chuyện còn như một khoảng trời kiến thức nho nhỏ để mà suy người ngẫm ta, để mà gạn đục khơi trong mạch sống riêng mình, để cố gắng làm một người tử tế. Vì lẽ đó tôi mê đọc truyện Lê Nguyệt lắm!

Hiện tại mối nguy cơ cho xã hội loài người càng ngày càng trở nên khủng khiếp. Cuộc sống thì xô bồ, hỗn loạn. Con người hại con người, hủy hoại môi trường sống của nhau... Tất cả nguyên nhân gốc rễ dẫn đến điều đó đều là do chính con người tạo ra? Họ là ai, loại người gì, mà lại nguy hiểm có thể phá hoại ghê gớm đến như vậy? Lần này, vẫn là cách kể chuyện có duyên, có sức lôi cuốn bạn đọc ấy, vẫn là văn phong hào sảng đầy sâu sắc ấy, nhà văn Lê Nguyệt cho ra mắt truyện TÁNG TẬN LƯƠNG TÂM hấp dẫn và thẳm sâu hơn rất nhiều so với các tác phẩm trước tôi đã được đọc.

Bằng cách kể lại cuộc đời của một nhân vật có cái tên là Bạt nhà văn Lê Nguyệt đã đưa chúng ta đến với phạm trù LƯƠNG TÂM CON NGƯỜI.

- Lương tâm là một bản năng tự nhiên (trời ban) chỉ có ở con người.

- Lương tâm nguyên thủy là tốt đẹp, là biết thương yêu, là có trách nhiệm, là nhu mì, là biết sợ, là biết nghe lời...

- Lương tâm còn là thước đo phẩm chất, giá trị con người...

Vì không ai có thể nhìn thấu lương tâm của người khác và ngay cả của chính mình bị sai lệch chỗ nào? Bị hao mòn ra sao?... Nói theo tâm linh thì chỉ có Trời biết, đất biết mà thôi. Thường thì, mỗi khi ta thấy một người làm toàn những việc Trời không dung, đất không tha, như giết người cướp của..., ta nói họ là NGƯỜI TÁNG TẬN LƯƠNG TÂM. Nhưng có đúng lương tâm họ đã hoàn toàn là táng tận chưa? Thật sự không ai biết. Nên từ ngàn xưa tổ tiên đã luôn có lời truyền khẩu CÁ

KHÔNG ĂN MUỐI CÁ ƯƠN, CON CÃI CHA MẸ TRĂM ĐƯỜNG CON HƯ là muốn nhắc nhở: mỗi con người chúng ta được sinh ra nơi cõi tạm này để mà trui, mà rèn cho LƯƠNG TÂM CON NGƯỜI được hoàn thiện. Để còn có cơ hội được giác ngộ, được quay đầu trở lại làm người kiếp sau...

Vậy người như thể nào mà nhà văn Lê Nguyệt kêu là TÁNG TẬN LƯƠNG TÂM?

Truyện TÁNG TẬN LƯƠNG TÂM, là chuyện về một lương tâm bị bệnh, hết thuốc chữa, là mối nguy hiểm cho con người... Bạt (nhân vật chính trong truyện) là người có lương tâm như vậy!

Bạt sinh ra đã là người có nhiều may mắn. Cha mẹ là người tử tế, có của ăn của để. Bản thân hắn có được một hình hài đẹp đẽ, sức mạnh hơn người, lớn lên lại có vợ đẹp con khôn, có của nả cha mẹ cho... Giá như hắn sống như mọi người bình thường, có một lương tâm bình thường, biết lắng nghe lời nói phải, biết kính trên nhường dưới, biết cần cù tu chí làm ăn, thật thà, đúng đắn với cộng đồng xung quanh thì tốt đẹp biết mấy! Trước tiên bản thân hắn cũng được yên ấm. Vợ con hắn cũng không phải khổ sở tan đàn xẻ nghé theo hắn....

Nhưng hắn lại có một LƯƠNG TÂM không ăn muối, một lương tâm bệnh hoạn độc ác, tham lam, nhỏ nhen, ích kỷ, tự cao tự đại không sợ Trời, sợ đất, không coi ai ra gì... Hắn đã gây tội ác giết người, đã cướp công, cướp của, đã là CÁI BẪY rủ rê dụ con người ta sập xuống cái hố sâu tội lỗi mà hắn giương ra...

Lương tâm bệnh hoạn của hắn cũng được đời chữa trị. Lúc thì bằng luật pháp, lúc thì bằng tình thương, bằng lý lẽ... Nhưng tất cả đều vô ích. Hắn vẫn chứng nào tật nấy. Hắn đã trở thành vô cùng nguy hiểm, là một người cha hại con mình, người chồng hại vợ, hại bạn bè, anh em..., là người TÁNG

TẬN LƯƠNG TÂM, là con cá ươn giữa chợ đời.

Chỉ gói gọn trong 32 chương, nhà văn Lê Nguyệt đã chắt lọc, chọn lựa khéo léo những tình tiết gây tội của Bạt từ thấp đến cao, từ vô tình đến cố ý. Mức độ thoái hóa lương tâm của hắn cũng càng ngày càng mạnh, mức độ nguy hiểm từ cái bẫy hắn giăng ra càng ngày càng rộng, càng lớn. Đã quá đầy đủ để chúng ta thấy cuộc đời của một con người TÁNG TẬN LƯƠNG TÂM.

Câu chuyện cũng đã được Lê Nguyệt cho kết thúc một cách quá hay, quá thâm thúy. Bạt chết còng queo dưới đất như một con vật. Hắn chết bởi tội lỗi của mình. Hắn chết không phải tại người, tại Trời. Hắn tồi tệ đến độ không còn được nhận bất cứ thứ gì từ đời này, ngay cả sự trừng phạt...

Đọc TÁNG TẬN LƯƠNG TÂM tôi thấy phải cảm ơn nhà văn Lê Nguyệt vì chị không những đã kể rất hấp dẫn lôi cuốn bạn đọc bởi những tình tiết gay cấn, mà khi đọc ta sẽ có những cảm xúc yêu thương, căm ghét trồi lên trụt xuống trong tâm hồn mình như để ta phân định, để ta tự thấy từng việc làm, từng hành động đúng sai mà suy, mà ngẫm, mà tránh, mà né...

TÁNG TẬN LƯƠNG TÂM rất là hay! Xin được trân trọng giới thiệu đến bạn đọc.

Hong Tran, 08/12/2018
Trần Thị Hồng Châu

CHƯƠNG I

SỐ PHẬN

Cha mẹ đặt tên cho anh là Lang Bạt, Nguyễn Lang Bạt. Cái tên ứng với tính cách của anh đã khiến cho cuộc đời người làm vợ như chị triền miên sống trong nỗi day dứt giày vò không nguôi.

Chị tên Lành và cũng hiền lành như tên gọi. Do mai mối chị được gia đình anh đến tận nơi cưới hỏi hoành tráng dù khoảng cách của hai nhà khá xa. Cùng chung một tỉnh Bến Tre (Kiến Hòa xưa) nhưng anh ở Mỏ Cày còn chị tận miền quê Thạnh Phú mà lại ở tuốt gần Cù Lao.

Cha má chị mừng rỡ vì được gả con gái về vùng đất quanh năm nước ngọt, biết anh là con trai trưởng trong một gia đình khá giả với ruộng mía bạt ngàn và vườn dừa trĩu quả. Nơi đó nhà ai cũng có trồng vài loại cây ăn trái như xoài, cam, mận, mít… Còn Thạnh Phú quê chị lại là vùng nước mặn, chuyên về trồng lúa và đa số còn nghèo vì dân chúng bỏ ruộng nương tản cư xứ khác để tránh chiến tranh.

Lúc gặp nhau lần đầu tiên, anh mê chị ngay vì khuôn mặt đẹp và nụ cười lúm đồng tiền bên má phải, chị cười rất duyên. Chị nhanh chóng chấp nhận anh bởi anh khá đẹp trai, thân hình vạm vỡ. Lúc đó anh mười chín lớn hơn chị một tuổi, người ta nói "Nhất gái lớn hai, nhì trai lớn một". Chị nghĩ là mình đã được cảnh "Trai anh hùng gặp gái thuyền quyên". Chị tin rằng với khả năng khôn ngoan tháo vát của mình, chị sẽ có cuộc sống đủ đầy hạnh phúc.

Chị cũng được hạnh phúc một thời gian, khi sinh ra thằng bé Trung hai năm sau. Và chị có thể sẽ hạnh phúc viên mãn nếu như không sớm phát hiện ra bản tính của chồng, dù anh ta khéo che đậy đến đâu, có thể qua được mắt nhiều người nhưng với chị thì anh đã bộc lộ rõ tính cách nhỏ nhen đê tiện, tham lam, ích kỷ hẹp hòi đến độ đáng khinh bỉ, nhưng không phải anh ta dùng những tính cách và thủ đoạn đê hèn đối với chị, mà là đối với những người chung quanh trong đó kể cả anh em ruột thịt.

Anh thứ Hai, và còn có sáu người em ruột, hai trai bốn gái. Mới cưới chị về chưa làm dâu ngày nào đã lúi húi lo cất nhà ở riêng. Cha má chồng cho anh năm công đất dừa, vợ chồng canh tác giỏi sẽ thoải mái mà sống. Chị nghĩ rằng người lớn biết chuyện, cưng dâu nên cho ở riêng nhưng sau nầy khi chung đụng chị mới biết thì ra người trong nhà rất là SỢ anh, không muốn sống gần.

Anh ít có bạn chơi, thỉnh thoảng cũng đi đám tiệc và bao giờ về cũng say, cũng chửi bới gây gổ với thanh niên trong xóm và cay cú rủa xả hăm đánh hăm giết người nầy người kia, chị nghe riết rồi thành quen nhưng không bao giờ chị nghĩ anh ta có cái gan đánh giết người.

Lang Bạt cũng đang trong tuổi quân dịch, tới đợt bắt lính, anh ta trốn chui trốn nhủi như một con chuột, không hợp tác với bên Việt cộng cũng như bên Cộng hòa. Qua đợt thì lại nghinh ngang xuất hiện nói giọng trời. Một hôm có Hùm, đang là lính truyền tin thấy bộ dạng nhơn nhơn của anh ta mới nói:

- Để coi đợt sau mầy trốn thoát không cho biết.

Hùm chỉ nói cho bỏ ghét thôi chứ thật ra không để bụng.

Vậy mà tháng sau do lệnh tổng động viên, bên Cộng hòa lùng sục thanh niên trong độ tuổi ra trình diện. Bạt bị bắt lính, trước khi lên đường nhập ngũ, Bạt hướng mắt về phía nhà Hùm, chửi đổng khi nhìn thấy vợ Hùm đứng trước cửa nhà:

- ĐM, tao mà đi lính, người đầu tiên tao giết đó là mầy, thằng chó đẻ mầy đợi đó đi.

Lành hoảng hốt trước lời hăm dọa của chồng. Bạt đi rồi chị phải đến nhà Hùm để năn nỉ xin lỗi. Lúc đó chị đang mang thai đứa con thứ hai. Bạt đi lính tận ngoài Pleiku, bấy giờ chiến tranh đang ở giai đoạn tàn khốc, tin báo tử đưa về hàng ngày, chị chờ chồng trong nỗi lo sợ vu vơ. Có những buổi chiều khi trời chưa tắt nắng, chị lặng lẽ đứng ôm con nhìn về hướng mà chị cho rằng nơi đó đang diễn ra trận chiến. Chị chạnh lòng, lỡ như anh không trở về nữa thì sao? Thì chị sẽ như thế nào với một nách hai đứa con thơ? Nhưng thời gian xa cách chỉ mới vài tháng sao chị lại cảm thấy mình không có sự nhớ nhung da diết của người vợ trẻ nhớ chồng, đôi lần tự hỏi mình có yêu anh ấy không? Đã gần hai mặt con rồi mà mỗi khi nhớ lại cách hành xử của anh với mọi người và nhất là với các đứa em chị lại thấy nản lòng ghê gớm.

Má ruột của chị lên ở cũng để phụ trong những ngày ở cữ, thằng bé Trung được gửi cho ông bà nội trông chừng.

Bạt đi lính được một năm hơn, khi bé Quân thôi nôi được ba hôm thì nửa đêm anh ta mò về tới. Lành vừa mừng vừa lo. Anh ta ra dấu cho vợ bí mật rồi ngồi lại thủ thỉ với Lành:

- Tao tính rồi (Sau đám cưới một tháng anh ta không còn xưng hô anh em với vợ nữa mà luôn mầy tao, chỉ khi có người lạ thì anh em ngọt xớt. Lành ban đầu cũng buồn sau rồi quen dần, kệ, muốn kêu gì thì kêu), đi lính trước sau cũng chết, tội gì chết lãng vậy? Chi bằng bây giờ trốn về rồi ra sao thì ra.

- Họ không để yên cho anh đâu.

- Tao tự có cách.

Hôm sau, Bạt kêu Lành đi tìm cho anh ta vài nhánh xương rồng còn tươi, Lành không biết chồng định làm gì với nhánh xương rồng đó nhưng cũng không dám hỏi đon ren. Đến chừng thấy anh ta nằm ngửa ra, lấy mủ xương rồng nhỏ vào một con mắt thì chị hoảng kinh ngăn lại:

- Trời trời, đui con mắt còn gì?

Bạt gạt vợ qua một bên, anh ta đau điếng muốn ngất lịm nhưng vẫn cố gầm gừ:

- ĐM, thà hư một con mắt chứ để chết giữa chiến trường hả? Đui một mắt nhưng tao vẫn còn một mắt để nhìn đời và chưa chắc thằng nào còn đủ hai mắt mà khôn hơn tao. Mầy im đi, nhớ đừng cho ai tới nhà cũng đừng cho ai hay tao về, chờ mắt tao hư đàng hoàng rồi tao sẽ ra trình diện.

- Lỡ người ta gửi thư về báo anh đã đào ngũ thì sao?

- Tao đã tính hết rồi chứ để con đàn bà như mầy lo liệu được à? Cứ làm theo lời dặn của tao chớ có hỏi lôi thôi.

Lành lắc đầu ngán ngẩm. Anh ta chính tay tự hủy hoại con mắt trái của mình, chính tay tự làm cho mình tàn phế vì sợ chết. Trong lòng chị cũng gợn lên một chút gì đó nhưng cũng tạm thời yên tâm vì sự trở lại của anh để các con của chị không phải bị mất cha.

Bạt đau đớn oằn oại hết mấy hôm, con mắt trái sưng to, mọng nước, anh ta cắn răng chịu không một tiếng rên la, ít nhất Lành cũng thấy cảm phục ý chí của Hắn. Chị vẫn lặng lẽ sinh hoạt như thường ngày, trước giờ chị ít khi lui tới với ai nên cũng ít ai lui tới với chị, sự trở về của Bạt vẫn chưa bị phát giác.

Mắt anh ta xộp xuống trước khi giấy báo đào ngũ về tới địa phương. Bạt cảm thấy đã đúng thời cơ, anh ta đến văn phòng xã trình diện, nói là bị thương một mắt nên chạy sảng gặp nhà dân được người ta thương cho ở lại điều trị nay tạm ổn nên trở về nhà để nhờ địa phương trình báo lên đơn vị.

Đầu xuôi đuôi lọt. Anh ta trở về cuộc sống dân dã bình thường không phải lo sợ bị đi lính nữa. Từ đó lại cho rằng mình đã quá sức thông minh, qua mặt được cả chính quyền. Tất nhiên là điều nầy anh ta chỉ có thể nói với một mình vợ.

Vậy là đủ vợ đủ chồng, Bạt sức dài vai rộng, cáng đáng hết mọi việc nặng nhọc cho vợ, Lành chỉ còn trông coi con, đi chợ nấu cơm. Việc bán dừa hàng tháng cũng có anh đứng ra bẻ và gọi bạn hàng tới mua. Vườn dừa có Bạt chăm sóc ngày một xanh um, trĩu quả. Hàng dừa rợp bóng mát không có một sợi nắng lọt vào dù là giữa trưa, hai đứa bé tha hồ chạy nhảy vui chơi chung quanh nhà.

Lành đôi lần lấy làm lạ về sức ăn dữ dội của chồng. Trước giờ chị chưa từng thấy ai ăn nhiều như Bạt, trung bình mỗi bữa cơm anh ta ít nhất cũng ăn hết mười lăm chén trong khi chị chỉ hai chén là no cành hông. Với sức ăn như vậy không siêng năng làm lụng thì chỉ có nước đói. Mỗi bữa cơm, nhìn Bạt ăn một cách ngon lành, con mắt phải còn lại hấp háy đưa chén cho vợ bới tiếp, con mắt trái vĩnh viễn khép lại nhưng sâu hút nhìn khuôn mặt anh ta rất là đanh ác và hung dữ, Lành không bao giờ dám nhìn lâu dù đó là người chồng đầu ấp tay gối của mình.

Bạt thương vợ, Lành biết. Mặc dù anh ta không có vẻ âu yếm nâng niu chị như chị hằng mong đợi nhưng anh lo lắng vun quén cho gia đình nhỏ của chị cũng đủ làm cho chị hài lòng. Mơ ước của Lành cũng nhỏ nhoi thôi, chị chỉ mong đủ ăn đủ mặc lo cho con học hành tới nơi tới chốn, mong chấm dứt chiến tranh để lớp trẻ được sống bình yên, được như bây giờ chị cũng đã yên lòng rồi.

Bạt rất ít khi về nhà thăm cha mẹ và các em. Mỗi khi có chuyện gì nhất thiết phải về thì Lành cũng đều đưa các con về chung bởi chị biết anh em họ nói chuyện với nhau một hồi sẽ có cãi vã phần lớn là do Bạt gây ra. Chị cũng nhận ra được cha má anh có vẻ kiêng dè và không thích anh có mặt trong những sự kiện trọng đại. Chị hiểu nhưng cũng không dám nói cho anh nghe.

Anh không có bạn tâm giao. Hiếm khi nào trong một buổi nhậu với bất kỳ ai nếu như từ ba người trở lên mà anh không có gây sự. Người ta sợ anh, sợ phải đối diện với kẻ thô lỗ và dần dần chị cũng bị lánh xa. Để đem những lời khuyên nhủ thỏ thẻ với anh bao giờ cũng nghe anh rít lên:

- Mầy dạy đời tao hả? Tao đã từng đi năm sông bảy núi chưa biết thua ai về phải nghe lời con đàn bà như mầy à?

Vậy là chị im, không thèm quan tâm nữa. Cho đến một hôm nghe hai đứa con chơi với nhau, Trung giận dữ táng vào mặt Quân và chửi vang trời làm chị điếng người:

- ĐM, mầy làm giọng cha tao hả?

Thằng bé Quân mới có hai tuổi nói chuyện chưa tròn câu thì biết gì mà làm cha? Lành run rẩy nhận ra sức ảnh hưởng từ những lời thô lỗ cộc cằn của Hồ đối với các con, chị ẵm Quân lên và trừng mắt ngó Trung:

- Không được chửi thề nghe chưa? Ai dạy con ăn nói như vậy?

- Con nghe ba nói vậy hoài sao mẹ không la ba mà la con?

Lành liếc mắt sang Bạt, anh ta đang chuẩn bị sẵn nụ cười bỗng tắt ngấm khi Lành hằn học:

- Đó, anh thấy chưa? Anh dạy hư con của anh rồi. Mới có bây nhiêu tuổi mà đã chửi thề còn trả treo nữa, làm cha mà không là tấm gương tốt cho con noi theo hỏi có xứng đáng không?

- Trời, nay trịch thượng ha? Dạy đời tao nữa ha? Mà thôi, trước mặt con tao nhịn mầy. Mà mầy cũng yên tâm đi, từ nay tao cũng hạn chế chửi thề để mầy đổ thừa con bắt chước ba nó.

- Hứa thì giữ lời đó.

- Biết rồi, nói dai như giẻ rách là mệt mình với tao à.

Lành mệt mỏi bỏ qua. Mà anh ta cũng giữ lời, trước mặt con, anh cũng không chửi thề hay cộc cằn với vợ. Họ sống bình thường hạnh phúc, hạnh phúc trong sự nhàm chán của chồng và hy vọng vào một ngày mai của vợ.

GIẢI PHÓNG. CHẤM DỨT CHIẾN TRANH.

Ngày 30.4.1975, đất nước hoàn toàn độc lập.

Thanh niên trai tráng nườm nượp kéo về, lính cộng hòa được giải ngũ, bộ đội Việt cộng lên tiếp quản, trong cuộc thay da đổi thịt ngoài sự vui mừng đoàn tụ ắt cũng có những cảnh đau lòng dù không tử biệt nhưng đầy dẫy sinh ly.

Lang Bạt chỉ là một tên lính quèn trước đây và thời gian phục vụ cho chế độ Cộng hòa cũng không lâu nên đứng ngoài cuộc học tập cải tạo, anh ta như một công dân lương thiện chưa từng xuất hiện ở trận tuyến nào nên trong lúc hỗn quân hỗn quan anh vẫn bình chân như vại trước thời cuộc.

Rồi xã hội cũng được nhanh chóng đi vào nền nếp. Cũng không có gì mới trong gia đình nhỏ của Lành.

Cái khác là xóm làng bây giờ đông đảo nhộn nhịp hơn

xưa, thường có những cuộc họp tổ để bình chọn những người lãnh đạo tốt cho địa phương cho nên thường có những buổi tiệc tùng với bà con chòm xóm. Bạt cũng thường xuyên tham dự, anh ta cũng biết nhún nhường vì hiểu rõ hoàn cảnh mình bây giờ dù không ai đá động tới nhưng cái cốt đã từng đi lính làm cho anh thấy mặc cảm ở xã hội mới.

Nhưng giang sơn dễ đổi, bản tính khó dời.

Vợ chồng Lành bắt đầu thu mua dừa trái, bổ ra phơi cho nhót rồi khựi lấy cơm dừa phơi khô đem bán cho xí nghiệp dầu dừa ở Bến Tre. Vì là người đầu tiên kinh doanh kiểu nầy nên vợ chồng họ thắng đậm, cả một vùng rộng lớn của khu vực Mỏ Cày đều đem dừa đến bán cho Bạt. Trái dừa được anh ta tận dụng triệt để. Cơm dừa bán cho xí nghiệp, vỏ dừa được các ghe lớn tới mua chở đi bán làm củi khắp nơi. Anh ta độc quyền nên thuê thêm người tới phụ.

Thói đời hễ chuyện gì có người làm thắng thì sẽ có người cạnh tranh. Hùm, sau khi đi cải tạo về cũng làm như Bạt, nhưng Hùm chịu cực hơn và cũng biết điều, anh không mua dừa của những người đã từng bán cho Bạt mà anh dùng ghe lớn đi lặn lội tuốt trong sâu mua, Hùm thu mua được nhiều hơn vì ai cũng ngại đường vận chuyển xa xôi nên mừng rỡ bán cho anh với giá bèo hơn một chút. Vợ chồng Hùm vui vẻ, xởi lởi nên được bà con quí yêu hơn Lành lầm lì có thằng chồng cục cằn thô lỗ.

Bạt tức không chịu nổi. Mặc dù chưa ảnh hưởng gì đến việc làm ăn của Bạt nhưng anh ta đã nhìn thấy viễn cảnh của mình nếu như mãi cái đà nầy. Trong bụng thù hắn lắm chỉ chờ có dịp là trút cái giận vô Hùm liền. Mỗi tối anh ta đều chì chiết với vợ:

- Cái thằng chó đẻ đó, tao không dập nó một trận thì không đáng mặt làm người.

Lành hoảng hốt:

- Thôi kệ người ta anh ơi. Ổng cũng đâu có ảnh hưởng gì mình đâu?

- Bây giờ thì chưa, nhưng mà sẽ. Tao phải cảnh cáo nó trước chứ để sau nầy nó leo lên đầu lên cổ mình. Mà mầy lo gì chứ? Cứ bình thường đi, chuyện gì cũng để tao.

Lành lắc đầu, đúng là một con người thù nhơ oán chạ.

Chuyện gì tới rồi cũng sẽ tới.

Lành nhớ như in hôm đó là ngày rằm tháng tư âm lịch, đám cưới Xung, em trai của Hùm, vợ chồng chị cũng được ba má Xung mời tới dự. Sáng hôm đó Bạt đánh ghe đi giao cơm dừa cho xí nghiệp dầu, lúc nầy anh ta làm thêm một vụ kinh doanh nữa, là lựa dừa trái lớn chưa được khô lắm của những hộ kẹt tiền bán, đem sang cho lò kẹo ở đầu cầu Mỏ Cày. Sau khi đi giao cơm dừa về, anh ta chất dừa lên ghe đi giao lò kẹo một chuyến nữa, sau đó đưa tiền cho vợ dặn trả tiền thiếu cho người nầy người kia rồi tắm rửa thay đồ vía đi ăn cưới. Lành dặn dò:

- Đi ăn xong rồi về nhen anh, công chuyện còn nhiều lắm đừng la cà đó.

- Biết rồi, ý muốn nói đừng kiếm chuyện với thằng Hùm chứ gì?

- Phải đó, hôm nay nhà người ta có chuyện vui đừng có gây gổ nhen.

- Mầy làm như tao là con nít không bằng. Ê, tao khôn hơn mầy nhen mậy?

Lành chỉ trề mà không nói gì.

Khi vài vệt nắng cuối cùng sắp rơi vào khoảng không mờ mịt của bóng đêm giữa tháng tư thì Bạt hơ hải chạy về, quính quáng nói với vợ:

- Hai đứa nhỏ đâu? Soạn một mớ quần áo, gạo thóc, nồi niêu, mắm muối đem xuống ghe, đi liền bây giờ.

Lành hoảng hốt:

- Đi đâu?

- Xuống ghe rồi nói. Nhanh lên. Bỏ cái xứ nầy đi luôn.

- Tại sao chứ?

- ĐM hỏi hoài. Đi liền, hai đứa nhỏ đâu? Lẹ lên không kịp bây giờ.

- Mà chuyện gì anh phải nói cho tui biết chứ?

- Tao giết người rồi.

Lành điếng hồn, trời trên đầu như sụp xuống, chị té bịch xuống đất, kêu lên một tiếng xé lòng:

- Trời!

HẾT CHƯƠNG 1

CHƯƠNG 2

CUỘC THÁO CHẠY

Nhìn phản ứng của vợ, Bạt đâm lo, anh ta biết lần nầy mình đã phạm phải một sai lầm không ai có thể bao che được, chỉ có nước bỏ xứ mà đi mới họa may lọt khỏi lưới pháp luật còn nếu như ở lại thì chắc chắn sẽ mọt gông trong tù. Không thể nào. Tiền đồ của anh ta không thể nào nằm trong sự quản thúc của tù ngục, dứt khoát phải đi, anh ta có sức khỏe, có đầu óc, vợ lại là người siêng năng tháo vát thì việc kiếm sống ở một nơi xa lạ không ai biết mình để làm lại từ đầu là chuyện quá dễ dàng. Vấn đề là Lành quá hiền và nhát gan, không biết cô ta có đồng ý dẫn con theo mình không, nhưng bỏ vợ và con nhỏ ở lại đối phó với hậu quả của mình gây ra thì không thể được vì Lành sẽ không có bản lãnh đó. Mà cũng tại cái thằng Xung chó đẻ, nó chết là đáng, ai kêu nó tài lanh nhảy vô can thiệp trong khi Bạt và Hùm đang xẩy ra cuộc xô xát? Ai kêu nó là chú rể mà không lo việc của mình lại tào lao bắt xế nên lãnh trọn cái chai rượu loại một lít vô đầu vỡ sọ chết lăn quay mà lẽ ra người chết phải là thằng Hùm mới hả dạ của Bạt.

Lành định thần lại, run rẩy hỏi chồng:

- Anh giết thằng Hùm rồi hả?

- Phải giết được thằng Hùm thì tao đâu có tức cũng không

oan uổng như bây giờ, thằng chết lại là Xung mới đáng nói chứ.

Lành tái mặt, môi mấp máy thật lâu mới nói được thành lời:

- Trời ơi, thằng Xung nó hiền như đất, mắc gì mà anh giết nó? Hôm nay là ngày đám cưới của nó, nó chết rồi tội nghiệp cô dâu biết bao nhiêu, tụi nó thương nhau mấy năm rồi chỉ trông đến ngày nầy…

- Kệ mẹ nó. Mầy không lo cho thằng chồng của mầy mà đi lo bá vơ. Không ngồi đó nói lôi thôi nữa, dọn đồ mau lên kẻo người ta tới không kịp chạy bây giờ. Trung, Quân đâu ra đây con.

Lành đứng bật dậy, sức mạnh của sự lương thiện từ đâu bỗng tràn tới, chị giang hai tay chặn hai đứa con đang chuẩn bị lên ghe:

- Không được. Anh ra đầu thú đi. Tù tội vài năm tui ở nhà nuôi con chờ anh.

- Đầu thú con mẹ mầy. Xuất giá tòng phu, tao kêu mầy đi mầy không được ở nghe chưa?

- Tui không đi đâu hết á. Có đi anh đi một mình, tui ở lại nuôi con, còn phải lo bồi thường ma chay cho người ta nữa, đâu có vô trách nhiệm vậy được.

- Chuyện đó để ở nhà cha má lo. Mình còn đất điền, bất quá cha bán đất bồi thường cho người ta. Chỉ là ngộ sát thôi chứ tao ví nó có thù oán chi đâu ai cũng biết mà.

- Nếu là ngộ sát thì án sẽ không lâu, anh ra tự thú đi. Tui ở nhà lạy lục van xin người ta và sẽ thay anh nuôi con chờ anh về.

- ĐM, lỡ họ lêu án hai mươi năm mầy bỏ tao lấy thằng khác hả?

- Tui không phải là loại người đó. Bây giờ anh có chạy

trốn ở đâu thì lương tâm anh cũng sẽ bị cắn rứt, tội cho thằng Xung, chết oan uổng thiệt mà.

- Tại nó thôi, tự nhiên nhào vô lãnh trọn chai rượu vô đầu ráng chịu chứ tao không có ý định gì với nó hết.

- Nếu nó không nhào vô thì người chết lại là Hùm. Nghĩa là anh đã cố ý giết người ta rồi. Anh đúng là máu lạnh, thật đáng ghê sợ.

Bạt đang cầm mấy cái nồi trên tay, ném mạnh xuống sàn ghe:

- ĐM, giờ mầy lên án tao hả? Nhanh chân thu dọn đồ rồi đi liền, đôi co một hồi có án mạng nữa bây giờ.

- Tui nói không đi là không đi. Có đi, cứ đi một mình. Lập trường của tui là vậy, không thể để hai đứa nhỏ sống chui rút theo mình được. Tiền đây, anh cần bao nhiêu cứ lấy mà bỏ trốn. Phải có người ở lại chịu trách nhiệm về việc nầy. Tui là vợ, tui đồng ý thay anh dù phải lạy lục van xin người ta.

Thấy không thể lay chuyển được Lành, Bạt quyết định xô bật vợ ra, giằng lấy hai đứa con, bế thốc chúng nhảy xuống ghe:

- Được! Mầy không đi thì coi như bán rẻ chồng con vậy. Trong mình tao còn tiền, ăn hết nhiêu đây tao ra sông cái nhấn chìm ghe cho cha con chết hết để mầy tha hồ có chồng khác làm lại cuộc đời. Tao biết mầy cũng chán chê tao rồi.

Lành hoảng hốt kêu tên hai đứa con. Trung và Quân cũng khóc thét nháo nhào đòi mẹ. Chị thật ra không thể đoán được trong đầu anh ta nghĩ gì nhưng đó là một con người không sợ trời không sợ đất, anh ta có thể thử lòng chị nhưng nếu chị không ngoan ngoãn đi theo thì với tính khí ấy anh ta sẽ làm liều nguy hiểm cho con của chị biết bao. Bạt có thể liều nhưng

Lành thì không dám đem tính mạng con ra mà liều với hắn. Bé Trung mới có tám tuổi đang học lớp hai còn bé Quân lên sáu vẫn chưa đến lớp, bỏ đi như vậy thì sự học của con sẽ bị gián đoạn, đi đến nơi nào cũng phải sống chui rúc làm sao đường đường chính chính cho con đi học? Nhưng để Bạt đem con theo thì nguy hiểm trùng trùng. Chị nhanh chân phóng xuống ghe ôm chầm lấy hai đứa nhỏ đang khóc thét vì kinh sợ chẳng biết chuyện gì đang xẩy ra với ba và mẹ.

Bạt chỉ chờ có vậy, anh ta cho nổ máy ghe và lui ra khỏi khu vực nhà, ra tới con sông trước cửa, Bạt tăng tốc chạy như tên bắn. Lành vẫn ngồi yên bất động ôm lấy hai đứa con thơ lòng dâng lên một nỗi phẫn uất lạ kỳ. Chị hoàn toàn không thể tưởng tượng ra cuộc đời mình lại có một ngày phải hèn mọn bỏ trốn trong bóng đêm đen tối mà trước mắt mịt mờ không có chút tiền đồ.

Lúc đó, Bạt hai mươi tám, lớn hơn Lành một tuổi.

Bạt cứ cho ghe chạy mãi, chạy hoài đến sáng hôm sau khi ánh nắng bắt đầu gay gắt trên đầu anh mới ngừng ghe lại, giương cái mui bằng lá chầm để sẵn trên ghe che nắng cho vợ con. Từ lúc lên ghe đến giờ hai người chưa nói với nhau một câu nào. Bạt cảm thấy trong đôi mắt của vợ hằn lên một sự khinh miệt và khiếp sợ, hắn bắt đầu giở chiến thuật mới, sà lại ngồi sát bên Lành, thủ thỉ:

- Tui biết tui sai rồi bà. Chỉ là nói cứng vậy thôi chứ trong lòng tui cũng ân hận lắm. Tui đi một mình càng rộng đường tháo chạy nhưng tui thương bà và con, đi xa tui nhớ không chịu nổi cũng sẽ lần mò về chừng đó tội càng nặng thêm. Bây giờ bà đi với tui, gia đình đầy đủ mình tới một nơi không có ai biết mình để làm lại từ đầu. Tui hứa với bà nhứt nhứt sẽ làm theo sự sắp đặt của bà, sẽ tu tâm dưỡng tính mần ăn không rượu chè và hung hăng nữa. Bà tin tui lần nầy đi, tui mà sai phạm thì trời tru đất diệt, chết không có con đưa đám.

Lành nhìn Bạt chầm chầm, ánh mắt anh ta khẩn thiết và thực đến nỗi chị tin ngay không một chút đắn đo. Thôi, dù gì cũng đã lỡ rồi, Bạt có cha mẹ già, chị cũng vậy nhưng bốn người họ đều có con cái ở gần phụng dưỡng, chị có thể yên tâm đi thật xa để cùng chồng làm lại cuộc đời mới nếu như Bạt biết ăn năn hối cải. Lành hoàn toàn không nghĩ tới việc làm như vậy là chị vô tình trở thành đồng lõa của kẻ sát nhân.

Lành lên bờ, gần đó có một cái chợ nhỏ, chị mua một số thịt, cá khô để dự trữ trên ghe, Lành muốn biết mình đang ở chỗ nào nên cứ ghé mắt vào những tiệm tạp hóa để xem địa chỉ nhưng cũng chẳng biết là đâu, chỉ biết được đang ở địa phận của Vũng Tàu.

Họ lang thang trên ghe suốt hai ngày, chạy tới chạy lui không tìm được bến đỗ, cuối cùng neo ghe lại một cảng nhỏ. Lành xuống ghe hỏi những người chung quanh thì ra họ đã đến Vũng Tàu rồi. Bạt mừng rỡ, anh ta quyết định bỏ ghe để cùng vợ con ra Côn Đảo bằng đường bay. Nhưng chờ chuyến bay phải đến hôm sau nên họ trở về định thuê nhà nghỉ, Lành không chịu vì sợ tốn tiền nên họ lại đem ghe dời đi chỗ khác neo ngủ qua đêm.

Nằm dưới ghe, Lành lo sợ đủ thứ cho viễn ảnh tương lai của các con. Chị được biết Côn Đảo là nơi bất khả xâm phạm vì trước đây có ngục tù giam giữ tù nhân cách mạng, chỗ đó an ninh tuyệt đối, tàu ghe cặp bến đều có quan sát từ xa. Một khi đến đó rồi chắc chắn sẽ rất khó ai tìm ra. Nhưng còn sự học của con thì sao? Trăm mối ngổn ngang trong lòng người vợ trẻ.

Họ ra Côn Đảo bằng trực thăng, vé máy bay mắc hơn hai

mươi lần đi tàu. Bù lại chỉ nửa giờ đồng hồ là tới còn đi tàu phải hai ngày hai đêm và nếu không chịu nổi sóng sẽ rất là mệt. Tới nơi lúc bảy giờ sáng có xe buýt đón đưa tới khách sạn. Hai đứa bé lần đầu tiên được đi máy bay, được ở khách sạn sang trọng thì quá đỗi vui mừng.

Nhưng vợ chồng Lành thì không vui mừng nổi.

Tiền phòng, tiền ăn mỗi ngày là ngoài sức tưởng tượng của họ. Một ổ bánh mì thịt mắc gấp ba lần ở dưới quê. Tiền ăn ở một ngày mất hết một chỉ vàng. An ninh tuyệt đối, khách sạn cho khách mướn xe Honda để đi du lịch vòng quanh Côn Đảo, vợ chồng họ cũng thuê một chiếc chở con đi vòng vòng kiếm đường sinh kế.

Côn Đảo đã sớm hồi phục sau chiến tranh để trở thành khu du lịch lịch sử, có nhà tù giam cầm các nhà cách mạng lão thành…, có nghĩa trang Hàng Dương nơi chôn cất các anh hùng liệt sĩ…., trường học, đài phát thanh, cảng rất sung túc cho các tàu khắp nơi ghé qua lấy nhiên liệu. Khắp các con đường đều được tráng nhựa nhưng dốc ngoằn ngoèo, vẫn còn những đoạn đường vắng tanh khỉ sóc chạy ra nghênh ngang, thấy người chúng còn đứng lại nhìn, Trung và Quân thích chí chỉ chỏ la ó vang trời.

Lành hỏi thử một người dưới cảng nếu muốn sinh sống ở đây có thể thuê một mặt bằng buôn bán được không thì người đó nói được chứ, nhưng tiền thuê rất mắc và muốn sống phải có xác nhận tạm vắng của chính quyền địa phương, hy vọng của vợ chồng Lành sụp đổ.

Họ ở lại một ngày chờ mua vé trực thăng rồi bay về Vũng Tàu, ba ngày ở Côn Đảo và vé máy bay đã ngốn hết của họ năm chỉ vàng mà chẳng ra tích sự gì.

Họ trở lại tìm chiếc ghe mới hay ghe đã bị Ban quản lý cảng lôi đi rồi.

Họ thuê chiếc xe bốn chỗ đi thẳng lên Bảo Lộc, Lâm Đồng hy vọng sẽ có chuyện để làm thuê làm mướn vì có lần Bạt nghe người ta bàn nhau nơi nầy rất cần người hái trà và cà phê.

Và cũng tại nơi đây, Lành càng ngày càng cảm thấy khiếp sợ Bạt, một con người mà chị nghĩ, chỉ có trong phim.

HẾT CHƯƠNG 2

CHƯƠNG 3

CON ĐƯỜNG MƯU SINH

Trên xe, Bạt hỏi tài xế:

- Vợ chồng tui muốn tới chỗ nào mà có người mướn hái trà hay cà phê gì đó chú biết làm ơn chỉ giùm rồi đưa tụi tui tới chỗ đó.

Tài xế liếc qua Bạt đang ngồi cạnh như đang đánh giá con người nầy có đáng tin hay không rồi chầm chậm trả lời:

- Anh chị định đi tìm việc làm à?

- Phải.

- Hôm rồi tui có đưa một cặp vợ chồng lên Lộc Thành của Bảo Lộc, anh chị nầy có vườn chè và cà phê hàng chục mẫu lúc nào cũng có người làm công, ăn ở luôn chỗ đó. Nếu anh chị muốn tìm việc làm thì tui sẽ đưa đến xin thử coi người ta còn nhận không.

Bạt mừng rỡ, anh ta hớn hở nói:

- Được vậy thì còn gì bằng, nếu như họ nhận thì tui sẽ thù lao cho chú công giới thiệu.

- Thù lao gì anh ơi, đưa anh tới đó rồi tui về liền còn chuyện có xin được vô làm hay không là do ở người ta, tui đâu có nói giúp được. Nhưng dân ở đó sống nhờ vào cà phê và trà, nhà ai cũng có vườn, anh không xin vô chỗ ấy được thì cứ mướn nhà ở đó rồi đi hái mướn cho người ta cũng đủ cơm ăn áo mặc. Chỗ đó dân tứ xứ gom lại mà. Tui bảo đảm anh chị không có thất nghiệp đâu mà lo. Anh chị kia tên là Gia Bảo. Tới đó hỏi ai cũng biết.

Vợ chồng Bạt tạm thời yên tâm. Nghe tài xế nói vậy Bạt liền nghĩ ra một chuyện, dù gì hắn cũng không giới thiệu mình cho chủ vườn thì cũng không cần hắn đưa tới chỗ làm gì, đi làm mướn mà xe du lịch đưa tận nơi thì xin việc ai cho nên Bạt kêu tài xế ngừng lại một khoảng khá xa chỉ cần chỉ đường cho anh ta đến là được.

Trời se se lạnh, khí hậu thật là dễ chịu. Sau đó hai vợ chồng, Lành cõng thằng Quân, Bạt tay dắt Trung tay xách quần áo đi về phía đó. Gặp người dân đầu tiên, Lành hỏi thăm nhà Gia Bảo, người đó nhìn sơ qua hai vợ chồng rồi hỏi:

- Cô có quen với ông Gia Bảo à?

Lành thật thà nói:

- Dạ không chị, em chỉ muốn tới để xin việc làm thôi.

- À ra vậy, nhưng lúc nầy cô không may rồi,cách đây hai ngày đám công nhân cà phê xẩy ra xô xát đâm chém nhau nên vụ việc còn rùm beng trên xã, tạm thời ông chủ chưa nhận thêm người làm đâu.

Thấy Lành lộ vẻ thất vọng chị ấy có lẽ tội nghiệp, quan tâm thăm hỏi:

- Cô chú có quen ai ở đây không?

- Dạ không chị ơi, nghe người ta đồn chỗ nầy dễ kiếm việc làm nên bạo gan đi đại, giờ em đang lo không biết tối nay cả nhà ngủ đâu, lạ nước lạ cái cũng chẳng biết có nhà trọ ở đâu nữa.

Bà chị có vẻ thông cảm, sực nhớ ra bèn vội vã nói:

- Ủa ha vầy đi, đàng kia có nhà bà Năm Lâm, bả ở có một mình hà, con cái lên thành phố hết rồi kêu bả bán hay cho thuê vườn trà để lên ở với nó mà bả chưa chịu. Bả còn cái nhà bỏ trống kế bên đâu cô chú tới hỏi mướn thử coi bả cho hôn. Tui thấy bả cũng có ý cho mướn lâu rồi để có người hủ hỉ nhưng ở đây dân tứ xứ bả sợ, cô chú có cả một gia đình chắc cũng đàng hoàng hổng chừng bả thông cảm à nhen. Mà bả cũng tốt bụng lắm, ở được bả thương như con có khi không lấy tiền nhà hổng chừng, mấy đứa con của bả giàu lắm.

Trong lòng Lành lóe lên một niềm hy vọng, chị mừng rỡ chộp lấy cơ hội liền:

- Dạ, cám ơn chị, xin chị làm ơn dẫn vợ chồng em đến giới thiệu giùm.

- Dẫn đến thì được nhưng giới thiệu thì tui hổng dám bảo đảm nhen, tui ví cô chú có quen biết gì đâu rủi có chuyện gì bả đổ thừa.

Vừa nói, chị vừa đưa mắt ngó nhanh qua Bạt, Lành hiểu ý chị, có lẽ do chỉ còn một con mắt nên khuôn mặt Bạt nhìn vào trông hung tợn làm chị đắn đo, Lành vội vàng nói:

- Dạ, được vậy là mừng rồi chị, vợ chồng em chỉ là dân nghèo khổ đi kiếm sống thôi chị ơi, ảnh trước đi lính bị thương hư một mắt nên được giải ngũ sớm, nhà không có đất đai con lại còn nhỏ nên nghèo quá phải tha phương cầu thực vầy nè chị.

Chị nhìn hai vợ chồng lần nữa rồi quyết định:

- Đi! Cô chú theo tui.

oOo

Đó là một căn nhà cấp bốn nhưng rất khang trang sạch

sẽ chứng tỏ chủ nhà là một người ngăn nắp gọn gàng. Chung quanh nhà có trồng mấy gốc bơ và vài cây dâu, sân sứa được quét dọn sạch bóng, cạnh căn nhà chính có một gian nhà phụ dính liền tuy nhỏ hơn về diện tích nhưng xem cũng lịch sự hơn nhà của vợ chồng Bạt dưới quê. Thoạt nhìn, Lành rất hài lòng, chị van vái trời đất phù hộ cho đừng gặp trở ngại gì. Bạt giữ đúng lời hứa, để mặc cho vợ toàn quyền quyết định và anh ta cũng ngạc nhiên trước vẻ bình tĩnh ứng phó của Lành. Anh ta thầm tự hào mình đã thật sáng suốt khi đem vợ con cùng đi.

Cửa mở nhưng không thấy bóng người, chị kêu lên:

- Bà Năm ơi bà Năm.

Tiếng bà Năm từ dưới nhà vọng lên và một người đàn bà trạc sáu mươi tuổi xuất hiện trước cửa:

- Ơi! Đứa nào kiếm tao vậy? Ủa, Tư hả Tư? Bây kiếm tao chi ha? Mấy người nầy là ai dị?

- Dạ, con nghe bà tính cho mướn nhà nên con dẫn vợ chồng cô chú nầy tới mướn đó.

- Vậy sa? Thôi vô nhà đi rồi nói gì nói. Tao có nấu nước nha đam đường phèn nè, vô uống đứa ly cho mát. Cha, hai thằng nhỏ cù lự thấy cưng quá hén.

Chị Tư nhìn Lành thật nhanh, gật đầu ý nói thuận lợi rồi, Lành mừng rơn trong bụng. Bà Năm quay vào nhà kéo ghế cái sột, khi đủ chỗ ngồi cho tất cả, bà vào múc sáu ly nước nha đam bỏ vô mâm bưng lên, đặt trước mặt mỗi người một ly rồi cũng ngồi xuống đối diện Bạt. Bà nhìn lom lom vô mặt cả hai vợ chồng rồi dừng lại ở Bạt:

- Con vợ coi hiền còn thằng chồng ngó bậm trợn quá hén? Con mắt bị sao dị?

Lành vội vã đỡ lời chồng:

- Dạ tại trước ảnh đi lính bị thương nên hư một mắt đó dì. Coi dữ dằn vậy chứ hiền khô hà bị con ăn hiếp hoài.

Lành cười khì khì, Bạt cũng ngô nghê cười theo. Hai đứa nhỏ bưng ly nha đam uống ực một phát là hết sạch, bà Năm kêu chị Tư lấy thêm cho chúng rồi hỏi Hồ:

- Tụi con quê ở đâu mà lên đây kiếm chuyện làm dị?

Bạt như đã chuẩn bị sẵn câu trả lời, anh nói suông óng:

- Dạ vợ chồng con đang sống ở Giồng Trôm Bến Tre đó dì.

- A, dị hả? Ở đây cũng có vài người ở Bến Tre bỏ xứ lên lập nghiệp. Người Bến Tre siêng năng giỏi giắn mà lại thiệt thà chất phát nữa, mới nghe tao chịu rồi đa. Vậy thì cứ ở lại đây với tao, tao còn một căn nhà bỏ trống vợ chồng con cái dọn vô đó ở, thiếu cái gì tao cho mượn.

Bạt và Lành mừng rơn trong bụng. Chị Tư cũng vui lây, bèn đứng dậy xách cái nón lá đội lên đầu xin phép bà Năm ra về, Lành cũng đứng dậy tiễn:

- Cám ơn chị nhiều nhen chị Tư.

- Ơn nghĩa gì khổng biết, mơi mốt ở đây lâu mình còn qua lại nhiều mà. Ráng mần khá lên rồi bữa nào tui lợi ăn chực đó nhen.

Nói xong chị Tư cười rồi quay quả ra về. Lành chưa kịp quan sát cảnh trí bày biện của nhà bà Năm thì bà đã đứng dậy dẫn cả nhà qua căn nhà kế bên vách. Bà mở khóa rồi bung cánh cửa bằng gỗ ra, bên trong là một ghế bàn tròn và mấy cái ghế đẩu, có tấm vách ngăn một phòng ngủ bằng manh bồ được quét dầu hắc đen mịn, sau căn phòng là cái bếp lò đắp bằng đất nung để chụm củi, một cái chạn đựng chén bát và vài cái nồi to nhỏ đủ kiểu. Lành cảm thấy yên tâm, ít ra cũng không bỏ tiền ra để mua sắm những món nầy. Bà Năm đột ngột hỏi:

- Bây ở xứ nóng quen rồi, lên đây có thấy lạnh hôn?

- Dạ không dì, lại nghe mát mẻ thích lắm dì.

- Ừ, coi vậy chứ mới sáng sớm hoặc chiều tối nó lạnh dữ thần lắm nhen, thấy bây đồ đạc cũng ít, có tiền bạc gì hôn? Có thì lát tao dẫn đi chợ mua mền mùng ví lợi áo ấm mặc cho mấy đứa nhỏ chứ thôi tối lạnh quắn đít ngủ không được à.

Tối lại, Lành đã đi chợ Lộc Thành mua một số đồ cần thiết cho cuộc sống mới xong, Khi hai đứa con đã vào mùng vừa lạnh vừa thích ôm lấy nhau cuộn tròn ngủ trong mền thì bà Năm kêu hai vợ chồng qua, bên cạnh bà còn có một bà nữa độ chừng lớn hơn bà Năm vài tuổi bà giới thiệu là bà Tám Dung. Bây giờ Lành mới có dịp quan sát kỹ bà Năm và bà Tám, mỗi người một vẻ và ai cũng có cái nét thảnh thơi của những con người khá giả không phải lo cho cuộc sống sinh nhai. Điều mà má chồng và má ruột chị không có mặc dù họ cũng không túng thiếu nghèo khổ gì. Bà Năm chỉ ghế ra dấu cho vợ chồng ngồi xuống:

- Sáng giờ nói chuyện mà quên hỏi, vợ chồng tên gì nói cho biết đặng dễ kêu coi.

Lành đã lo liệu chuyện nầy từ lúc bước chân ra đi nhưng chưa kịp nói với Bạt nên chị nhanh chóng trả lời thay:

- Dạ, chồng con tên Nghồ còn con tên Nhành.

- Ừ, cái thằng mới ngó tao đã thấy ngộ giờ nghe tên Nghồ nữa, Ngồ Ngộ nhen.

Bà Năm nhìn bà Tám, hai bà cười cởi mở. Lành thấy yên tâm khi Bạt cười chúm chím lặng im. Bỗng bà Năm đột ngột hỏi:

- Hai vợ chồng cho tao mượn cái căn cước coi bây.

Lành đâm hoảng, đưa giấy tờ ra sẽ lòi lưng ở Mỏ Cày chứ không phải Giồng Trôm như lời Bạt đã nói thì làm sao đây? Tên Nghồ không đúng với giấy tờ cũng là chuyện bình thường thôi vì ai cũng có thể có thêm cái tên cúng cơm mà. Cô đưa mắt nhìn chồng, Bạt cũng với vẻ mặt lạnh tanh không một biểu cảm, chắc anh ta đang tính gì đó trong đầu, Lành nghĩ vậy. May mắn thay, bà Tám câu giờ cho Bạt đủ thời gian nghĩ cách đối phó:

- Trời, chị hỏi nó căn cước gì chứ, bây giờ người ta kêu bằng chứng minh nhân dân.

- Ủa thì chứng minh nhân dân, hỏi đặng dòm mặt nó coi có giống trong hình thôi chứ tui ví chị có biết chữ nghĩa gì đâu mà coi chữ.

Lành thấy Bạt thở cái phào và chị cũng nhẹ mình. Bạt đứng dậy móc bóp lấy ra hai tấm CMND đưa cho bà Năm, hai bà châu đầu vô nhìn, chuyền qua chuyền lại coi kỹ lắm và điệu bộ thiệt là không biết đọc. Xong trả lại cho Bạt:

- Ủa vậy được rồi, ở đây xa chính quyền nên cũng ít khi họ tới lui trừ trường hợp có chuyện gì nên tụi bây yên tâm ở, tao cũng không cần trình báo chỉ có thằng trưởng ấp biết là được rồi. Người có giấy tờ đàng hoàng chắc cũng không phải là người tệ. Thôi lên tới đây rồi nghỉ ngơi một ngày đi học hỏi cách hái trà mốt bắt đầu hái cho dì trước, dì xong thì tới dì Tám, lên đây mà chịu cực chịu khổ một chút thì không có thất nghiệp đâu mà lo.

Bà Năm thì xởi lởi vậy nhưng bà Tám thì mặt mày đăm chiêu hơn. Bà nhìn hai vợ chồng, trong lòng có chút nghi ngại bởi vì hồi chiều, trong lúc Lành cùng bà Năm đi chợ, Bạt còn loay hoay sắp xếp lại đồ đạc trong nhà mới bà có ngoắc hai thằng nhỏ lại, cho đứa một ly bơ dầm đường rồi hỏi thăm. Thằng lớn trả lời bà cộc lốc từng tiếng khiến bà lấy làm lạ, trẻ con sao không được uốn nắn nói chuyện với người lớn phải dạ thưa, rồi bà tự tha thứ cho cha mẹ chúng, chắc rằng cuộc sống vất vả phải bươn chải lo cơm áo gạo tiền nên không có thời gian dạy dỗ con. Bà hỏi nó:

- Con tên gì nói bà Tám nghe nào? Bao nhiêu tuổi rồi? Đi học chưa?

- Trung. Bốn tuổi. Học lớp hai.

- Còn em con tên gì? Bao nhiêu tuổi?

- Quân, hai tuổi.

- Ba con tên gì?

- Lang Bạt, hổng biết tuổi.

- Mẹ con?

- Lành, hổng biết tuổi luôn.

- Bà không hỏi tuổi nữa. Con biết tên ông bà nội ngoại của con không nè?

- Biết tên ông bà nội hà, không biết tên ông bà ngoại. Ông nội tên ông Hai Tân, bà nội tên Trang hay gì đó mà người ta cũng kêu bằng bà Hai Tân luôn.

- Vậy trước khi lên đây con ở chỗ nào?

- Hổng biết, nghe mẹ nói với ngoại mỗi lần về ngoại chơi, thôi con dìa Mỏ Cày nhen má. Mỏ Cày ha gì đó.

- Vậy con có nghe nói Giồng Trôm gì hôn?

- Hông nghe.

Sao mà vợ chồng nọ lại nói mình là người Giồng Trôm và khai man tên như vậy khi giấy CMND ghi rõ ràng quê quán ở Mỏ Cày? Tên thì có thể hiểu là ai cũng có thêm một cái tên gọi ngoài nhưng CMND thì gốc gác đã rõ ràng. Có thể khi lớn lên, sợ con mặc cảm với tên gọi của mình nên họ gọi Nghồ cũng nên. Bà Năm nói hai bà không biết chữ nhưng thật ra chỉ một mình bà Năm không biết hay nói cho đúng là bà chỉ đọc được võ vẽ còn bà Tám là người biết chữ nghĩa. Hai cái tên Tân - Trang làm bà chạnh nhớ lại cô bạn năm xưa của mình cũng ở Mỏ Cày Bến Tre, khi họ cưới nhau bà có đến dự vì bà cũng là người Bến Tre mà. Tên của vợ chồng nó làm bạn bè cười muốn hụt hơi, về sau khi sinh ra con trai đầu lòng đặt tên là Lang Bạt, lần đó thôi nôi đứa bé bà có đến dự và cũng là lần cuối cùng bà gặp Trang. Nghe tên đứa bé, bà thấy lạ, hỏi thì được Tân giải thích Lang Bạt là cuộc đời của Tân đã từng bôn ba giang hồ nên mọi người thấy cũng hợp lý.

Nếu như đúng là con của bạn chắc bà cũng không thể làm ngơ. Bà biết gia đình đó khá giả nhưng mấy chục năm rồi không gặp lại chẳng biết có biến cố gì xảy ra đến độ hai vợ chồng đứa con trai lớn phải đùm túm bồng bế nhau đi như vậy, có thể là cuộc sống quá khó khăn, có thể là do nợ nần bao vây nên phải tìm phương lập nghiệp, cũng có thể vì đã gây án ở địa phương nên bỏ trốn, mọi việc chưa được xác minh tìm hiểu thì hãy xem họ như những người nghèo khổ đi lên xứ nầy tìm cuộc sống mới thay đổi hoàn cảnh, nếu họ là con của cố nhân thì bà sẽ tìm cách giúp đỡ. Sống ở đây, một nơi tụ họp dân tứ xứ qui về cho bà cái kinh nghiệm là nhìn người chớ nhìn bên ngoài, sự thật ẩn chứa bên trong của một con người mới thật là ghê sợ. Người ta ganh ghét nhau, tàn hại lẫn nhau có khi không vì một nguyên nhân nào cả, có khi chỉ là muốn thể hiện cái tôi của mình. Nếu vợ chồng nầy thật sự nghèo túng và không có phạm pháp, bà sẽ bảo vệ họ.

HẾT CHƯƠNG 3

CHƯƠNG 4

KHẨU PHẬT TÂM XÀ

Lành và Bạt nhìn thấy vẻ lưỡng lự của bà Tám thì trong bụng lo lắm, lo bà Tám sẽ bàn ra tán vào để bà Năm không cho hai người ở trọ là chết. Lành bây giờ chỉ muốn được an cư nơi đây để sống qua ngày chờ hai đứa con mình trưởng thành. Chị biết đây là nơi xô bồ xô bộn, những công nhân hái trà, cà phê mướn là qui tụ về từ mọi miền đất nước, chỗ nầy đang trong giai đoạn hỗn quân hỗn quan nên chưa thiết lập được trật tự, người ta đối xử với nhau bằng cảm tính, bằng tình người nhiều hơn, họ đùm bọc, che chở cho nhau nếu như đối phương có tính tình hiền lành, chị tin rằng điều nầy thì mình có thể đạt được. Nếu có chỗ ăn ở một thời gian cho quen nước quen cái thì chị có thể tự tìm cho gia đình mình một chỗ tốt hơn. Còn nếu như bà Năm vẫn tin tưởng, vẫn thương mến vợ chồng chị thì chị cũng quyết dùng tình cảm ấy trả lại cho bà, xem bà như má của mình để mà chăm sóc trong thời gian con cái không ở bên cạnh. Nhưng thái độ bà Tám làm chị lo, suy nghĩ mãi, Lành mới dám bạo gan hỏi:

- Dì Tám có vẻ không được vui hả dì?

Bà Tám "hư" một tiếng, miệng cười tươi:

- Mắc gì mà không được vui? Chỉ là bây làm dì nhớ tới Bến Tre thôi, dì cũng gốc gác ở Bến Tre nhưng lên đây mấy chục năm rồi, giờ không còn ai ở dưới nên bùi ngùi chút vậy thôi.

Bạt giật mình khi nghe bà Tám nói là người Bến Tre nhưng sau đó nói không còn ai ở dưới nên anh ta thở phào. Bà Tám lại tiếp tục:

- Tao đương suy nghĩ coi có nên nói cho vợ chồng nghe về hoàn cảnh nơi đây để tụi bây biết mà sống không bị va vấp, nhưng tụi bây cũng còn mới mẻ quá tao cũng chưa hiểu tính tình ra sao thôi để từ từ rồi tính. Chỗ nầy coi đơn giản vậy chứ phức tạp lắm, mới bữa rồi trang trại của thằng Gia Bảo có chuyện đâm chém tùm lum vợ chồng nó cũng liên đới bị trách nhiệm cho nên bây giờ người ta chọn mướn người phải có gốc gác giấy tờ đàng hoàng, như bây vầy thì người ta cũng tin tưởng hơn vì có đủ vợ chồng con cái "dù hèn cũng thể".

Trong khi bà Năm đứng dậy ra nhà sau làm bốn ly bơ dầm đường, bà Tám tranh thủ nói nhỏ:

- Dì Năm đây là người tốt bụng, con cái giàu có nhưng ở quê quen rồi không chịu sống Thành Phố. Dì Năm có cái bịnh liệu, bịnh LIỆU đó, bây có nghe tới cái bịnh đó chưa?

- Dạ có nghe. – Bạt và Lành đồng thanh trả lời –

- Ừ, cho nên thằng Phát lo cho má nó, về đây dặn bà con chòm xóm ngó chừng và đừng ai chọc ghẹo chỉ hết, dì còn ở lại đây không theo con dì lên Đà Lạt sống là bởi vì núm níu chị Năm nầy, mấy chục năm nay làm hàng xóm láng giềng với nhau tình thân hơn ruột thịt. Dì dặn bây, đừng cho mấy đứa nhỏ la hét gì trước mặt chị Năm, cũng đừng thất thần làm chỉ giựt mình hoặc nhảy múa trước mắt chỉ nghe hôn?

Vợ chồng bạt chỉ biết dạ, họ thừa biết bịnh liệu là bịnh gì, là bị hù bất ngờ thì người bịnh sẽ la lên hoài không ngớt miệng "Mẹ cha mầy ơi, mẹ cha mầy ơi…" hoặc đang không ai chụp la lớn lên, đại loại như "cháy, cháy" là bà sẽ nhảy dựng lên, cháy cháy cháy, la cho đến khi nào có người ôm lại mới trấn tỉnh được. Hoặc đáng nói hơn, nếu đứng trước mặt bà vừa la vừa nhảy là bà sẽ nhảy theo đến mệt phải ngã quỵ. Chăm sóc người bệnh cũng không có chi là cực, chỉ là không cho những trường hợp như vậy xẩy ra trước mắt người bệnh là được còn mọi sinh hoạt của họ đều bình thường.

Bà Năm Lâm bưng bốn ly bơ dầm ra, cười ngỏn ngoẻn và biết đang nói lén mình, bà vui vẻ:

- Tao bị chứng bịnh gì kỳ mà ức chế khổng được, có bà Tám bên cạnh nên cũng đỡ lo, tao không bị bịnh như vậy bả bỏ tao dìa Đà Lạt tám đời vương rồi còn đâu. Thôi, ăn bơ đi con, ờ, hai thằng nhỏ học hành gì chưa?

- Dạ thằng lớn học lớp hai còn thằng nhỏ chưa đi học dì à.

- Dị hả? Không gửi nó cho ông bà nội ngoại gì đó đặng đi học mà dẫn theo lùm đùm vầy dốt hết làm sao?

- Dạ, nhà nội ngoại nó xa trường lắm dì, để từ từ rồi vợ chồng con liệu cách mà cho nó đi học chứ đâu để nó long nhong vầy được dì.

- Cũng phải, thôi ăn bơ đi con. Nghỉ sớm cho khỏe đi.

Bà nói vậy vì thấy Lành có vẻ lạnh, hai tay thọt vô túi chiếc áo ấm mới mua hồi chiều và hơi co rúm người lại, bà cười hì hì:

- Tao nói ở cái chỗ nầy nó lạnh dữ thần lắm, mới tới chưa quen đâu, sau quen rồi dìa xứ nóng không chịu được. Tao mê cái khí hậu nầy nên sống chết cũng ở đây hà. Bây dìa coi hai đứa nhỏ đi, con nít ngủ hay đạp tung mền ra lắm à nghen.

Tối đêm đó, nằm bên cạnh nhau, Bạt vòng tay ôm vợ, rù rì bằng giọng biết ơn:

- Bà giỏi thiệt, cưới nhau chín năm nay tui mới biết bà có bản lãnh vậy, thôi từ nay tui cho bà làm chủ gia đình đó, bà nói gì tui nghe theo bà.

--Tui lo cho hai đứa con chứ không lo cho ông đâu, đừng vội mừng.

- Bà lo cho ai cũng được, miễn bảo vệ gia đình nầy là tui mang ơn bà rồi. Thôi từ nay bỏ hết quá khứ, ráng làm ăn cho có tiền bạc với người ta, kiếm một mớ vốn kha khá rồi cũng phải đi chỗ khác chứ ở một nơi lâu ngày cũng bị phát hiện ra thôi.

Lành lầm bầm:

- Đi tùm lum rồi làm sao hai thằng nhỏ học hành, chẳng lẽ để nó dốt sao trời?

- Chuyện đó từ từ tìm cách bà ơi.

Vợ chồng chưa đầy ba mươi tuổi đã gọi nhau là ông bà, Lành thấy có chút đắng lòng.

Sáng hôm sau, lo cho cả nhà ăn sáng xong, chị dặn hai đứa nhỏ ở nhà chơi không được ra khỏi cửa nhất là không được trước mặt bà Năm mà la hét nhảy nhót, nếu không bà Năm đuổi đi thì không có chỗ ở nữa. Chị dặn hai con nếu ai hỏi ba mẹ tên gì phải trả lời ba tên Nghồ, mẹ tên Nhành, nhà ở Giồng Trôm Bến Tre. Trung vô tư nói:

- Hôm qua bà kia hỏi ba mẹ tên gì con nói tên Bạt với Lành rồi, bà còn hỏi tên ông bà nội nữa, hỏi con ở đâu con nói ở Mỏ Cày luôn rồi.

Hai vợ chồng điếng người, Bạt nhanh chóng dặn kỹ lại lần nữa rồi nói:

- Từ nay ai hỏi nhớ nói vậy nghe hôn? Nhớ lời mẹ dặn đó.

- Biết rồi.

Bạt quay sang nhìn vợ, đắn đo một chút, anh bậm môi kề tai vợ nói nhỏ, Lành gật đầu.

Hai người dắt nhau lên đồi trà trùng trùng điệp điệp, bát ngác một màu xanh, đồi nầy nối tiếp đồi khác với vườn trà xanh um và chỗ nào cũng lố nhố người mặc áo khoác dầy mang gùi sau lưng để hái trà, lạnh se da nhưng Lành thích khí hậu nầy quá. Hèn chi con gái xứ Đà Lạt ai cũng trắng bóc mịn màng, mới bảy giờ sáng mà mọi người đã hái gần xong đám trà. Chưa quen biết ai, Lành định lân la làm quen thì may mắn gặp được chị Tư hôm qua, chị đang mang đầy một gùi trà đọt trên lưng, vồn vã chào hỏi Lành. Lành mừng quá, đúng là số chị luôn gặp may, hai vợ chồng xắn lại chỗ chị Tư. Phải công nhận Bạt mạnh mẽ thật, anh nắm tay vợ kéo lên bởi bao lần Lành suýt tuột xuống vì càng lên cao càng dốc, chị nắm lấy thân trà đi lên từng bậc từng bậc.

Chị Tư hỏi han hôm qua đến nay đã ổn định chỗ ở chưa, chị nói bà Năm và bà Tám là hai bà già cựu trào ở cái miệt nầy, rất uy tín và tiếng nói có trọng lượng, được ở nhà một trong hai bà là an tâm nhất, rồi dạy Lành cách hái trà đọt, nói luôn sau khi thu hoạch đọt trà xong sẽ bắt đầu cắt lá trà già để coi như là dọn vườn chờ đợt đợt sau. Lá trà già thì đem về miền nắng nóng bán cho người ta nấu thay nước uống hàng ngày có tác dụng giải nhiệt thanh lọc cơ thể, còn dân ở đây họ chỉ uống trà đọt thôi.

Lành vừa nói chuyện với chị vừa phụ hái, chỉ thoáng chút đã tỏ ra điệu nghệ. Bạt mang cái gùi khác của chị Tư đưa vợ phụ, chị nói người ở đây hái trà sớm lắm, tầm ba giờ sáng đã có mặt trên đồi rồi.

Buổi sáng, xem như vợ chồng Bạt đã có thu hoạch được chút kinh nghiệm về cách hái trà. Họ đi đến chỗ thu mua lá trà đọt mới hái đem về, chỗ đó do hai người đàn bà làm chủ, bán nước giải khát, chút đỉnh đồ tạp hóa và đặc biệt là rau cải cá thịt bánh trái để người bán trà không phải ra chợ. Hai bà chủ không biết từ đâu tới nhưng miệng mồm lanh lợi và ngọt như đường phèn. Lành đến mua miếng thịt và trái bí đao được họ đon đả chào mời, hỏi thăm lom, Lành cũng giữ ý tứ chỉ trả lời xã giao rồi nhanh chóng ra về.

Trong khi Lành chuẩn bị cho bữa cơm trưa thì bà Tám ngoắc Bạt qua nhà bà. Bạt trong bụng lo quính quáng nhưng không lộ vẻ gì trên mặt, nhà bà Tám có vẻ sang trọng hơn nhà bà Năm vì trang trí thời thượng hơn bởi bộ salon bằng gỗ quí đắt tiền. Bà kêu Bạt ngồi xuống rồi nghiêm túc nói:

- Nhìn thẳng vào mặt dì nè rồi trả lời cho thành thật.

Bạt biến sắc nhưng nhanh chóng trấn tỉnh được. Cũng may anh ta chỉ còn một con mắt nên nét mặt bao giờ cũng bơ bơ không biểu lộ cảm xúc gì. Anh ta đưa một con mắt ngó bà Tám trong tư thế chờ đợi và đề phòng:

- Dạ, có chuyện gì dì cứ hỏi, con không giấu giếm gì đâu. Dì cũng như cha mẹ con rồi, con có mẹ ruột và mẹ vợ, vì nghèo khổ không ở gần chăm sóc được cũng thấy tủi thân nên lên đây gặp hai dì con thấy an ủi lắm.

Bà Tám thoáng cảm động và Bạt nhìn thấy được điều đó. Bà chắc lưỡi:

- Nói thiệt cho dì nghe, phải con ở Mỏ Cày, là con trai lớn của Tân và Trang không?

Bạt điếng hồn, chết cha, bả biết rõ mình rồi sao? Biết rõ mình đồng nghĩa với việc biết nguyên nhân vì sao mình phải trồi đầu lên đây, đối phó với bả làm sao bây giờ? Không khéo bả báo công an gùm cổ mình về xứ chứ chẳng chơi, để coi ý bả ra sao rồi tính cũng không muộn nhưng dứt khoát phải đề phòng con mẹ nầy. Nghĩ vậy, hắn tỏ ra vẻ ngạc nhiên, lắp bắp;

- Dạ! Dì biết cha má con hả dì?

Bà Tám mừng rỡ, sự vui mừng của bà làm Bạt an tâm phần nào:

- Trời ơi, đúng vậy thì may mắn quá. Dì với má con là

bạn thân từ nhỏ. Lúc đám cưới ba má con dì cũng có đi, sau đó cả nhà dì dời lên Đà Lạt sống, mua miếng vườn ở đây để làm của thôi chứ không tính đến kinh tế. Lúc dì về quê bán hết đất đai gom về đây thì má con thôi nôi con, cái tên con ấn tượng quá nên hôm qua nghe thằng nhỏ nói dì nghi rồi. Giờ biết vậy dì mừng quá, thôi, có chuyện gì kể dì nghe, ở đây có dì cháu coi như dì sẽ bảo bọc cho vợ chồng con.

Bạt trong bụng vừa mừng vừa đề phòng:

- Dì nói vậy thì con cũng không có gì để giấu nữa, thật ra do con làm ăn thất bại phải bán miếng đất cha má cho để trả nợ vẫn chưa đủ, cha má con buồn lắm, con cũng mắc cỡ không dám ở dưới nữa nên đi tìm cách làm ăn về trả nợ dứt cho người ta.

- Vậy. Làm ăn mà con, khi thắng khi thua cũng là chuyện bình thường, quan trọng là mình phải cố gắng phấn đấu tiếp tục, hai vợ chồng còn trẻ mà, thiếu gì cơ hội làm lại cuộc đời. Thôi dì biết rõ hoàn cảnh của con rồi, con cũng yên tâm đi dì sẽ che chở cho. Vẫn còn nợ người ta nên phải lánh mặt phải không?

Bạt cúi đầu, vờ như xấu hổ:

- Dạ.

- Nhiều hôn?

- Dạ, cũng không nhiều lắm nhưng ngoài sức của tụi con rồi.

- Nói đi, nếu được dì giúp cho trả, dì cũng muốn gặp lại má con.

Bạt khoát tay:

- Không được đâu dì. Dì lớn tuổi rồi tiền bạc phải để thủ thân, vợ chồng con còn trẻ từ từ làm dành dụm trả người ta, nợ mòn con lớn không sao đâu dì. Hiện giờ cha má con đang giận lắm con chưa dám gặp mặt đâu, từ từ rồi con sẽ liên lạc với má con, mời lên đây chơi một lần để gặp dì nhen dì.

- Ừ cũng được, bây biết nghĩ vậy cũng không phải là người xấu. Về nói với con vợ đừng lui tới hai con mẹ mua trà thường, hai đứa đó chồng con đâu không biết dẫn nhau về đây mướn miếng đồi trà cả mẫu của Gia Khánh em thằng Gia Bảo. Gia Khánh mua đất để đó nhờ anh nó khai thác vì bận chuyện làm ăn ở Sài Gòn. Gia Bảo đất nhiều quá phải cho người ta mướn bớt, hai con đó chân ướt chân ráo vô mướn, không có nhân công Gia Bảo cho mượn, rồi coi cái mòi muốn lôi kéo người ta không cho qua hái bên Gia Bảo nữa, hồi đó còn mướn đất thằng Khánh nên còn nể nang, bây giờ tự mua được miếng đất khác rồi nên chẳng coi người ta ra gì hết. Ôi cái quân đó, bây ở đây lâu ngày rồi biết, cái miệng lăng xăng lích xích nhưng bụng dạ hẹp hòi, giúp đỡ ai một đồng đi kể cả làng cả xóm đều biết.Miệng lưỡi ngọt ngào lòng dạ rắn rít.Tốt nhất nên tránh xa.

Bà Tám nói gì Bạt cũng dạ nhưng trong lòng anh ta đã vạch ra một kế hoạch khác. Trước mắt là phải lấy lòng hai bà bà già nhất là bà Tám nầy bởi vì bà có tình bạn cố tri với má anh ta, phải lợi dụng tình cảm nầy để được yên thân một thời gian rồi tùy cơ ứng biến. Bắt đầu từ mai, Bạt sẽ kêu vợ đặc biệt hiếu thảo với bà để chiếm trọn lòng tin và hai đứa con anh phải kêu bà là bà nội, chắc chắn bà ta sẽ cười híp mắt vì sung sướng và sẽ không đề phòng anh, còn hai con mẹ mà bà nói thì có nhằm nhò gì với anh chứ, bất quá cũng chỉ là những con mụ lắm chuyện, mà nếu đúng là phường lắm chuyện thì không bao giờ có cái nhìn sâu sắc về mọi vấn đề.

Bạt yên tâm lắm rồi, không ngần ngại nói những lời có cánh để nịnh hót:

- Dạ, yên tâm đi má Tám, vợ con nó cũng ít lời, từ nay con có má Tám và má Năm rồi, tụi con cũng đỡ cô đơn, vợ chồng con sẽ cố gắng làm cho hai má vui không để hai má phải thất vọng đâu.

Bà Tám cười chúm chím tỏ vẻ hài lòng. Bạt thấy hình như cơ hội đổi đời anh đang nắm trong tay.

HẾT CHƯƠNG 4

CHƯƠNG 5

CUỘC ĐỌ SỨC

Bạt về, Lành dọn cơm ra bàn, anh ta nhìn qua vợ rồi dặn dò hai đứa con:

- Từ nay, Trung, Quân nhớ kêu bà Năm ở nhà mình là bà ngoại, bà Tám ở kế bên là bà nội nghe chưa? Còn vợ chồng mình thì kêu bằng má Năm, má Tám.

Lành chưa kịp hỏi thì thằng Quân đã hỏi trước:

- Sao kỳ vậy ba? Mình có bà nội bà ngoại rồi mừ?

- Vì bà Tám là bạn thân của bà nội con, bạn của nội thì kêu bằng nội cũng không sao.

- Vậy sao kêu bằng bà ngoại nữa?

- Hổng lẽ kêu hai bà nội? Mệt quá, dặn sao làm vậy đi, hỏi lung tung lang tang. Từ nay phải ngoan ngoãn, ba mẹ không có ở nhà thì nghe lời bà nội bà ngoại biết chưa?

- Biết rồi.

- Giỏi, thôi ăn cơm đi.

Lành thắc mắc chưa biết chuyện gì xẩy ra nhưng trước mặt con không tiện hỏi. Chờ hai đứa nhỏ xong bữa cơm bỏ đũa đứng dậy ra ngoài chơi, chị cũng đã ăn xong hai chén cơm nhưng Bạt vẫn còn ăn, anh ta ăn mạnh lắm, hai mươi chén cơm là chuyện bình thường. Đôi khi Lành cũng không hiểu bụng anh cũng thon gọn sao lại có sức chứa ghê gớm như vậy. Nhưng cũng phải công nhận là anh ta ăn nhiều nên rất là mạnh, chỉ một cú đập chai thôi mà đã làm cho vỡ sọ một thanh niên đang lúc thanh xuân. Lành hỏi:

- Có chuyện gì hả ông?

Bạt vừa ăn vừa kể cho vợ nghe anh và bà Tám đã nói chuyện gì, tất nhiên giấu biệt ý đồ của mình. Lành cũng khấp khởi mừng thầm. Vậy là từ nay, gia đình nhỏ của chị xem như đã có lá bùa hộ mệnh vì qua lời chị Tư, Lành biết tiếng nói của hai bà rất có trọng lượng ở địa phương nầy.

Khuya hôm đó, căn dặn hai đứa con sáng dậy tự bới cơm ăn, vợ chồng Bạt theo bà Năm lên đồi trà của bà để hái. Bà Năm thuê đến mười hai nhân công để hái trong ba ngày. Lành hái trà cònBạt được bà kêu xuống chỗ nhận trà mà công nhân đã hái xong đổ ra từ gùi của họ, anh chỉ việc vô bao cẩn thận tránh để đọt trà dập quá nhiều. Bà Năm nói:

- Ở đây nhà ai cũng có đồi trà chỉ là ít hay nhiều thôi. Nhưng không phải trà nào cũng như trà nào, có đồi trà tốt ra trà ngon, có đồi trà cũng dở, thành phẩm rồi cho ra nước không được đẹp và mùi vị cũng khác xa nhau. Hồi trước chỉ có hai con Lý và Nhâm thu mua, nó trộn hầm bà lằn vô nên không phân biệt được, bây giờ có anh em thằng Gia Bảo xấy ép đóng gói tại chỗ nên nó phân loại ra hết, mua cũng tùy theo trà. Nhờ vậy mà dân ở đây sống được vì ai cũng bỏ công chăm chút vườn mình để chẳng thua kém người ta.

- Ở đây có hai chỗ thu mua hả má? Vậy má bán cho chỗ nào?

Bà Năm gật đầu, kéo ghế ngồi xuống chuẩn bị cho cuộc nói chuyện lâu dài, Bạt vừa vô bao vừa lắng nghe:

- Chuyện gì cũng có đầu có đuôi. Cha má của anh em

Gia Bảo là người gốc gác ở Bảo Lộc. Hồi đất đai rẻ chỗ nầy cũng chưa có ai trồng trà nhiều, anh em tụi nó mới mua mấy mẫu để đó rồi cho người ta mướn trồng nầy trồng kia, sau nó mới hướng dẫn người ta trồng trà, cà phê. Cái thằng có lương tâm, sợ bà con không có chỗ tiêu thụ nên lập ra một chỗ thu mua lá trà, cà phê hột nhưng anh em tụi nó công chuyện đăng đăng đê đê đâu có thời gian ở đây được và cả gia đình nó đã chuyển lên ở Sài Gòn hết rồi, lúc đó con Nhâm và con Lý đâu ở Sài Gòn lên giúp việc cho nó được vợ chồng nó tin tưởng nên giao lại chỗ thu mua cho hai đứa nó trông coi giùm.

Ban đầu thấy cũng được, cũng sổ sách rõ ràng, sau từ từ mua ép giá nhà vườn, người ta biết nhưng do nể mặt với lại chẳng có bao nhiêu mà đem lên tuốt Bảo Lộc bán cũng mắc công nên bán đùa bán đại cho nó. Mà đám đó cũng ngộ lắm, mấy đứa nghèo nghèo hay lại mượn tiền trước thì nó ngọt như đường phèn nhưng khinh người ta ra mặt. Còn mấy hộ giàu thì nịnh bợ để dụ bán cho nó. Ít thì thôi chứ nhiều người ta cũng kêu xe tải đến chỗ khác thôi. Vậy là tụi nó coi người ta như kẻ thù. Sau nầy nó mua được miếng đất không còn lệ thuộc Gia Bảo nữa nên ta nói nó chảnh hết biết chảnh. Dưới quyền nó có mấy con nhỏ giúp việc, mấy con nhỏ đó mới ghê, nhiều chuyện hết chỗ nói, có điều đám đó coi bộ có tiền, mang tiếng là giúp việc chứ hình như không nhận lương mà còn bỏ tiền ra cho hai con kia làm vốn bán tùm lum đó chứ hồi mua miếng đất xong còn đồng bạc nào. Lệ thuộc tiền bạc đám quỉ đó nên biết cũng bởi vì chúng mới mất mối mà có dám ọ ẹ gì đâu.

Nhưng bắt đầu từ khi thằng Gia Bảo về hưu, nó trở lên đây thu mua lá trà vì đó là công việc tự nó nghĩ ra để giúp bà con mà. Những chủ vườn cũ quay về với Gia Bảo làm hai con Nhâm, Lý sốt vó, dùng đủ thứ tình cảm để mua chuộc nên nó cũng có lượng khách ngang ngửa với thằng Bảo. Thì chuyện ai nấy làm là ổn rồi, đám quỉ vương đó theo nịnh bợ, thấy ai bán cho thằng Bảo cũng kiếm chuyện chửi con người ta, đàng lôi kéo, đàng chửi bới, người ta nể là nể Nhâm, Lý chứ đám A muỗi A mòng đó ai mà thèm quan tâm, nó chỉ giỏi ăn hiếp người nghèo.

Cái chuyện nầy mới tức cười nè, vợ chồng thằng Hà có đồi trà ngon nhứt vùng nầy, trà của nó đọt dài, non mướt mà mùi vị cũng đặc biệt. Những tay thích uống trà đọt xanh chưa qua chế biến hay đến chỗ nó mua để về uống chơi hoặc biếu tặng bạn bè. Vợ chồng nó cũng giỏi lắm, canh tác đồi trà lúc nào cũng thu hoạch khá hơn những đồi khác, chụp một cái thằng chồng bị bịnh nặng phải nằm viện một thời gian dài, con vợ bỏ công bỏ chuyện đi nuôi nên vườn trà thất bát, khi thằng Hà hơi khỏe lại thì hết trơn vốn liếng để gầy lại vườn trà. Bà con ở đây thương muốn giúp nó nhưng tụi nó sĩ diện lắm. Con A mòng thấy vậy coi bộ tiếc, bèn kêu gọi vài người giúp cho thằng Hà một mớ vốn, nó bỏ tiền ra ủng hộ trước, vốn là người ta cũng đã định giúp cho vợ chồng nó rồi nên có vài người nghe theo nó, gom chút ít giúp, vợ thằng Hà cảm động hết biết coi con A mòng như người ơn, bà con ở đây nghe chuyện, mặc dù không ai ưa cái đám đó nhưng người ta thương là thương vợ chồng thằng Hà nên quyên góp người một chút giúp nó qua cơn khốn khó để cải tạo lại đồi trà. Mười phần bà con giúp hết chín bọn nó chỉ có một và hai con Nhâm, Lý có giúp được đồng bạc nào, vậy mà một hai kể ơn, rồi buộc thằng nhỏ phải bán trà cho chúng. Ừ thì nó bán chứ có kêu ca gì. Có một bận thằng Hà hái ít trà đọt đem biếu cho Gia Khánh vì vợ thằng Hà và Gia Khánh là bạn bè thân thiết hồi giờ, lại là người đầu tiên chỉ dẫn vợ chồng nó trồng và chăm sóc đồi trà. Thằng Hà không có cà phê chỉ chuyên về trà thôi nên toàn tâm toàn ý đổ bao sức lực vô đồi trà. Gia Khánh thấy trà nó vừa đẹp lại vừa ngon nên có ý muốn giúp đỡ, đưa lên giới thiệu trên Bảo Lộc để chế biến thành trà đặc sản, như vậy giá thành mới cao. Nghe phong phanh vậy là cả đám a thần phù chửi người ta là đồ vô ơn bạc nghĩa, chửi không có chỗ cho thằng nhỏ xen vô một câu giải thích nữa mờ.

Bà Năm ngừng nói khi thấy bà Tám đang lơn tơn đi lại. Bà Tám ngó qua Bạt, cười tủm rồi hỏi:

- Đợt nầy khá hôn chị Năm?

- Cũng đỡ chị. Đi đâu ngang đây dị?

- Ở nhà buồn tà tà ra chơi thôi.

Bà Năm kéo ghế mời bà Tám ngồi:

- Tui đương kể cho thằng Bạt nghe chuyện của đám A mòng A muỗi nè.

Bà Tám ngồi xuống ghế, trề môi lắc đầu:

- Đám đó nói ba tháng cũng không hết chuyện.

- Bởi dị. Ta nói, bắt đầu từ cái lúc mà anh em Gia Bảo mở ra cái xưởng xay xát, ướp hương liệu rồi thành phẩm cà phê, trà là bắt đầu có đủ thứ chuyện, tội nghiệp cho những đứa trước giờ bán trà, cà phê hột cho nó, mới rụt rịt thì nó chửi tắt bếp luôn, mà hả chửi đứa nào thì mất đứa đó vì họ bỏ qua Gia Bảo hết. Con nghĩ coi, Gia Bảo rất có lương tâm nghề nghiệp, nó trọng những đồi trà ngon, thu mua giá cao, cà phê cũng vậy, nhưng không ép giá đồi dở như đám kia mà còn chỉ cho họ cách cải tạo và chăm sóc mảnh vườn của mình. Đó là những người có học thức mà, nói chuyện khoa học kỹ thuật đàng hoàng còn theo chân đến đồi để khảo sát, từ từ rồi đồi trà, cà phê nào chất lượng cũng tăng vọt và giá cả cũng tăng theo. Nó thu mua vô tư và nhà vườn muốn bán cho ai thì bán chẳng bao giờ tranh giành, phong cách như vậy nên người ta ùn ùn đổ về, khi mình bán ra mà cũng nhìn được thành quả của mình thì bây nghĩ coi, ai mà không muốn? Nhưng cái đám đó bây giờ rách việc rồi, thay vì điều đình với Gia Bảo để trà, cà phê chúng thu mua cũng được Gia Bảo chế biến thì đàng nầy cứ cắm mỏ vô chửi, Nhâm, Lý chửi, Mòng, Muỗi chửi, đám cóc ké hổng biết gì cũng hùa theo chửi y chang như chó hùa.

Bà Tám đủng đỉnh cười:

- Bởi vì CHÚA HÒ nên CHÓ HÙA, chúa nó không hò sao chó nó hùa được?

Bà Năm cười hì hì:

- Có một con nhỏ, nhỏ tuổi hơn tụi nó cũng ở trong cái quán đó. Nó được lòng khách hàng nhất, thấy chúng ăn ở không cứ chửi người nầy người kia mới góp ý, mèn ơi vậy là chúng quay mũi dùi qua chỉa vô nó, nó ghét nghỉ quán luôn, trước khi đi nó cũng góp ý thẳng với Nhâm Lý là cứ cái đà nầy họ sẽ không còn mua được bất kỳ một loại trà, cà phê tốt. Vui nhất là vụ chị Tám nè. Kêu chỉ kể cho nghe.

- Thôi, chị kể luôn đi.

- Ở đây chị Tám là người có nhiều trà và cà phê nhất, chị bán đều cho hai bên mặc dù bên Gia Bảo giá cao và lịch sự hơn. Đám Nhâm, Lý coi trọng và sợ chị lắm vì nếu như chỉ bán hết cho bên thằng Bảo thì coi như nó dẹp luôn nghề nầy chứ còn mua bán với ai vì hễ chỉ đi là sẽ có nhiều người đi theo. Vừa rồi cái vụ của thằng Hà chỉ có lên tiếng vì thấy thằng nhỏ mới vừa bớt bịnh chưa khỏi mà chúng hùa chửi con người ta những điều khó nghe, vậy là con A mòng nổi sung thiên, cự lại và chửi chỉ mới ghê chứ, hậu quả là nó phải nghỉ việc vì suy cho cùng nó cũng chẳng làm được cái tích sự gì. Chị Tám là người đức cao vọng trọng nên chúng không dám đụng, ghét chỉ chúng cứ nhắm vô thằng Hà mà chửi miết, thằng Hà nhịn vì sợ ảnh hưởng tới chị Tám nhưng chúng nghĩ ra cũng ngu, trước sau gì Hà cũng bán trà cho Gia Bảo vì bây giờ nó không thèm lui tới quán của chúng nữa cứ để chúng chửi cho đã cái miệng.

Bà Tám cười, nói:

- Ôi ta nói, nó chửi hoài giống như ngửa mặt lên trời phun nước miếng vậy. Có trúng ai đâu lại rơi ngay vào mặt mình. Nó chưa từng nghe câu "đàn bà khôn kiếm tiền chứ không kiếm chuyện" mà.

Bà ngừng lại một chút rồi nói tiếp:

- Do hai con chủ thôi, quá dễ dãi, quá dung túng, quá hời hợt, quá ngu ngốc nên dùng những con đó như một công cụ chửi mà không nghĩ chính vì vậy đã làm cho khách hàng xa lánh, dẹp chỗ mua bán bây giờ. Hiện nay rảnh lắm, cứ bươi móc chuyện cũ của người ta ra mà xỉa xói. Nói cho con biết để về nói với vợ, đừng lui tới, đừng dính líu tới bọn đó để tránh rắc rối về sau.

Bạt cười, vẫn cắm cúi cho trà vào bao, trả lời:

- Lo gì má ơi, tụi con không có miếng đất cắm dùi trà đâu mà bán, họ không quan tâm con đâu.

- Ậy. đừng nghĩ vậy chứ, biết đâu sau nầy tao với bà Năm nhờ vợ chồng bây canh tác giùm mấy đồi trà thì sao? Thì vợ chồng bây là đích ngắm của bọn chúng đó. Giờ đừng qua lại sau nầy dễ hơn.

Bạt cụp một con mắt đang sáng rực xuống để che giấu sự mừng rỡ khi nghe bà Tám dứt lời, trong đầu anh ta đang vạch ra một kế hoạch để nhanh chóng thực hiện điều bà Tám vừa nói. Từ lúc đó, hai bà nói gì Bạt không còn nghe rõ nữa. Nhưng anh ta cũng thầm phục bà Tám có những câu nói rất là độc đáo, chúa hò chó hùa, ngửa mặt lên trời phun nước miếng, đàn bà khôn kiếm tiền chứ không kiếm chuyện. Dẫu sao, anh ta cũng còn phải học hỏi bà một thời gian để chiếm trọn lòng tin bởi vì rõ ràng bà không phải là người đơn giản.

Tối lại, Bạt kể tất tần tật những điều hai bà "má" nói cho Lành nghe, xong kết luận:

- Trên đời có nhiều hạng người, tính ra tui cũng đâu phải là người xấu hả bà? Tui không làm hại ai trừ khi họ đụng đến tui, tui không nói xấu chỉ trích ai cả, trong đời chỉ sai lầm một lần là lỡ tay đập chết thằng Xung, tui cũng đã bị trả báo phải bỏ xứ rồi. Bởi vậy bà đừng nhìn tui bằng cặp mắt ác cảm nữa, tui thương bà, thương con chắc bà biết mà.

Lành im lặng. Lần đầu tiên sau biến cố xẩy ra, chị thấy anh nói đúng và chị cũng đồng tình. Từ hôm đó, Lành luôn đồng tình với chồng đến nỗi trở thành một kẻ khẩu phật tâm xà lúc nào không hay.

HẾT CHƯƠNG 5

CHƯƠNG 6

GÂY TIẾNG VANG

Hôm nay bà Năm hái trà ngày thứ hai. Ngày hôm qua sau khi Bạt đã đóng bao xong, Gia Bảo cho xe tải lại chở, bà Năm theo xe đến chỗ để cân và nhận tiền. Một ngày mười hai công thợ hái được tất cả là hai trăm bốn mươi ký, trung bình mỗi người hái được hai mươi ký. Mỗi ký vào thời điểm đó là sáu ngàn. Công thợ được trả mỗi ngày là hai mươi ngàn.

Sáng sớm, Bạt nói với bà Năm và bà Tám:

- Con thấy vầy nè hai má, ở đây theo thói quen, người ta đi hái trà sớm quá, mới ba bốn giờ sáng đã lên đồi rồi. Chi bằng giờ má giãn thời gian ra, chừng năm giờ là hái được, đến chín giờ là xong một ngày nếu má tính trả tiền công ngày. Sau đó ai muốn hái tiếp tục đến một giờ chiều thì mình cho mỗi người một ổ bánh mì và nước đá đem theo sẵn một thùng cho thợ uống, vừa ăn vừa nghỉ ngơi xong hái tiếp mình tính công hai ngày. Con thấy vậy họ khoái hơn à má, chứ mới tám giờ sáng về cũng ở không chứ gì đó. Mình tiết kiệm thời gian cho mình mà cũng cho mọi người nữa.

Bà Tám khuôn mặt nở ra, không phải vì nghe ý kiến của Bạt hay mà bà mừng vì nó cũng lo cho việc trà bọng của hai bà, bà cười hớn hở:

- Không phải tao chưa nghĩ tới việc nầy. Nhưng cái lệ rồi nên khó thay đổi. Hổm nay tao ngó cũng thấy trả tiền công ngày cho đám thợ cũng chưa công bằng vì có đứa nhanh đứa chậm, đứa nhanh hái nhiều hơn đứa chậm dữ lắm. Tao định trả tiền sản phẩm. Tùy theo giá trà, ví dụ như hiện nay trà sáu ngàn một ký thì trả cho người hái một ký một ngàn. Một ngàn là giá chót, nếu trà lên giá thì sẽ trả thêm. Hái đến mười giờ có đứa bạc trăm chứ hổng chơi, như vậy còn khuyến khích họ nhanh tay lẹ chưn nữa. Chứ bây giờ thì giỏi lắm cũng hai chục ngàn mà đứa lẹ phải gồng cho đứa chậm. Bây nghĩ coi phải hôn?

Bạt gật đầu, thất vọng trong lòng "Thì ra bà ta lúc nào cũng nghĩ trước mình một bước, nguy hiểm quá, phải đề phòng người đàn bà nầy". Nghĩ vậy nhưng ngoài mặt Bạt vẫn thơn thớt nói cười:

- Má tính vậy con thấy hay quá. Kết hợp ý con với ý má mình rút ngắn được thời gian lao động mà cũng giúp cho bà con có tiền nhiều. Thay vì hái năm ngày mình hái hai ngày là xong, thời gian còn lại họ đi hái cho chủ trà khác còn mình thì lo bỏ phân, tưới nước cho đồi trà chờ đợt lá sau.

- Ừ thì vậy đi, chị Năm hôm nay phổ biến cái tin nầy nhen, cho tụi nó ráng hái nhiệt tình. Thằng Bạt mầy đem theo cái cân sáu mươi ký theo để cân cho tụi nó. Kêu con vợ về làm sổ sách tính tiền công rồi bà Năm trả cho. Vợ chồng bây thì tụi tao cũng tính không để thiệt thòi đâu.

- Trời! Má lo cho người ta đi, tụi con trong nhà có tính toán gì với hai má đâu, giúp được gì con sẵn sàng còn mừng không kịp nữa à.

Bà Năm vui ra mặt:

- Ở đâu xui khiến hai bà già mình có thằng con nầy thiệt là phúc đức.

Bạt một thoáng chạnh lòng khi nghe câu nói nầy của bà

Năm và tia nhìn đầy sự thương yêu tin tưởng của bà Tám. Anh ta chợt thấy trái tim như thắt lại, trong một buổi hừng sáng trời còn mù sương, da thịt lạnh ngắt co ro trong chiếc áo ấm Bạt tự nhủ hay là thôi đi, toàn tâm toàn ý với hai bà má nầy chắc cái ăn cái ở của vợ chồng con cái sẽ vô cùng yên ổn? Cuộc sống càng phức tạp, càng bon chen tranh giành càng đưa mình đến ngõ cụt lúc nào không hay như anh ta đã từng vì miếng ăn mà vô tình sát hại một mạng người.

Lành được gọi xuống cân trà cho công thợ, bà Tám lăng xăng đi mua mười bảy ổ bánh mì thịt, ghé ngang nhà đưa cho hai đứa con của Lành mỗi đứa một ổ, xong đem lại chỗ Lành đang cân trà. Được "thông báo" mới, ai nấy đều vui vẻ phấn khởi nhanh tay hơn mọi khi. Cho đến chín giờ, tất cả dừng tay ăn tạm ổ bánh mì, uống vài ly nước rồi hái tiếp cho đến một giờ trưa thì xong mấy đồi trà của bà Năm. Lành tính sổ cho bà Năm trả tiền, có người được cả trăm ngàn bằng năm ngày làm bình thường của mình.

Hôm đó Bạt đóng bao mệt đừ, Lành phải phụ chồng. Cả nhà họ ăn cơm bên bà Năm. Hai bà má vui mừng không kể xiết. Bạt tiện tay mang về một nhánh trà ai đó đã cắt phạm đến bốn lá, trong đó có hai lá không phải đọt dù còn rất non.

Bạt nấu ấm nước sôi, bỏ đọt trà vào một ly, hai lá vào một ly, dùng đĩa đậy kín hãm lại mùi trà. Anh ta chưa từng uống trà kiểu nầy bao giờ nhưng nghe nói cũng làm thử. Nhấp một ngụm nhỏ ở ly thứ nhất, vị đắng chát trong miệng, Bạt ngậm một chút thưởng thức rồi chầm chậm nuốt. Anh chép miệng, rõ ràng cái mà Bạt cảm nhận cuối cùng là hậu rất thơm, ngọt của trà. Anh ngồi im một lát rồi bắt đầu thưởng thức ly thứ hai.

Bạt sảng khoái xác định, cả hai ly y chang như nhau, có nghĩa là thay vì chỉ hái đọt thôi bây giờ có thể cắt thêm hai lá nữa với điều kiện lá phải non mướt. Hái thêm hai lá thì không thể ngắt bằng tay được nữa mà phải dùng kéo bấm hoặc lưỡi hái. Chủ trà có thêm thu hoạch mà nhân công cũng có số ký. Bạt vui mừng với phát hiện nầy vội vã ba chân bốn cẳng chạy ra chỗ thu trà của bà Năm, lúc ấy bà đang chờ Gia Bảo cho xe đến chở.

Đồi trà của bà Tám cũng gần đó, Bạt đi lên ngắt vội ba nhánh như dự định rồi đến bên bà Năm:

- Má, con mới nghiệm ra một chuyện, má cho con đi theo gặp anh Gia Bảo với.

- Có chuyện chi ha con?

Bạt kể cho bà nghe phát hiện của mình, bà chăm chú lắng nghe rồi mạnh dạn:

- Vậy bữa nay bây đi thế má đi. Số ký vợ bây đã cộng lại hết rồi nhưng lên đó cũng nên để nó cân lại, sơ suýt chút đỉnh cũng không sao, lên đó muốn nói gì dí nó thì nói, thằng đó cũng biết lắng nghe lắm.

Bạt vui mừng. Hy vọng là ý kiến của mình sẽ được Gia Bảo chấp nhận.

Gia Bảo tiếp Bạt ân cần và khi biết anh là con của bạn thân bà Tám thì rất trọng vọng. Đó là người đàn ông dong dỏng cao, tác phong nhanh nhẹn thoạt nhìn đánh giá đúng là một người trí thức. Bạt có chút e dè khi đối diện, Gia Bảo châm nước vô bình thủy, bê nguyên khai bình tách chuyên dùng trà ra đặt lên bàn:

- Làm bình trà quạu anh Nghồ. Trà nầy của dì Năm, tui xấy, để hương liệu rồi nhưng chưa đóng gói thành phẩm thôi, uống thử trà nhà coi sao hén?

Gia Bảo cho một muỗng trà vào bình, châm nước sôi vào phần ba bình rồi chắt nước ra để tráng hai cái tách nhỏ, sau đó châm nửa bình nước, ngồi xuống đợi cho trà ngấm, anh nhìn Bạt:

- Anh ở đâu tới đây vậy?

- Ở Bến Tre anh à. Hôm rồi có người quen giới thiệu trên đây có chỗ anh đang thuê người nên vợ chồng tui đùm túm lên định xin vô làm công, nhưng lúc đó nhà anh đang có chuyện nên buổi đầu bơ vơ chứ, rất may gặp dì Năm cho ở nhờ từ đó mới nhận ra dì Tám là bạn của má tui.

- Ừ, khà khà, chuyện đó tôi cũng bị quần hết mấy ngày, cuối cùng cho hết cái băng nhóm đó nghỉ việc, ở đây là chỗ làm ăn không chấp nhận ai tới gây rối.

Gia Bảo từ tốn rót trà vào tách, đẩy về phía Bạt:

- Uống thử anh Nghồ.

- Tui thì cũng không có gu thưởng thức trà, ở dưới quê miễn có trà tiếp khách là tốt rồi, đi chợ mua một gói ba chữ A hoặc trà con khỉ về uống là xong, hổng ai chê khen gì ráo trọi.

- Khà khà, thường là vậy, nhưng mình ở xứ trà thì cũng phải biết thưởng thức chứ anh. Tôi có thể nhấp một ngụm là biết trà và cà phê của đồi nào liền. Nghề dạy nghề đó.

Bạt lấy ra ba nhánh trà của bà Tám ban nãy vừa hái đưa Gia Bảo:

- Đâu anh coi. Pha thử trà đọt riêng và hai lá kế bên xem mùi vị có khác nhau không?

Gia Bảo cầm nhánh trà lên ngắm nghía, xong anh ngắt một đọt trà bỏ vào tách, chế nước sôi rồi dùng dĩa đựng tách hãm lại, anh cũng vò cho dập hai lá kế đọt hãm tương tự. Xong ngồi nhấm nháp, điệu bộ của người sành trà Bạt nhìn thật sướng con mắt.

- Ừ, cũng không có gì khác, trà dì Tám phải không?

- Hay ta?

- Tôi nói với anh rồi, tôi biết hết mùi trà, cà phê của từng đồi mà. Nhưng giờ ý anh muốn nói gì?

Bạt khấp khởi mừng thầm, anh trình bày suy nghĩ của mình cho Gia Bảo nghe, thay vì chỉ hái đọt thì giờ có thể cắt thêm hai ba lá nữa, nhà vườn sẽ thu hoạch nhiều hơn mà công thợ có ký lô cũng có thêm tiền, chỗ thu mua không thiệt hại gì về chất lượng mà thu mua được nhiều hơn. Gia Bảo cười cười lắng nghe Bạt thao thao bất tuyệt xong kết luận:

- Lần nầy anh về bàn với dì Tám làm thí điểm đi. Tôi sẽ xấy một mẻ nếu như thành công thì từ nay mình sẽ làm theo phương án nầy. Tôi cũng mong bà con mình thu nhập cao để cải tạo vườn trà cho tốt.

Bạt sướng run, xem như anh ta đã lập công đầu với hai bà má bất đắc dĩ.

Phương án của bạt được xem là khả thi, dân chúng ở đó coi anh ta như thần tượng. Càng lúc, Bạt càng thấy mình thông minh quá đỗi.

Nhưng cái đám Nhâm, Lý thì tức muốn cành hông, họ không biết nguyên nhân nào mà bên Gia Bảo thu mua kiểu trà kỳ cục vậy, càng lồng lộn lên khi người ta ùn ùn kéo đến bán cho Gia Bảo, bên đây thì không thể nào thu mua trà có đến một gang tay nên cứ nhìn lượng khách bỏ đi một cách tức tối và đau lòng. Sau đó, họ lân la tìm hiểu nguyên nhân, biết Bạt là đầu dây mối nhợ dẫn đến trình trạng nầy nên có ý muốn mua chuộc. Một hôm, sau khi đi giao trà cho bà Tám về ngang quán, Bạt ghé mua vài con khô cá mề tho và một ít trứng, Lý bước ra vồn vã. Đó là một người đàn bà còn trẻ, với bộ ngực đồ sộ hấp dẫn, đôi mắt sắc và rất tình tứ. Bên cạnh Lý lúc nào cũng có Nhâm, mụ nầy chắc là lớn tuổi hơn nhiều, tướng rất đô, cũng đon đả với Bạt nhưng mắt cứ chăm chăm ngó chừng Lý, thấy Lý xoắn xuýt với Bạt mụ ta có vẻ không hài lòng. Bạt nghĩ " Chết mẹ, hay là họ ô môi ta?"

Lý cười tươi như hoa, nhỏ nhẹ với Bạt:

- Anh giỏi quá, chỉ cần nói vài câu mà Gia Bảo nghe lời răm rắp, phải chi anh giúp em thì hay quá.

- Giúp làm sao?

- Anh chỉ em cách hái trà, rồi em thu mua lại của nhà vườn, sau đó anh lấy đem lại bán cho Gia Bảo giùm là em mang ơn anh đời đời.

- Trời đất, hái trà thì thợ họ rành hơn tui, còn cô thu mua rồi giao lại cho Gia Bảo thì lấy gì lời? Cô ép giá người ta hả?

- Bậy bậy, Gia Bảo mua sao em mua vậy, huề vốn hay lỗ chút cũng được miễn không mất khách là mừng rồi. Giúp em nhen anh, em cũng không để cho anh bị thiệt thòi đâu.

- Tui không có hứa à nhen.

- Anh khoan hứa cũng được, miễn là anh có suy nghĩ đề nghị của em là em vui rồi.

Bạt bỏ về, nói thầm trong bụng "Suy nghĩ con mẹ gì."

Trong vòng hai tháng, Bạt không đếm xỉa gì tới Nhâm, Lý, thậm chí đi ngang anh cũng không ngó vào. Lúc nầy họ cũng không còn mua trà nữa, chỉ còn vài người đã vướng vào nợ nần hay ơn nghĩa gì mới đến bán chút đỉnh cà phê nhưng họ cũng không bị rung chuyển mà coi bộ có phần sung túc hơn trước, quán tạp hóa, nước giải khát được tu sửa thành quán Karaoke ca hát tối ngày với lượng khách là những công nhân hái trà từ tứ xứ kéo về. A mòng cũng trở về phục vụ, đám A mòng A muỗi tha hồ mà chưng diện và ôi thôi, nhiều chuyện hết chỗ nói, suốt ngày đon đả chào mời khách tới quán, Karaoke thôi mà, sao lại đông đúc nhộn nhịp vậy trong khi ngoài chợ Lộc Thành cũng đầy quán mà coi có vẻ khang trang thoáng mát hơn. Người ra kẻ vào nườm nượp nhất là lúc về đêm. Cũng bắt đầu giai đoạn đó, trộm cắp xảy ra như cơm bữa, nhà ai sơ sảy cũng bị mất đồ, thậm chí là mất những cái nồi, những cái thau đang xài, điều nầy chưa từng xảy ra ở đây.

Một bữa, thoáng thấy bóng Bạt từ xa, Nhâm bước ra chận đường lại, hăm dọa:

- Nè tui nói cho anh biết, hôm rồi Lý đề nghị anh như vậy anh không làm theo thì thôi chứ không được phép nói lung tung nhe hôn, tui mà nghe đồn thổi tới tai thì anh đừng có trách.

- Nói lung tung gì? Nè, tui là đàn ông nhen, không phải như cái miệng của mấy con mụ ăn không ngồi rồi tối ngày lo châm chích thiên hạ. Tui bận lắm không có rỗi hơi mà nghe mấy người nói chuyện nhảm nhí.

- Ừ, cứ nhơn nhơn lên đi rồi mai mốt hả họng ra khóc.

Bạt quay nhoắc lại:

- Hăm dọa tui hả? Tui thách mấy người đó, đừng thấy tui thân cô thế cô rồi tưởng dễ ăn hiếp. Ngon đụng vào thử coi.

A muỗi đứng trong nhà, cặp môi đỏ chét ong óng vọng ra:

- Mầy chờ đó đi thằng chột.

Bạt nổi máu côn đồ lên, trước giờ chưa ai dám kêu anh như vậy. Bạt ráng kiềm nén cơn giận chứ không thôi sẽ xáng cho ả bạt tay không gãy mấy cái răng mới là lạ.

- Chột con mẹ mầy. Tao chờ coi tụi bây làm gì tao. Cẩn thận để tao phá banh chành cái quán của mầy đó.

- Ngon thử coi.

- Đụng tao đi rồi biết liền. Người hiền sợ tụi bây nhưng tao không sợ bởi vì tao không phải là người hiền, biết chưa?

Bạt dương dương tự đắc bỏ đi, Nhâm, A muỗi đứng lại tức cành hông, bà ta quyết định dạy cho thằng chột một bài học. Về phía Bạt, anh ta rất mong đám đó đụng đến mình.

Và Bạt cũng không cần phải chờ lâu. Cơ hội để anh ta thực hiện ý đồ đen tối của mình cũng từ sự trả thù của Nhâm Lý đem lại.

HẾT CHƯƠNG 6

LÒNG LANG DẠ SÓI

Một tháng trôi qua, mọi việc đều êm ả không có gì xáo trộn. Vợ chồng Bạt cũng theo phụ hai bà, không phải đi làm thuê mướn cho ai, cứ xong một đợt hái trà là họ lo chăm sóc, bỏ phân và phun nước đồi trà, xong việc thì chuyển qua phụ coi sóc hái cà phê hột, phơi rồi đem giao cho Gia Bảo, phần nào bà Tám giao cho Nhâm, Lý thì bà đi giao nhưng nếu đưa Bạt đi thì anh sẽ đem thẳng lại chỗ Gia Bảo. Sự hiềm khích của Nhâm, Lý đối với Bạt càng lúc càng gia tăng nhưng Bạt đâu có ngán, mỗi lần đi ngang nhà còn nhìn vào, thấy Nhâm, Lý hoặc A mòng A muỗi anh còn nhướng mắt chọc ghẹo, bọn họ giận sôi gan chờ dịp trả thù.

Lúc nầy đám Nhâm, Lý kinh doanh quán Karaoke coi bộ thịnh dữ. Họ mua cát đá về xây thêm mấy phòng nữa nhưng mướn thợ xây ở đâu chứ không phải là dân địa phương và người ta cũng không biết họ xây cái giống gì bởi những tay đến ca hát vẫn không phát hiện ra có căn phòng nào mới. Họ bí mật xây cất càng làm gây thêm sự tò mò cho mọi người nhất là Bạt. Anh ta âm thầm điều tra để tìm ra nguyên nhân vì sao họ chỉ kinh doanh sơ sài vậy mà nhanh chóng làm giàu quá đỗi, nhất là khi họ mua một lúc hai chiếc xe Dream một trăm phân khối cho hai con nhỏ A Mòng A Muỗi chạy ngời ngời suốt cả ngày.

Ngay thời điểm đó, nhà nước khuyến mãi lắp đặt điện

thoại bàn, nhà nào có hộ khẩu hoặc KT3 đều có thể lắp được, chỉ cần trả tiền đường dây còn máy điện thoại sẽ được cấp miễn phí. Bận đó, vợ chồng Bạt được gặp Phát con trai bà Năm và Tuấn, con trai bà Tám về lắp điện thoại cho mẹ để tiện việc liên lạc thăm hỏi.

Đó là những con người thành đạt, Bạt nghe nói họ rất giàu có nhưng phong cách lại bình dị. Biết vợ chồng anh tá túc ở nhà mẹ mình, Phát vui mừng gửi gắm bà cho Bạt, anh cũng nói rõ căn bệnh của mẹ cho vợ chồng Bạt nghe để biết cách kề cận. Mấy ngày ở lại Lộc Thành, Phát và Tuấn tổ chức ăn uống linh đình mời cả bà con lối xóm đến cùng vui, khi ra về, hai anh ân cần gửi gắm mẹ cho Bạt và mỗi người đều lì xì cho hai thằng nhóc một số tiền.

Bạt hết sức ham muốn được như họ dù anh ta biết rằng ngoại hình mình là không thể nào.

Có điện thoại rồi, hai bà má đêm nào cũng nói chuyện với cháu nội, nói thao thao bất tuyệt coi bộ vui vẻ hẳn ra.

Tới tháng đóng tiền điện thoại thì mới té ngửa, chỉ biết nhìn nhau cười rồi tự hứa với nhau là khi có chuyện cần thiết mới gọi điện chứ không gọi linh tinh nữa. Lành chạnh lòng, không biết ở dưới Mỏ Cày có được dịch vụ nầy chưa, nếu có, chị sẽ điện thoại về thăm má ruột của mình xem sau vụ chạy trốn của vợ chồng chị, gia đình có bị ảnh hưởng gì không.

Bạt thì chẳng quan tâm gì đến chuyện đó, anh ta chỉ chăm chú vào Nhâm, Lý để tìm kẽ hở của bọn chúng, mối thù dám kêu anh bằng thằng chột thật sự không thể bỏ qua.

Cuối cùng thì Bạt cũng biết được họ đang làm gì. Đó là việc làm phạm pháp: THẦU ĐỀ.

Thì ra mỗi ngày A Mòng A Muổi xách xe chạy ngời ngời ngoài đường là để gom phơi đề về cho Nhâm, Lý, sau đó Lý tổng kết số tiền mỗi con đề nếu có số nào quá tải thì lệnh cho

Mòng, Muỗi đi đến thầu khác để chạy bớt. Chúng can đều số tiền cho mỗi con đề nên thắng chắc cú, trung bình mỗi ngày kiếm vào bạc triệu như chơi.

"Quá sức nói cái bọn nầy rồi, ông nắm thóp con rồi nghe con, để coi ông làm gì con nhá, nhá…". Bạt đắc ý nghĩ bụng như vậy. Hôm sau khi đi giao trà cho bà Tám về, anh ta đủng đỉnh ngang nhà Nhâm. Thấy Nhâm đứng đó một mình, Bạt kiếm chuyện:

- Chào anh chồng ô môi.

Nhâm trừng mắt, mặt đỏ phừng vì giận dữ:

- Nói gì đó thằng khốn nạn?

- Nói em là đàn bà đẹp vậy mà ô môi thiệt là uổng đó mà.

- Ô môi ông cố nội mầy.

- Đúng là chửi riết quen cái mỏ. Đàn bà mà chẳng có chút dịu dàng, rồi mai mốt công an ụp vô bắt quả tang thầu đề sẽ chửi hay năn nỉ lạy lục xin tha?

Nhâm hoảng kinh, thò lỏ mắt ngó Bạt, ánh mắt như có tia lửa bắn ra:

- Mầy nói bậy bạ gì vậy thằng chó đẻ?

- Nè, mầy chửi một tiếng nữa là sập tiệm liền tức khắc nghe không? Ngon, chửi tiếng nữa đi.

- Biến khỏi chỗ nầy mầy.

- Được. Nhưng anh mầy cũng dạy cho mầy biết một điều kinh điển nè, "Muốn người ta đừng biết trừ khi mình đừng làm", nhớ thuộc lòng nghe chưa?

Bạt cười ngất ngưởng bỏ về trước đôi mắt nhìn theo vừa lo sợ vừa tức tối của Nhâm.

Sáng hôm sau, Bạt vác bao phân lên đồi trà để bỏ phân

cho bà Tám. Lần nầy đi, anh ta xách theo khúc tầm vông dài một thước rất vừa tay và cuộn dây gân để phòng thân.

Sự tính toán của Bạt không là dư. Lên tới sườn đồi, chưa kịp đặt bao phân xuống đất bỗng xuất hiện ba tên đàn ông lực lưỡng đeo khẩu trang kín mít chỉ chừa đôi mắt cầm cây và mã tấu lao tới vụt túi bụi vào Bạt. Anh nhanh tay đưa bao phân lên đỡ, mã tấu xả một nhát tét hai bao phân, phân đổ xà xuống, tiện tay, Bạt hất phần còn lại vào mặt hai tên, chúng bưng mặt tránh ra, còn lại một tên cầm cây đang nhào tới, Bạt đúng là có sức mạnh của Lê Phụng Hiểu, quơ ngang khúc tầm vông vào chân hắn, nghe rắc một tiếng, hắn khụy xuống hoàn toàn. Hắn đau đớn hét một tiếng vang rền rồi im bặt, có lẽ đã gãy xương chân. Nhanh như chớp, Bạt đoạt lấy khúc cây hắn vừa đánh rơi, hai tay cầm hai cây, hùng hổ tiến tới hai tên kia đang dụi mắt lia lịa vì vướng phải phân NPK Bạt vừa chọi vào. Bạt quát lớn:

- Ai sai tụi bây làm chuyện nầy?

Hai gã cầm mã tấu vụt bỏ chạy nhưng vì còn chưa nhìn rõ nên vướng vào những bụi trà, Bạt giáng những cú đánh bằng tầm vông không thương tiếc lên người bọn chúng. Cú đánh cuối cùng lên tay làm hai gã đàn ông sức lực như trâu phải bỏ vũ khí chạy thụt mạng, bỏ luôn đồng đội của mình bị gãy chân nằm giãy giụa rên xiết.

Bạt đắc ý thu gom hung khí, xong tiến tới chỗ gã đàn ông đang oằn oại vì đau, giật phăng miếng vải che mặt của hắn ra, một bộ mặt lạ hoắc, Bạt lắc đầu:

- Tại sao mầy ngu vậy? Tao với mầy có thù oán gì đến đổi phải đi đánh lén tao như vậy? Họ trả mầy bao nhiêu tiền? Giờ bị thương tật vầy liệu họ có lo cho mầy không rồi gia đình vợ con mầy ai lo đây? Ngu sao mà ngu quá trời.

- Thôi mệt. Lải nhải hoài, tao để cho mầy dạy khôn à? Giờ mầy muốn làm gì tao thì làm đừng nói nhiều.

- Giỏi. Anh hùng rơm hén. Giờ giải mầy về giao công an cho mầy nếm mùi tù tội vậy thôi. Có điều, què quặt rồi, tự lết về chứ tao không bồng ẵm gì đâu nhen.

Nói xong, Bạt dùng dây gân trói hai tay hắn rồi lùa về như người ta lùa trâu, mặc cho hắn đi đứng khó khăn Bạt cũng không chút động lòng.

Hắn đi không được, Bạt la ó om trời. Thoáng thấy dưới chân đồi thấp thoáng bóng người, Bạt nhanh trí la lớn:

- Tao hỏi mầy lần nữa, ai xúi giục tụi bây đánh lén tao? Mầy không nói tên kẻ chủ mưu cũng phải nói tên hai thằng kia và bọn bây từ đâu tới chứ.

Dưới chân đồi, có ba người nghe tiếng Bạt quát tháo bèn chạy lên. Sau khi hiểu rõ đầu đuôi câu chuyện liền phụ với anh ta áp giải tội phạm đến chính quyền.

Lên tới công an xã Lộc Thành, hắn khai là do anh em Gia Bảo xúi giục bọn hắn tấn công Bạt do thù ghét cá nhân. Hỏi hắn Gia Bảo gặp và xúi hắn lúc nào, hắn trả lời cách đây ba ngày. Công an xác minh bốn ngày trước đó Gia Bảo đã đi Sài Gòn hai hôm sau mới về.

Bằng nghiệp vụ của ngành công an, cuối cùng cũng điều tra ra được kẻ chủ mưu là Nhâm, Lý, do sợ Bạt sẽ làm bể ổ thầu đề của mình nên hai ả đã thuê sát thủ ở xa tới thanh toán Bạt hòng giết người bịt miệng. Công an kiểm tra nhà của Nhâm, Lý phát hiện ra một hầm bí mật được xây cất kiên cố bên dưới phòng ngủ của họ để làm sào huyệt ghi đề.

Vậy là cả đám bị bắt gọn, khi nhà nhà biết được việc làm phi pháp của Nhâm, Lý thì rất phẫn nộ, mọi người lý giải được vì sao mấy lúc gần đây xóm làng hay bị mất trộm, cả cà phê trên cây cũng bị hái lén thì ra là do đám ghiền đánh đề. Họ hả hê nhìn thấy bọn chúng bị còng tay lên xe công an đem về trại giam.

Bắt đầu từ hôm đó, làng xóm bình yên, chủ vườn không còn phân vân lo lắng khi bán thành quả của mình, không còn nghe tiếng chửi rủa châm chích của đám Nhâm, Lý và nhà cửa của chúng cũng bị niêm phong.

Bạt được xem như một anh hùng, một mình chống lại ba tên hung dữ. Lành cứ chúm chím ngưỡng mộ chồng, thật là anh ta ăn nhiều chẳng uổng cơm.

Bà Năm và bà Tám thì sợ run, cũng may Bạt không sao mà còn lập được công trạng chứ nếu có bề gì thì tội nghiệp cho vợ con nó biết bao. Hai bà không hề biết là do chính Bạt đã tự tìm đến rắc rối cho mình.

Mấy hôm sau tới lúc bỏ phân cho bà Năm, bà đòi đi theo vì nếu có bà thì bọn chúng ít ra cũng nể mặt, Lành can:

- Thôi má đi chi. Bọn chúng bị bắt hết rồi còn đâu mà lo.

- Ậy sợ tụi nó có băng đảng, nó trả thù phen nầy trở tay không kịp chứ chẳng chơi. Nó ở tù hết nên mình đâu biết vịn vô ai mà nghi ngờ?

- Má đi thì làm được gì? Lỡ như có chuyện xảy ra, bịnh của má tái phát rồi làm sao đây?

- Nói chơi hoài bây. Có gì tao bỏ chạy trước về kêu công an lên còng đầu nó chứ.

Bạt cười khà khà:

- Má đi lên đồi nổi ha mà đòi theo?

- Vậy chứ trước giờ không có bây ai bỏ phân cho trà với cà phê? Yên tâm đi, tao mạnh như súng đạn mà.

Lành nói:

- Hay má ở nhà để con đi cho.

- Tao đi.

Bạt khấp khởi mừng trong bụng, anh ta vã lã:

- Má đi thì đi, đi chơi cho vui thôi chứ đố cha thằng nào dám giở trò.

Lành lo lắng chen vào:

- Hay là má rủ má Tám đi với, có gì cũng có má Tám.

Bạt nạt ngang:

- Có gì là có gì? Nói tầm bậy tầm bạ không.

Lành im lặng, trong lòng cảm thấy bất an. Bà Năm vui vẻ cầm cái thau theo chân Bạt vác bao phân đến đồi trà. Hai người vừa đi vừa nói cười rôm rả, trong khi bà Năm nghĩ Bạt là món quà trời ban cho mình thì trong đầu Bạt đang vạch ra một kế hoạch để thôn tính đồi trà của người mà miệng anh ta lúc nào cũng ngọt ngào với tiếng kêu má, má.

Lên tới đỉnh đồi, bà Năm ngồi xuống thở dốc, chép miệng:

- Không nói già cũng không được, mọi hôm lên tới đây tao còn hát vọng cổ được, giờ thở hổng ra hơi luôn.

Bạt cười cười, thấy cơ hội đã tới, anh ta đứng dậy:

- Má ngồi nghỉ chút đi, con bỏ phân nhen.

Bạt trút phân trong bao ra thau, bưng đi chọi mấy gốc trà. Bà Năm ngồi chống tay ra sau ngửa người ra thở. Bạt chọi chưa được một hàng thì chợt la lên thất thanh:

- Má, má.

Bà Năm hoảng hồn đứng bật dậy:

- Gì dị bây?

- Rắn rắn, má ơi rắn rắn.

Bà Năm nhảy dựng lên, mặt cắt không còn chút máu:

- Rắn, rắn. Bà mẹ ơi rắn rắn. Bà mẹ ơi, rắn rắn.

Bà nhảy vừa la, được mấy câu rồi ngã ra lăn dài từ đỉnh đồi xuống dốc, Bạt đứng yên nhìn theo đến khi bà lăn tới sườn đồi nằm im bất động hắn bèn phóng như bay xuống la làng:

- Má, má, trời ơi có ai không? Có ai không?

Hắn bồng bà Năm dịu quặc trên tay phóng như bay chạy về nhà. Mọi người hai bên đường túa ra chạy theo hắn. Lành và bà Tám kinh hoàng, bà Tám lắp bắp:

- Chuyện gì? Chuyện gì vậy? Chị Năm sao vậy?

- Con cũng không biết. Lên tới đồi, má Năm ngồi nghỉ con chọi phân, đột nhiên nghe má la lên rắn rắn, con ví theo kiếm đập thì má lăn từ trên dốc xuống. Con hết hồn phóng theo đem má về nhà trước rồi tính sau.

Bà Tám sờ sẫm thân thể bạn già, mặt bà Năm tái mét. Bà Tám hô hào người lấy võng khiêng bà Năm lên trạm xá Lộc Thành rồi tức tốc điện thoại cho Phát, sau đó cũng lên trạm xá ở với bà Năm.

Ai cũng lo lắng, chỉ có duy nhất một mình Bạt mong cho bà vĩnh viễn nằm im lặng không nói được, sống cuộc đời thực vật chứ đừng nên chết. Bởi vì nếu như bà chết thì vụ nầy sẽ không còn đơn giản là tai nạn, mà nếu như bà tỉnh lại thì sao nhỉ? Có sao đâu? Chỉ là vì quá lo cho bà nên hắn quên là bà bị liệu, vậy thôi.

HẾT CHƯƠNG 7

CHƯƠNG 8

HỒI HƯƠNG THỤ ÁN

Bà Tám và Lành ở lại bệnh viện để chăm sóc bà Năm, hơn ba tiếng đồng hồ mà bà vẫn chưa tỉnh lại và còn ở trong phòng cấp cứu khiến mọi người lo lắng. Bạt về nhà cơm nước và canh chừng hai đứa con, đến xế chiều mới mang cơm ra cho hai người ăn. Nhìn thái độ ung dung bình tĩnh của Bạt bỗng dưng bà Tám thấy chướng mắt. Bà chậm rãi nói:

- Mấy chục năm nay đồi trà xứ nầy chưa hề có rắn rết gì sao bỗng nhiên đồi bà Năm lại có rắn là sao ha? Chẳng lẽ cái đám quỷ quái đó cố tình thả rắn để cắn thằng Bạt? Thiệt là ác đức mà.

Bạt mừng quýnh chộp lấy cơ hội liền:

- Hổng lẽ tụi nó thù con dữ vậy sao má?

- Biết đâu được? Lòng dạ con người khó dò lắm con ơi. Vì quyền lợi chuyện gì mà chẳng dám làm.

Bạt thấy nhột, cũng may Lành chen vô:

- Chắc không phải đâu má, bọn nó ở tù hết rồi đâu còn vây cánh mà trả thù. Chắc má Năm thấy rắn thiệt hoặc cái gì đó na ná giống rắn nên hoảng hồn chứ gì?

Bà Tám nhìn thẳng vào mặt Bạt, tia nhìn không lộ ra điều gì khiến anh ta không đề phòng:

- Bây có thấy con rắn đó không?

Bạt đắn đo một chút, nói không lỡ bà Năm tỉnh dậy thì sao? Nói thấy chẳng lẽ mình là nguyên nhân gây ra tai nạn? Tiến thoái lưỡng nan, Bạt trả lời đại:

- Con có thấy đâu? Khi nghe má Năm la lên con định chạy lại đập nó nhưng má Năm lăn xuống đồi phóng theo không kịp nên có dòm ngó gì được đâu má.

- À, ra vậy. Vậy nói như con vợ bây cũng phải. Hơn ba tiếng mà bà Năm chưa tỉnh lại tao lo quá chừng, thằng Phát chắc cũng gần về rồi. Thôi vợ chồng về nhà đi, để tao ở đây với chỉ được rồi. Đêm nay có thằng Phát tao cũng ở lại.

- Dạ, hai má thân với nhau hơn ruột thịt, nay má Năm bị vậy má lo cũng phải.

- Ừ thôi về đi bây, mai con vợ đem đồ ăn sáng vô còn thằng chồng coi chọi phân cho chỉ nhen, chứ để trễ vụ thì thất bát hết. Thằng Phát về, chuyện má nó để nó lo. Xui rủi chứ không ai muốn vậy.

Bà Tám miệng nói cứng nhưng đôi mắt đã ngân ngấn nước. Thật tình bà lo lắm, lo bà Năm không tỉnh lại nữa thì làm sao? Không có bà Năm Lâm thì bà Tám Dung ở lại cái xứ nầy còn ý nghĩa gì nữa? Trong đầu bà thoáng nghĩ đến nếu hai bà cùng về Sài Gòn thì những đồi trà sẽ giao lại cho Bạt, con trai của bạn thuê để nó canh tác vài năm có tiền về trang trải nợ nần dưới quê, giúp nó cũng như giúp bạn mình. Bởi bà Năm mà được con rước về thành phố rồi thì thằng Tuấn con bà cũng sẽ không để bà ở lại nơi nầy nữa. Bà với bà Năm cũng nhiều lần tính toán với nhau, nếu sau nầy hai bà không còn sức leo lên đồi trà mà con của hai bà vẫn chưa muốn bán đất thì bà và bà Năm sẽ để lại cho Bạt thuê với giá rẻ. Mặc dù tính như vậy nhưng tuyệt đối không cho vợ chồng Bạt biết vì lòng tham của con người là không đáy, không thể đo lường trước được mà thật sự bà cũng chưa hiểu rõ về Bạt, chỉ thấy nó mạnh mẽ siêng năng, vui vẻ hiếu thảo với bà mà cảm thấy thương thôi.

Vợ chồng Bạt để bà Tám ở lại với bạn già của mình rồi từ giã ra về. Trên đường đi, họ không nói với nhau lời nào. Thấy không khí có vẻ nặng nề và Bạt cũng chẳng biết vì lẽ gì Lành lại có thái độ lạnh nhạt như vậy, anh ta bỗng thấy chột dạ và tự ái. Máu sân si nổi lên, sắp đến nhà, Bạt hằn học hỏi vợ:

- Thái độ bà vậy là sao?

Lành ngước lên nhìn thẳng vào Bạt, môi mím chặt một lát rồi nói một câu sắc như dao:

- Tối nay, sau khi các con đã ngủ, ông phải giải thích cho tui nghe.

- Giải thích con mẹ gì?

- Tất cả. Có điều gì khó nói ông cũng phải nói để tui liệu bề chống đỡ cho ông.

- Làm gì mà chống đỡ chứ? Bà mà không tin tui thì ai tin tui?

- Tui mới là người không tin ông vì tui hiểu ông quá xá mà. Tùy ông thôi, nếu ông cứ khư khư ôm giữ bí mật thì khi xẩy ra chuyện một mình hãy ôm hết, mẹ con tui về quê má tui sống.

Nói xong, Lành nhanh chân bước vội vô nhà. Bạt tần ngần đứng lặng người một chút rồi rảo căng bước theo.

Tối hôm đó, khi Trung, Quân đã cuốn vào chiếc mền hai lớp vải dầy cộm, ấm áp say sưa ngủ thì Lành kéo Bạt ra ngoài chiếc ghế bàn tròn, cả hai ngồi đối diện nhau, Lành hất hàm hỏi:

- Ông nói tui nghe, chuyện gì đã xẩy ra cho bà Năm?

- Chuyện gì là chuyện gì? Mọi việc thuật lại cả trăm lần bà còn thắc mắc gì nữa?

- Không đơn giản vậy đâu. Ai cũng nói trước giờ chưa

có đồi trà nào có rắn, rắn kỵ mùi trà nên không bao giờ tới gần. Nếu như bọn họ có bắt rắn thả vô thì nó cũng tự bỏ đi, bà Năm cũng biết rõ như vậy nhưng vì bà bị liệu nên mới lâm vào cảnh đó, nếu như không có người la lên thì bà cũng không gặp bất trắc vậy đâu. Trên đồi chỉ có mình ông và bả, ông không la lên thì ai la?

Bạt thấy có vẻ như không qua được mắt Lành nên im lặng một chút, hắn hấp hái con mắt còn lại như suy nghĩ lung lắm rồi dịu giọng nói:

- Phải, tui la lên đó.

- Trời ơi! Tui biết lắm mà. Tự nhiên sao ông hại người ta vậy? Bả tốt với mình ông không thấy sao?

- Tui bị chột chứ đâu có đui mà chẳng thấy? Nhưng mình cũng không thể ở đây lâu, sớm muộn gì cũng bị người ta phát hiện cho nên còn ở ngày nào phải tranh thủ kiếm chác ngày đó. Bà Năm bị vậy thì không thể coi sóc đồi trà và cà phê, sẽ cho mình thuê, thuê được vụ nào hay vụ đó, còn phải gom tiền để đi đến chỗ khác nữa.

- Ông tính vậy mà nghe được. Bây giờ bả và bà Tám đều tin tưởng mình, mình ở đây phụ hai bà, họ cũng không để mình bị thiệt, yên ổn cho con cái học hành, tui chỉ muốn sống cảnh bình yên không bon chen chạy đua với ai hết. Người ta làm ơn với mình, tốt với mình vậy ông nỡ nào hại chết một bà già vậy ông?

- Nhiều lời quá, tui làm gì cũng có chủ kiến của tui. Bà im coi như không biết gì là được. Đừng có lải nhải rồi ra bộ lo lắng là làm hại tui đó. Mọi chuyện tui đã tính toán đâu ra đó rồi.

- Bà Năm thì hời hợt nhưng bà Tám lại sâu sắc, ông không qua mặt được bả đâu.

- Dễ ụi, bả mà có ý nghi ngờ là tui luộc bả luôn cho bả theo bạn già hủ hỉ.

- Dễ luộc bả lắm. Bả bản lĩnh dàn trời, ở đây ai cũng ngán bả hết, mình có bả che chắn cũng không phải lo người ta phát hiện.Nhưng không biết khi bả rõ vụ nầy thì giữa má mình với bà Năm bên nào nặng hơn.

- Làm sao mà rõ được? Bà phải bớt cái miệng lại giùm còn mọi việc để tui lo.

- Thì tui nói vậy thôi. Nhưng ông cũng quá đáng lắm. làm vợ ông hồi hộp từng ngày.

- Miễn tui thương bà, thương con là được rồi, còn tui đối phó với ai bà đừng xen vô.

Họ nói xong, vui vẻ vào phòng ngủ.

Bà Tám đứng chết lặng ngoài cửa, nghe không sót một câu nào.

Số là chiều tối, Phát đem xe về đón mẹ lên thành phố chạy chữa, bác sĩ ký giấy chuyển viện ngay mặc dù bệnh nhân đang trong trình trạng hôn mê. Phát không cần về nhà lấy thêm món gì cho mẹ mà tức tốc quay xe trở lại Sài Gòn. Bà Tám về nhà định bụng sẽ căn dặn vợ chồng Bạt chăm sóc, thu hoạch trà, cà phê theo ý Phát và có thể bà cũng sẽ giao cho họ phần của mình một vụ để lên ở cạnh bà Năm. Nhưng về đến nhà, vô tình nghe được cuộc nói chuyện của vợ chồng họ bà thấy lạnh mình, quả thật không tưởng tượng nổi, lòng dạ chúng còn thua loài rắn rết, bà cũng không thể dung túng cho hạng người nầy. Nhưng chưa có chứng cớ để vạch tội thì bà phải đi tìm, không thể bứt dây động rừng. Với thủ đoạn đê tiện, Bạt có thể thủ tiêu bà như chơi vì hắn đã mặc định là không ở nơi nầy lâu, bà cũng chưa biết hắn đã gây án gì ở dưới quê, nếu chỉ là tiền thì cha mẹ hắn chắc chắn không để cho con đi lưu lạc. Bà rùng mình, bộ mặt hiền lành khờ khạo của con vợ bỗng chốc làm bà thấy kinh tởm.

Nhẹ nhàng vào nhà, bà Tám không mở đèn, lặng lẽ khóa

cửa cẩn thận rồi vào phòng, bà không tắm dù cả ngày bận rộn tới lui bệnh viện. Bà không thể để chúng biết bà đã về và đã nghe bí mật của họ. Cả đêm bà Tám trằn trọc không ngủ được, cuối cùng bà quyết định phải tìm ra chân tướng sự việc.

Sáng sớm, bà gọi điện cho Sáu Lu chạy Honda ôm bảo vô đón bà đưa ra bến xe Bảo Lộc cho bà về Sài Gòn. Xong, bà thu xếp chút đỉnh đồ đạc, gom hết tiền bạc vòng vàng vào túi rồi qua nhà bà Năm, chìa khóa lúc chiều Phát đã đưa cho bà, bà mở tủ, cũng gom hết tiền bạc của bà Năm theo sự chỉ dẫn của Phát vì Phát luôn biết chỗ mẹ mình cất tiền. Lành nhìn thấy bà Tám đầu tiên, chị ngạc nhiên:

- Ủa, má về hồi nào má?

- Ủa, tao về hồi hừng sáng, sáng nay thằng Phát đưa mẹ nó lên thành phố trị rồi, giờ tao phải về trển với chỉ. Vợ chồng bây ở lại trông coi nhà cửa hai bên với nhớ chăm sóc đồi trà nhen. Tao đi chưa biết chừng nào về nữa à.

- Má Năm sao rồi má?

- Thì cũng vậy, chưa tỉnh. Thằng chồng bây đâu, kêu nó đem cái điện thoại qua bên nhà bây đi để có gì tao gọi về.

Bạt khoái chí vì đúng như ý định của anh ta. Nhìn vẻ mặt đắc ý của hắn bà Tám giận sôi lên nhưng cố kiềm nén lại, giọng rầu rầu bà nói khi nhìn hắn đang lui cui tháo dây điện thoại đem về nhà lắp đặt:

- Tự nhiên lại tai bay vạ gió, thiệt tình là xui rủi, chị Năm cả đời không làm việc ác, trời chắc cũng không nỡ để chỉ ra đi không minh bạch, vái van cho chỉ tỉnh lại để cái bọn khốn kiếp muốn hại người phải trả giá.

Bà nhìn hai khuôn mặt giả nhân giả nghĩa của vợ chồng họ mà mắc buồn nôn.

Xe của Sáu Lu tới đón bà Tám, trước khi đi bà giả vờ ân

cần dặn dò vợ chồng Bạt lần nữa cố ý muốn họ an tâm không đề phòng.

Bà Tám đi rồi, Bạt hí hửng kéo tay vợ vào nhà, con mắt trái ánh lên một vẻ gian trá độc ác:

- Đầu xuôi đuôi lọt.

- Chưa chắc, bà Năm tỉnh lại rồi sao?

- Dễ gì tỉnh lại.

- Chuyện gì cũng có thể xẩy ra nhen ông. Sao tui thấy bà Tám có vẻ sao sao á.

- Sao sao gì? Đụng chuyện xẩy ra như vầy với bạn già ai lại chẳng lo. Thôi kệ đi, tranh thủ vớt một mớ tới đâu tới.

Một tuần trôi qua, họ vẫn sống yên ổn. Phía bên bà Năm bà Tám vẫn chưa có động tịnh gì.

Bạt bàn với Lành dự định ngày mai sẽ kêu công để mốt hái cà phê của bà Tám dù sớm hơn ba ngày. Lành như cũng quên việc xẩy ra cho bà Năm nên vui vẻ đồng ý, viễn cảnh có tiền triệu trong tay làm cho cặp vợ chồng nhà họ tối mắt.

Nhưng trời cũng không dung túng kẻ gian, tối hôm đó, Bạt nhận được điện thoại của bà Tám, anh ta điếng cả người khi nghe giọng bà lạnh tanh:

- Dì Tám đây. Vợ chồng bây coi thu xếp về Mỏ Cày, trước đốt cho cha bây cây nhang sau đó ra chính quyền tự thú đi.

Bạt lắp bắp nói không ra tiếng:

- Má nói gì vậy má?

- Không có má con gì hết đó. Tụi bây quá lắm rồi. Tao nói ngắn gọn thôi. Bà Năm đã tỉnh lại, kể hết mọi chuyện cho tao nghe, thì ra chính mầy là thằng mọi rợ, mầy trả ơn cho người cứu mang mình như vậy. Ngay từ lúc bà Năm gặp chuyện là tao đã nghi ngờ mầy rồi. Mầy không hiểu bả bằng tao đâu. Nếu như gặp phải rắn thì bả cũng không bị liệu như vậy mà sẽ kêu lên để mầy đề phòng. Chỉ có việc là có người la lên thất thanh mới xẩy ra trường hợp đó. Trên đồi có mầy và bả thôi, ai la lên mậy? Vậy mà còn già hàm nói là không thấy con rắn. Chắc mầy tưởng bả sẽ nằm yên như vậy suốt đời à? Tao cũng đã về Bến Tre và biết vì sao vợ chồng mầy bỏ xứ đi. Tao nói thẳng là không chứa chấp bọn bây nữa. Cũng đừng tính đi đâu, cha mầy vì tủi hổ đã lên máu chết liền sau khi mầy đi được vài ngày. Má mầy bây giờ ốm trơ xương, ngày mai mầy không về nhà thì tao sẽ xuống lại Bến Tre báo chính quyền truy nã mầy cộng thêm tội mầy đã làm gì với bà Năm. Tạm thời vụ bà Năm tao với chỉ cũng im lặng cho qua nếu như mầy biết hối cãi. Mầy đừng hy vọng gì có người hái trà và cà phê cho mầy nếu như chưa có ý tao. Mai sáng phải về liền, nếu qua ngày mốt thì đừng trách tao. Nói thêm cho mầy biết, đêm bà Năm ở bệnh viện tao về, nghe vợ chồng mầy bàn tán với nhau hết rồi, thật là ghê sợ cho thủ đoạn của tụi bây.

Bà Tám nói xong cúp máy cái bụp không cho Bạt biện bạch một câu.

Thấy Bạt ngồi thừ ra sau khi nghe điện thoại, Lành lo lắng hỏi:

- Gì vậy ông?

- Cha chết rồi.

Lành ngồi bịch xuống ghế, đau khổ nhìn chồng:

- Sao ông biết? Ai vừa điện thoại vậy?

- Bà Tám.

- Bả về quê mình à?

- Ừ.

- Vậy là bả biết hết rồi. Bả nói gì ha ông?

Bạt thẫn thờ kể lại những câu của bà Tám nói. Lành xanh mặt, chị sợ run lên, tội lại chồng thêm tội và chị vô tình là đồng lõa của Bạt rồi. Bây giờ phải làm sao? Làm sao đây khi chỗ nầy không thể sống yên được nữa? Lành run giọng hỏi chồng:

- Giờ tính sao? Tính sao giờ ông?

Bạt ngồi bất động như vậy thật lâu, Lành cũng không hiểu anh ta đang nghĩ gì, có lẽ cái chết của cha làm hắn rúng động và lương tâm trỗi dậy. Phải, không có gì cao quí thiêng liêng hơn tình máu mủ ruột rà nhất là đối với bậc sinh thành. Lành bỗng thấy lo cho cha mẹ mình, không biết hiện giờ họ ra sao.

Bạt ngồi yên như vậy rồi bỗng đột ngột đứng lên, quyết định:

- Coi thu xếp mai về sớm.

- Về nhà hả ông?

- Ừ.

- Về rồi ông làm sao?

- Ra đầu thú, bất quá ở tù vài năm ra làm lại cuộc đời, chứ bây giờ trong trình trạng nầy ai đè đầu cưỡi cổ cũng được, thậm chí đi sợ cả một bà già.

- Ừa, đầu thú đi ông, tui ở nhà nuôi con chờ ông dìa. Phải hồi đó ông nghe lời tui thì mình đâu có tổn thất tiền bạc nhiều.

- Thôi, thu xếp đi, mai về sớm. Vĩnh biệt cái xứ nầy, vĩnh biệt những đồi trà, cà phê.

- Thiệt là tiếc, tui thích khí hậu ở đây, thích nhìn những đồi trà bạt ngàn xanh mướt, thích những cơn gió nhẹ thoang thoảng hương cà phê nhưng dù sao quê mình vẫn hơn. Về quê thì mừng nhưng nhục quá ông.

- Không ai có cơm dư mà nói hoài chuyện của thiên hạ. Nhục là tui nhục chứ không phải bà, trong thời gian tui thụ án, bà ở nhà cứ giả dại qua ải nghe hôn? Chờ tui về rồi tính.

Bạt bèn cạy cửa bà Năm lục tung đồ lên, hy vọng tìm được chút đỉnh tiền bạc vì hắn biết trong lúc bà đi bệnh viện không mang theo của cải nhưng hắn không tìm được gì, tức giận hắn buông tiếng chửi thề.

Khuya hôm đó, không từ giã ai, vợ chồng con cái họ đùm túm đưa nhau "phản hồi cố quốc".

Sau khi chịu tội với mẹ và đốt nhang cho cha xong, Bạt đi thẳng đến đồn công an tự thú. Hắn bị tạm giam chờ ngày ra tòa. Sau đó, với tội danh ngộ sát hắn lãnh án tám năm tù giam. Gia đình chồng kỳ thị, Lành phải đưa hai con về ngoại tá túc chờ Bạt mãn hạn tù.

HẾT CHƯƠNG 8

CHƯƠNG 9

GIAI ĐOẠN ĐẦU TRONG TÙ

Lành dẫn hai con về nhà mẹ đẻ, chị uất ức nghĩ hận gia đình bên chồng. Không hiểu họ biết tới đâu câu chuyện mà tỏ ra rất lạnh nhạt với mẹ con chị sau khi Bạt đã vào trại cải tạo. Trước đây mặc dù Bạt có làm sai chuyện gì nhưng gia đình chồng luôn tỏ ra thương yêu che chở cho chị, còn bây giờ, họ xem chị như là nguyên nhân của mọi tội ác. Năm công đất của Bạt họ đã bán để lo ma chay cho Xung và bồi thường tổn thất cho gia đình ấy cho nên việc Bạt bỏ trốn vẫn không bị truy nã. Một điều ghê sợ hơn là Thủy, vợ của Xung, ngay ngày cưới đã mất chồng mà đó lại là người yêu đầu đời của cô. Họ yêu nhau lúc Thủy mới mười sáu tuổi chờ đến năm hai mươi mới cưới. Cái chết của Xung tác động lớn đến cuộc sống của Thủy và đúng một trăm ngày cúng cơm Xung thì Thủy cũng uống thuốc rầy tự tử chết.

Mẹ Bạt nói với Lành bằng một giọng rất lạnh:

- Bây coi về dưới chị sống đi, thiếu hụt tiền bạc thì tao cho một mớ làm kế sinh nhai chứ ở đây hết sống được rồi. Người ta thấy mặt bây là nhớ tới vợ chồng thằng Xung. Con vợ như bây cũng dở quá, không khuyên chồng ra đầu thú lại khăn gói dẫn con đi theo nó. Tưởng gặp được người tốt đùm bọc thì bây sẽ làm lại cuộc đời dè đâu giang sơn dễ đổi bản tính khó dời, giờ tao cũng không còn bụng dạ đâu mà thương tụi bây nữa. Đất đai bán hết rồi bây không về nhà nầy sống chung được đâu.

Vậy là Lành khăn gói đem con về nhà mẹ. Cha má chị bùi ngùi nhìn con gái, ông bà biết hết chuyện Bạt đã giết người và đang thọ án, sẵn lòng đùm bọc con và cháu ngoại nhưng vì ông bà đang ở chung với anh Hai của Lành nên đành phải cất cho chị căn nhà nhỏ trên đất của họ.

Anh Hai Hiền của Lành là một người đàn ông đàng hoàng mực thước. Anh có hai đứa con một trai một gái, con trai lớn đang học đại học năm thứ ba còn con gái nhỏ mới vào năm nhất. Gia đình anh là niềm tự hào của cha má chị. Đứng trước anh ruột và chị dâu Lành cảm thấy tủi hổ với bản thân mình.

Rồi chị cũng có một căn nhà riêng để lây lất qua ngày nuôi con chờ chồng về. Nhà chị cất quay mặt ra dòng sông chảy về miệt cù lao. Buổi sáng khi mặt trời vừa lên thì không khí rất mát mẻ dễ chịu, trưa nắng thốc vào mặt nóng ran, gió từ ngoài sông thổi vào không đủ mát khiến hai đứa bé bức bối chạy đi tìm những gốc cây to có bóng mát nằm ngủ. Tối đến thì dễ chịu hơn.

Còn lại chút đỉnh vốn liếng, Lành gói bánh ít, bánh tét, bánh dừa đi chợ bán, từ nhà ra chợ phải đi bằng ghe đến bến rồi đi bộ một đoạn nữa. Mỗi ngày với gánh bánh trên vai, chị đi cả năm cây số mới bán hết được. Chợ xa nên không ai biết rõ về chị, Lành sống yên ổn đợi chồng về.

Chị trở lên Mỏ Cày để chuyển hộ khẩu về cho con đi học, chỉ chuyển được cho ba mẹ con thôi vì Bạt vẫn còn bị quản thúc giấy tờ trong thời gian tù tội.

Vừa buôn bán chăm con, Lành cũng vừa đi thăm nuôi chồng. Lần đầu tiên gặp Bạt, Lành thấy thương đứt ruột vì bộ dạng còm cõi của anh ta. Sức ăn là vậy mà trong tù làm sao đủ cho anh ta ăn, lần sau chị mua mấy thùng mì tôm để anh ta ăn dậm thêm. Lúc nào Lành cũng dặn dò chồng ráng cải tạo tốt để nhanh chóng trở về, chị cũng không quên kể cho chồng nghe gia đình anh đã đối xử với mẹ con chị ra sao. Bạt không nói gì nhưng cứ nghiến răng trèo trẹo ra vẻ tức tối lắm. Lúc đó Lành chỉ mong Bạt ra tù trả cho chị mối thù nầy. Với Lành bây giờ, gia đình chồng rất là dã man với chị.

Lành thì sống yên ổn như vậy còn Bạt ở trong tù lại khác. Sự thiếu thốn cái ăn luôn làm cho hắn cau có, chế độ mỗi ngày của một tù nhân không thể nào làm cho hắn no bụng được. Mấy khi Lành tiếp tế mì tôm hắn cũng không được ăn trọn vẹn mà phải chia chác khắp nơi. Cứ theo cái đà nầy thì sức lực đâu nữa mà lao động? Hắn phải có kế hoạch gì đó cho cái bụng của mình chứ. Nghe bên ngoài đồn rùm là vô tù sẽ có băng nhóm, có đại ca dẫn đầu, chỉ cần có đại ca, hắn sẽ lập tức khống chế tên đó ngay, chỉ có vậy mới bớt được phần ăn của mỗi đứa tự nguyện dâng cho hắn. Nhưng đã bốn năm tháng rồi có thấy thằng đại ca nào đâu? Mọi người vẫn cùng sống, cùng sinh hoạt bình đẳng với nhau mà? Trong phòng giam của hắn gồm tám người toàn là những đứa nhát gan, bị tù oan hoặc lỗi lầm không lớn, tối đa cũng chừng năm năm tù mà thôi cho nên ai cũng muốn bình yên mà trở ra sum họp gia đình.

Bạt nghĩ bụng, nếu chúng chưa có ông trùm thì mình sẽ làm ông trùm, chứ đói khát kiểu nầy làm sao chịu thấu? Nghĩ xong hắn làm liền.

Khi Lành đem đến ba thùng mì tôm, trong phòng nhao nhao lên mừng. Bạt quắc mắt nhìn họ:

- Việc gì mà tụi bây mừng? Tao nói cho tụi bây biết, từ nay, cái gì của tao không đứa nào được chòi mòi chọc mọc. Nhưng cái gì của tụi bây cũng phải chia cho tao phần nhiều.

Có tiếng cười khẩy cuối phòng:

- Luật rừng à?

- Thằng nào nói đó? Bước ra.

Cuối phòng một người đàn ông có dáng vẻ mảnh khảnh bước ra một cách điềm đạm:

- Tao nói đó, sợ mầy sao?

- Ạ, thằng Chơn còi, mầy giỏi lắm.

Bạt chồm tới đưa tay định tát vào mặt anh ta nhưng thân thủ của Chơn còi rất là nhanh nhẹn, thoáng cái đã nắm được cổ tay Bạt kéo quặp ra sau, buông một câu chửi:

- Mầy tính làm trời ở đây hả? Núi cao còn có núi cao hơn nghe mậy? Anh em sống ở đây ai cũng sắp mãn hạn tù hết rồi, chỉ có mầy là mới vô thôi, không tìm hiểu trước sau lại muốn làm trùm hả? Ở tù đã khổ nhục lắm rồi, anh em bạn tù phải thông cảm thương yêu đùm bọc nhau, tính làm ông kẹ để người ta phục dịch mầy hả? Mơ giữa ban ngày vậy mậy?

Chơn buông tay Bạt ra, Bạt bất ngờ trước một gã ốm ròm còi xương lại có thể khống chế mình một cách dễ dàng nên chưa kịp nghe những tiếng cười ngạo nghễ vang khắp phòng. Hắn lặng người một chút vì nhục và sợ, bèn giở chiêu bài khác:

- Thú thật, tui cũng không phải là thằng côn đồ không biết suy nghĩ, bằng cớ là mấy chuyến trước tui cũng chia cho các anh em, nhưng vì tui vốn xấu tính ăn, mỗi bữa cơm tui ăn gấp bốn năm lần người bình thường nên đói quá không chịu được mới làm liều vậy thôi, mong anh em thông cảm bỏ qua.

Một người lớn tuổi nhất phòng đang nằm nghỉ trưa, ngồi bật dậy lên tiếng:

- Đâu phải tụi tao không thấy? Mỗi lần ăn cơm xong, con mắt mầy ngó phần của người ta ra vẻ thòm thèm là tụi tao biết rồi. Tụi tao còn định bớt đứa nửa chén cho mầy nữa kìa, có chuyện gì thì nói chứ giở thói côn đồ ở đây chẳng có ích lợi gì đâu.

Chơn còi dàn xếp:

- Anh Tập tàn nói đúng đó, từ nay mỗi người sẽ bớt lại cho mầy nửa chén cơm. Chỉ vậy thôi không thể hơn được, còn phần mì tôm của mầy nếu không cấp bách thì cũng sẽ không ai xin.

Lần đầu tiên trong đời, Bạt nghe lòng dậy lên một thứ tình cảm của người với người. Hắn chớp mắt cảm động. Tiếc rằng những người có tấm lòng như vậy chẳng ở gần hắn lâu, họ lần lượt ra tù trở lại xã hội bên ngoài và tương lai đang rộng mở với họ. Gian phòng của hắn lại đón thêm những người mới để Bạt thỏa sức làm ma cũ ức hiếp ma mới và trở thành trùm của trại giam trong mấy năm liền.

HẾT CHƯƠNG 9

CHƯƠNG 10

BUỔI ĐẦU TRONG TÙ

Hắn sống như vậy cũng được ngót nghét một năm.

Một năm sau thì Tập tàn được phóng thích trước thời hạn do cải tạo tốt. Đêm cuối cùng ở trại giam, mọi người quây quần lại để chia tay Tập. Anh là người lớn tuổi nhất phòng lại là người có tư cách tốt nhất, tiếng nói được coi trọng. Anh nhìn các bạn tù bằng đôi mắt chứa chan tình cảm, nhỏ nhẹ bày tỏ:

- Mai tao ra khỏi đây rồi, ngoài xã hội tự do nhưng chắc là cũng nhớ tụi bây lắm. Tao về nhà thì cuộc sống no đủ không thiếu thốn gì đâu, đứa nào sau nầy ra mà không có công ăn chuyện làm thì tới tao giới thiệu cho. Ra rồi thì không thể có lý do gì mà trở lại nghe hôn. Tù tội chứ không phải chuyện chơi, nó còn là vết nhơ trong cuộc đời, trong lý lịch của mình chẳng nói chi mà còn ảnh hưởng tới tương lai của con cái nữa. Chuyện tao ở tù khác với tụi bây nên cũng đừng tìm hiểu chi cho mắc công. Còn ở lại ngày nào thì ráng mà đùm bọc nhau, may mắn cho mình là tay cán bộ nầy nó cũng biết chuyện hơn mấy người trước nên mình cũng thoái mái hơn. Nhớ là không ai được làm cha trong khu vực nầy, nếu có thằng nào muốn làm cha bây nhớ tìm cách cho tao hay, dù ở ngoài tao cũng có thể vặn cổ nó ra phía sau ót cho biết mặt. Sống đàng hoàng một chút đi rồi về nhà với gia đình.

Nghe Tập nói vậy, ai nấy mặt mày cũng hớn hở và hứa răm rắp sẽ nghe theo lời dạy bảo của anh Tập. Ngay lúc đó trong lòng Bạt cũng không có tạp niệm gì. Tập nói địa chỉ nhà mình ở thành phố cho mọi người nghe, ai cũng lẩm nhẩm học thuộc.

Hôm sau Tập ra tù, tám người còn lại chẳng hiểu sao cũng buồn ngơ ngẩn, Bạt buồn vì từ nay bớt hết nửa chén cơm.

Ba tháng sau lại có hai người nữa về, Bạt lại mất thêm một chén cơm nữa.

Sau khi Chơn còi ra tù thì Bạt lại càng thê thảm hơn, từ đó không ai nạp cơm cho hắn nữa. Hai ngày trôi qua, Bạt đói rã ruột, hắn bắt đầu giở thói côn đồ:

- Sao tụi bây không sớt cơm cho tao?

- Tụi tao cũng sắp ra tù rồi, cũng phải ăn uống cho đầy đủ để còn về gặp mặt vợ con nữa chứ việc gì mà phải cung phụng cho mầy?

- Trước giờ thì sao mà bây giờ giở chứng hả?

- Trước giờ là do nể mặt anh Tập với anh Chơn thôi, chứ mầy là con mẹ gì phải nể mặt mầy? Phần của ai nấy ăn, mầy ăn như trâu thì kêu con vợ tiếp tế gạo vô nhờ quản giáo đưa đầu bếp nấu thêm chứ tại sao lại cắt xén phần ăn của anh em?

- Nói nhiều quá, rồi bây giờ tụi bây có nộp phần cơm cho tao không? Đứa nào nói không bước ra.

Cả bốn người còn lại trong phòng đều bước ra một lượt. Bạt nổi cơn tam bành, nhào tới định tóm lấy một tên để thị uy nhưng ba tên còn lại la lớn lên:

- Quản giáo ơi, đánh người, đánh người kìa.

Bạt khựng lại, đưa con mắt căm hận nhìn hắn, Tám bủng. Nghiến răng, Bạt định phực lên chửi thì nghe tiếng chân rầm rập của quản giáo đi tới, giọng nói lạnh băng:

- Có chuyện gì?

Tám bủng chỉ mặt Bạt:

- Tự nhiên cái ông nầy bắt buộc tụi tui mỗi bữa cơm phải bớt lại cho ông ta người một chén.

Quản giáo Hưng lườm lườm ngó Bạt. Bạt định nói thông lệ nầy có hơn một năm nay nhưng dừng lại kịp, nói ra chẳng lẽ anh ta đã ăn xén bớt phần cơm của tù nhân hơn một năm nay sao? Mà thằng nầy khốn nạn thiệt, miệng lưỡi trơn tru, chỉ có nửa chén mà nó gấp đôi lên hỏi có trào máu không chứ? Bạt càng ngập ngừng Hưng càng bực mình:

- Bắt buộc gì kỳ vậy cha nội?

- Tại tui đói quá.

- Phần ăn ai cũng như ai, người ta ăn đủ cha than đói là sao?

Một người tù ngạo nghễ cười cười:

- Chả ăn y như heo, bao nhiêu cũng không đủ no. Mấy anh mới ra tù ngày nào cũng bị chả bắt sớt bớt phần cơm lại cho chả, anh em ở đây có gì cũng chia nhau chỉ duy nhứt một mình chả cứ khư khư, của mình thì bo bo của người ta cứ lấy mo mà hốt.

Bạt ghi sổ tên tù nầy vào trong đầu rồi, à, mầy là thằng Minh bộp đây mà. Cái thứ đồ bộp, có ngoại hình chà bá lửa như vậy mà yếu nhớt, chỉ cần gạt chân một cái là té sấp chẳng đứng dậy nổi mà dám công khai khiêu chiến với tao hả mậy? Hãy đợi đấy con. Quản giáo Hưng lừ mắt, gằn giọng:

- Chuyện lãng nhách vậy mà cũng ồn ào, ai có phần nấy, không ai được quyền cắt xén phần của ai, nếu ai manh động thì báo lên trên tự tui sẽ có cách xử, không được làm càn dưới đây rõ chưa?

- Rõ.

Hưng bỏ đi sau khi nghe mọi người đồng thanh nói rõ. Nhưng Hưng chưa đi được mười bước thì Minh bộp chạy theo la vang trời:

- Ổng đánh tui kìa quản giáo ơi.

Hưng quay lại, Bạt ngơ ngác trước thái độ của Minh bộp:

- Đánh hồi nào? Có mấy người đây làm chứng, tui có động tới nó đâu?

Bạt không ngờ cả đám người đều trở mặt với hắn:

- Có, tụi tui thấy ông ta cung tay định thoi vô mặt của Minh bộp.

Ạ, thì ra đám bây hợp lực lại chơi tao, thì ra tụi bây đã tính toán trước, bây coi thường đàn anh nầy quá, tao nhịn. Nhưng nhịn hôm nay thôi rồi sau đó bây coi anh bây sẽ làm gì với lũ bây nhen – Bạt tức tối nghĩ bụng – Hưng nổi nóng:

- Muốn làm loạn hả?

- Không có, tui bị tụi nó đổ oan.

- Oan hay không oan gì cũng phải rút kinh nghiệm, lần sau mà còn vậy nữa tui đưa ông vô nhà biệt giam đó, nói cho biết.

Xong Hưng bỏ đi, cả bọn đưa mắt đắc ý nghinh nghinh nhìn Bạt, anh ta tức sôi gan nhưng đành chịu thua.

Nhiều ngày liên tiếp như vậy Bạt ăn không đủ no, mì gói cũng hết sạch. Y tính nát nước để tìm cách nhét cho đầy cái bao tử nhưng chẳng hiểu sao lúc nầy thằng quản giáo cứ lảng vảng quanh khu vực của y hoài. Bụng đói nên hắn cũng không nghĩ ra cách nào cho hay. Rồi cũng tới ngày Lành đi thăm nuôi, nhìn chồng tiều tụy chị cảm thấy đau lòng. Khi nghe Bạt kể lại chuyện xẩy ra trong tù, Lành hứa sẽ đem gạo vào nhờ đầu bếp nấu thêm mỗi bữa cho Bạt một ký, một tháng sáu chục ký gạo

Lành qui ra bằng tiền.

Nhờ vậy, Bạt tạm thời no đủ trong vòng ba tháng, nhưng đến tháng thứ tư thì Lành cũng kiệt quệ, gánh bánh của chị dù có nặng thêm một chút vẫn không đủ để trang trải cho việc ăn uống của chồng. Chị bắt đầu đi vay mượn nợ, nhưng dù mượn bao nhiêu thì nợ vẫn chồng thêm nợ chứ Lành không có khả năng chi trả nữa rồi mặc dù thỉnh thoảng má chị cũng lén cho chị tiền nhưng với số tiền ít ỏi đó chỉ đủ lo cơm gạo cho mẹ con mà thôi. Đôi lần chị nghĩ, hay là mình cứ đến gõ cửa nhà má chồng, dù gì đó cũng là con, là anh của họ. Sáu đứa em chẳng lẽ không có đứa nào thương anh Hai của nó hết sao? Nhưng nghĩ lại, họ đã bạc bẽo với mẹ con của chị, có đến tìm cũng bằng thừa, cả đời nầy chị sẽ không tha thứ cho họ. Về quê má ruột đến nay đã hơn ba năm có bản mặt nào tìm tới coi con cháu họ sống ra sao không? Thật là bạc bẽo, dù có đói chết chị cũng sẽ không bao giờ tìm đến họ cũng như không bao giờ cho con mình nhìn nhận bên nội. Lành quyết định chuyến nầy đi thăm Bạt, chị sẽ nói với anh đây là lần tiếp tế cuối cùng vì chị không còn khả năng vay mượn nữa.

Lần tiếp tế cuối cùng nầy là do chị đã bạo gan nói thật với anh Hai Hiền, nói về cái sự ăn quá mức của Bạt. Hiền nghe xong chỉ biết lắc đầu rồi kêu vợ bán năm giạ lúa cho Lành, cho chứ không cho mượn nhưng kèm theo câu:

- Tao cho cô mầy chuyến nầy thôi, rồi lên nói với nó hạn chế ăn từ từ cho bao tử thu nhỏ dần lại, ăn gì mà ghê gớm vậy? Nhìn qua nhìn lại tại cái số cô mầy đen đủi, lấy thằng chồng chẳng ra trò trống gì. Thương ở chỗ là do cha má gả chứ không phải cô mầy chọn, tao năm nay cũng đuối lắm cô mầy biết đó, hai đứa nhỏ học đại học tao lo học phí, tiền chi xài cho tụi nó cũng oải nên chẳng được như xưa, lúa còn chỉ đủ ăn tới mùa thôi, cô mầy cũng khuyên chồng chịu khổ chịu cực chút đỉnh để còn tập trung lo cho con nữa. Thằng Trung mười một tuổi mà mới học lớp ba, Quân chín tuổi lớp hai trễ tràng lắm rồi, không động viên khuyên dạy nó coi chừng học không tới đâu thì chẳng có tương lai đó.

Lành biết anh Hai nói là có ý tốt nhưng trong lòng cũng cảm thấy sôi sục tự ái. Vì quá kẹt và lo cho chồng không thôi chị cũng không thèm nhận số tiền nấy kèm với những lời lên lớp cay độc (?). Chị sẽ không nói cho Bạt nghe, sợ sau nầy anh ta về quê chị sống sẽ mặc cảm với Hiền, phải về quê chị thôi, không thể trở lên nhà chồng nữa, một bước cũng không.

Bạt im lặng nghe Lành than, nếu là tháng trước chắc hắn ta sẽ phát hoảng lên, nhưng may mắn là sáng nầy Hải, em trai của hắn đến thăm, cho hắn một số tiền của sáu anh em gom lại. Số tiền đối với hắn bây giờ là rất lớn, hắn sẽ không cho vợ biết mà dành để hắn thực hiện mộng bá vương ở trại tù nầy vì hắn còn ở đây đến năm năm nữa. Khi Lành buông lời trách móc gia đình Bạt chẳng có ai tới thăm cha con hắn, hắn lờ đi, thật ra Hải có nói mấy năm nay má hắn bệnh hoạn rề rề, nhớ con nhớ cháu nhưng không đủ sức đi thăm, bà cũng đã quyết định sau khi mất đi, tài sản của ông và bà sẽ chia đều cho bảy đứa con mặc dù trước đây ông bà đã cho đứa nào phần nấy rồi. Bạt nghĩ, Lành lòng dạ đàn bà nhỏ mọn, từ từ sau nầy nghe có quyền lợi thì đâu cũng vào đó thôi. Bạt cũng kêu Hải về nói với các đứa em giúp hắn một số tiền nữa để hắn gửi cho vợ con nghèo khổ nhưng không dám về bên chồng nhờ vả vì mặc cảm. Hải hứa với anh trai mình.

Bạt căn dặn Lành chuyến sau đi thăm nhớ mang theo cho hắn vài cây đinh đã rỉ sét. Lành ngạc nhiên hỏi để làm gì thì Bạt gạt ngang, nói là có chuyện xài không nên hỏi nhiều sợ tai vách mạch vừng. Lành nghĩ, Bạt chắc có ý định gì nên cũng im lặng không thắc mắc nữa. Bạt dặn nhớ đi thăm buổi chiều vì buổi chiều rảnh rang hơn, có thể nói chuyện lâu hơn, thật ra buổi sáng hắn đã hẹn với Hải và các em của Hắn.

Nghe phong phanh đám tù nhân bàn với nhau là tháng sau quản giáo Hưng sẽ đổi đi sang trại giam khác, sắp tới đưa về một tay mới tên Tục, Bạt mừng rơn trong bụng, tin tưởng dịp may đã đến với hắn. Thằng Hưng nầy nó nghiêm túc quá, khó lấy lòng, muốn "lên đời" ở cái chỗ nầy chắc đây sẽ là cơ hội ngàn vàng.

Phòng giam của Bạt vừa tăng cường thêm năm thằng tù mới với năm thằng tù cũ trong đó có Bạt tổng cộng là mười thằng, toàn là lớp trẻ khoảng ba mươi tuổi trở lại, lúc nầy làm gì bên ngoài xã hội nhiều thằng phạm tội dữ vậy không biết. Vào đây rồi mới thấy sống tốt thiệt là khó, Bạt chợt nhớ đến cái bọn Nhâm, Lý đáng ghét kia, chúng nó ở tù có được như mình không? Nội chuyện lao động giữa trời nắng như đổ lửa hoặc mưa gió đùng đùng đủ chết cái đám ăn không ngồi rồi hút máu thiên hạ. Càng ngày Bạt càng căm ghét bốn thằng tù cũ nhất là Minh bộp và Tám bủng. Hai tháng nữa bọn nó ra tù một lượt bốn đứa mà hắn để chúng ung dung tự tại sao đáng mặt nam nhi chi chí? Bạt tự vạch ra kế hoạch chơi bọn chúng một cú gọi là tống quái tiễn quân. Vừa trả thù chúng vừa dằn mặt mấy thằng tù mới, nhất tiễn song điêu. Bạt tự đắc ý với suy tính của mình.

Tháng sau, ngày thăm tù, đủ mặt sáu đứa em của Bạt, mỗi người một ít giấm giúi đưa anh mình lén nhét vào quần áo mang về phòng, Vậy là Bạt có được một số tiền lớn của gia đình ruột sau hai lần thăm nuôi.

Buổi chiều Lành tới, Bạt không đưa cho vợ đồng nào còn giấu biệt chuyện các em đến thăm. Như thường lệ, Lành mang cho chồng thuốc hút mì tôm và năm cây đinh sét. Lành cũng định đưa quản giáo cây thuốc nhưng Bạt chặn lại:

- Đưa đây, từ nay không cho nó nữa, nó sắp đổi đi rồi không còn giá trị lợi dụng, cho nó hút uổng.

- Ông nói chơi hoài, nó đi nhưng nó có thể trù dập ông như thường.

- Khỉ khô, tui có cách. Nghe lời tui đi, tui khôn hơn bà mà.

Lành im lặng ra về, Bạt mang đồ tiếp tế về phòng. Bây giờ hắn có cái quyền được nhận đồ trực tiếp không qua trung gian như trước. Ai cũng có quà thăm nuôi, họ bày cả ra mời nhau ăn, Bạt cũng xáp vào nhưng hắn không hùn một thứ gì vì có gì đâu để hùn. Thậm chí mấy cây thuốc lá Khánh Hội vợ đem vào hắn cũng không khui ra mời mà còn ung dung ngồi nhịp đùi thưởng thức thuốc của bạn tù. Năm người tù mới không ai nói gì nhưng bốn tù cũ rất lấy làm bực mình và khinh ghét, Bạt vờ.

Bạt chờ mười ngày sau, khi ngày thăm nuôi đã tạm thời không ai nhắc tới nữa và trong phòng đã đi tắm hết sau một ngày lao động mệt nhọc mới bắt đầu lôi mấy cây đinh sét ra ngắm nghía. Hắn bậm môi, khuôn mặt chỉ còn lại một con mắt ánh lên một vẻ ma quái rợn người.

HẾT CHƯƠNG 10

CHƯƠNG 11

THỰC HIỆN ÂM MƯU

Ngắm nghía năm cây đinh một hồi, Bạt gói lại cẩn thận nhét vào trong một chiếc giày lao động hàng ngày rồi đẩy sát vào chân tường, bên cạnh giường nằm của hắn. Sở dĩ hắn không giấu kín mít vì chưa xảy ra chuyện thì cũng không ai để ý đến việc khám xét đồ. Mọi người lục đục kéo vào phòng sau khi đã tắm giặt xong, tốp tù cũ nằm lại giường, năm đứa tù mới ra trước cửa phòng ngồi hút thuốc tán chuyện. Trong phòng chỉ còn lại những người có tuổi và hơn tháng nữa sẽ mãn hạn tù. Họ nằm trên giường và hút thuốc, khói thuốc quyện trắng cả một góc phòng. Bạt cũng im lặng nằm cạnh và cũng nhả khói. Mấy lúc gần đây dù có ghét cay ghét đắng bọn họ nhưng Bạt vẫn giữ đúng chừng mực, hắn nghĩ chỉ có như vậy bọn chúng mới không đề phòng và nếu có chuyện gì xảy ra cho họ thì hắn cũng sẽ vô can bởi vì không có động cơ để làm việc ác.

Bạt nằm cạnh giường của Tám bủng, hắn nghe Minh bộp nói với Tám khi Minh vừa nghiêng người qua:

- Mầy biết cái thằng mặt mày bậm trợn con mắt có quầng như bị đóng khói đèn ở tù vụ gì hôn?

Minh bủng ậm ừ:

- Thằng Sinh đó hả? Thằng đó hồi nào cũng hầm hầm

như ai ăn hết của, muốn hỏi thăm cũng khó à.

- Tao biết sao nó ở tù nè.

- Nói nghe chơi.

Hai thằng kia cũng ngồi dậy. Bạt dỏng tai lắng nghe nhưng nằm im:

- Con vợ nó ngoại tình, nó bắt gian tại trận. Mấy lần đầu nó chỉ cảnh cáo con vợ thôi, nhưng con nhỏ đó càng ngày càng tệ, buông thằng nầy bắt thằng kia, bữa nó cặp với một đại gia, đang trần truồng trong khách sạn thằng mắt khói đèn xộc vô chém cho một nhát đứt lìa cánh tay thằng đại gia, vậy là vô tù lãnh án năm năm. Đu mẹ, phải ngu hôn, cái thứ vợ như vậy gặp người ta là bỏ tám đời vương rồi.

Tám bủng chắc lưỡi:

- Vô ở trong nầy nó ở ngoài còn quậy dữ nữa, sau năm năm ra tù chắc mất trắng con vợ.

Hàn Ú nói:

- Vợ vậy mất cũng nên lạy mà ăn mừng. Hay là nó chê thằng nầy không thỏa mãn nó? Rồi tụi nó có con cái gì hôn?

- Cái vụ nầy tao hổng biết. – Minh bộp trả lời gọn hơ.

Coi như một cuộc trò chuyện bình thường như cơm bữa xảy ra trong phạm vi căn phòng tù nầy, mọi người nghe rồi bỏ qua nhưng Bạt thì đã ghim trong bụng.

Sáng lại nhóm tù của Bạt được phân công cuốc giồng để trồng khoai mì, công việc được giao khoán nên ai nấy đều hăm hở làm cho nhanh để nghỉ ngơi sớm. Lúc nghỉ trưa để hút thuốc và uống nước, liếc thấy Sinh đi vào bụi cây, chắc là để giải quyết "bầu tâm sự", Bạt âm thầm đi theo, hắn biết chắc là không ai thấy mình.

Để Sinh không nghi ngờ, Bạt cũng làm y như Sinh, xong

quay ra cười, gọi giật:

- Ê, mắt đóng khói đèn.

Sinh giật mình, Nhìn thấy Bạt, y hỏi:

- Ông kêu tui hả?

- Ừ. Nghe mấy ông trong phòng kêu mầy vậy nên bắt chước.

- Sao kêu tui bằng đóng khói đèn?

- Ai mà biết, họ nói cặp mắt mầy giống đóng khói đèn.

- Thôi kệ, kêu gì thì kêu, tên gọi thôi mà có chết ai đâu.

- Ê sao vô tù vậy mậy nhỏ?

- Chuyện tui ông hỏi chi?

- Để thông cảm chia sẻ thôi.

- Tui không mượn ai thông cảm hết.

- Hỏi chơi vậy thôi chứ tao biết rồi. Trong phòng đồn rùm.

- Đồn vụ gì?

- Thì vụ mầy đánh ghen chém rụng tay thằng nhà giàu đó. Tụi nó kỳ thị mầy chứ tao thấy khoái mầy rồi đó, đàn ông mà, có thù không trả phi quân tử.

- Họ kỳ thị tui là kỳ thị sao?

- Thôi bỏ qua đi mầy ơi, miệng đời mà. Họ nói khó nghe lắm. Nhưng mầy đừng đụng chạm đến vì họ sắp ra tù rồi.

- Họ nói gì mà khó nghe?

- Tao nói mầy đừng có hỏi mà.

- Ông không nói tui đi hỏi họ à. Tui ghét thứ đàn ông suốt ngày bươi móc chuyện thiên hạ.

- Ừ mầy hỏi đi, hỏi xong kiếm chuyện cho tụi nó vần mầy nhừ đầu.

- Tui sợ à? Sợ đã không vô đây.

- Mầy ngon ha? Ở trong phòng giam nầy ai cũng ngán anh Minh bộp, ảnh nói một người ta không dám trả lời hai, mầy đụng ảnh là tới số nghen con.

- Làm cái quái gì mà ghê vậy? Cha đó nói xấu tui hả?

- Cũng không phải xấu gì, ảnh nói mầy bị bất lực nên con vợ ngoại tình tùm lum tà la, sau nầy nó quơ được thằng nhà giàu đem của về cho ăn mà không biết mang ơn còn gây ra chuyện. Giờ vô đây rồi thì coi như mất trắng con vợ mà cũng chẳng còn tiền đồ. Ảnh chê mầy ngu quá xá ngu.

Sinh trợn đôi mắt đóng khói đèn mà lại là loại khói đèn dầu lửa đỏ đen thui thùi lùi, hậm hực:

- Mẹ bà, tui không có thù oán với chả, mắc gì chả đem chuyện tui ra bêu riếu? Cha nầy rõ ràng muốn kiếm chuyện với tui đây mà.

Bạt thấy Sinh đã lọt họng mình rồi nên rất khoái trá, hắn giả vờ thêm một chút nữa:

- Mầy định làm gì người ta? Đụng tới ảnh là đụng tới cả phòng đó nhen con.

- Tui đếch có sợ thằng nào. Chấp hết bọn chúng, tui có cái mạng nầy nè, một đổi chín, kể cả ông nữa.

- Úy, bỏ tao ra nhen. Tao chỉ muốn sống cho đàng hoàng nữa về với vợ và hai thằng con. Mầy làm gì thì làm tao tuyệt đối không dính vô. Mà nếu như mầy có ngon thì diệt hết bốn thằng tù cũ đi, ma mới dễ xử. Mầy diệt xong bốn thằng đó từ nay trong phòng mọi người sẽ nghe theo mầy, trong đó có tao.

- Tui biết phải làm gì rồi, ông khỏi dạy đời tui. Mẹ bà,

muốn yên cũng không yên được ở chỗ nầy.

Bạt mừng rơn trong bụng, vội vã rút lui tránh những cặp mắt dòm ngó của tám người tù còn lại.

Đi vệ sinh xong, Sinh đứng chàng hảng trước mặt Minh bộp:

- Ê, tui cảnh cáo ông, già rồi cứ chờ ngày ra tù sống với con cái, đừng có mà lắm điều xen vô chuyện thiên hạ coi chừng không còn mạng trở ra nhen.

Minh bộp ngạc nhiên trợn tròn mắt:

- Mầy nói gì vậy thằng chó chết?

- Ai chó chết? Ông liệu mà lựa lời khi nói chuyện với tui đó. Lần nầy tui bỏ qua nhưng còn lần nữa đừng trách sao tui không nể mặt người lớn tuổi nhen.

- Trời đất ơi thằng nầy…bộ mầy giỡn ngươi hả mậy?

- Ừ, giỡn ngươi với ông đó, ông làm gì tui?

- Nè, tao cho mầy hay. Không biết mầy nghe ai học tam học tể cái giống gì, nhưng tao không phải là người để cho một thằng nhãi ranh như mầy bắt nạt. Hôm nay tao bỏ qua vì tao cũng sắp về, không muốn ăn thua đủ với mầy. Nhớ đó, vô đây để cải tạo ra đời làm người tốt chứ không phải vô làm cha nghe hôn? Mầy làm không lợi tao đâu đừng có mơ tưởng viển vông nghe con.

Sinh định trả treo tiếp nhưng cơn đau bụng đi cầu không cho phép y đứng lại, bèn bỏ chạy vào bụi lùm. Bạt ngó theo thoáng thấy thất vọng. Vệ lùn (một trong bốn người tù sắp mãn hạn) lên tiếng:

- Chắc nó nghe ai nói gì rồi. Cái thằng nầy coi bộ hổng có đơn giản nhen.

Chiều hôm đó, cơm nước tắm gội xong, mọi người cao

hứng rủ nhau ra ngoài sân hóng mát. Bạt cũng đi theo, chỉ có Sinh than đau bụng nằm lại phòng. Bạt nghĩ cơ hội đã tới, thằng Sinh có đau bụng thiệt hay không hắn không quan tâm, chỉ là hắn biết chắc một điều Sinh đang vạch kế hoạch để đối phó với đám Minh bộp là đúng ý hắn. Không phải Bạt chưa từng nghĩ thôi thì cứ sống yên phận chờ ngày mãn hạn tù, nhưng con người của Bạt có oán phải trả, một tháng nay hắn đã cố gắng bóp bụng ăn đúng khẩu phần của một tù nhân mà không dám đòi hỏi gì đã làm cho hắn mệt mỏi vì đuối sức. Trời sinh hắn ra cho hắn được cái quyền là đi đến đâu phải được làm cha nơi đó, hắn đã xác định được mục đích sống của mình rồi. Ở một nơi hỗn quân hỗn quan như vầy mà hắn không bộc lộ khả năng của mình có phải hèn kém lắm ư? Bây giờ buông ra chơi tay đôi với từng thằng, hắn bảo đảm chưa chắc có tên nào là đối thủ của hắn. Bạt tự hào nhớ đến hôm ở đồi trà, một mình hắn chấp hết ba tên, hắn nhớ cái chết của thằng Xung, nếu là người khác đánh thì chắc thằng Xung chỉ bị thương nhẹ chứ có đâu lăn đùng ra chết không kịp ngáp như vậy, đúng là do hắn mạnh, mạnh thiệt chứ chẳng phải chơi.

Bây giờ, cứ để cho thằng mắt khói đèn dẹp loạn và tạm thời cho nó làm trùm, hắn phải chờ đúng thời điểm sẽ ra tay trừ thằng khói đèn, sau đó hắn sẽ thay thế nó làm cha cái phòng nầy. Chưa đâu, hắn sẽ còn lấn sang các trại khác, phải làm như thế nào để cả đám tù binh nghe tới tên Lang Bạt chột là phải cảm thấy rét run. Hắn chờ, chờ quản giáo mới với cái tên Tục. Kệ, càng tục ăn tục uống càng thuận lợi cho mộng bá chủ của hắn. Chứ trời ạ, năm năm dài đăng đẳng trôi qua mà phải chịu sống trong cảnh lòn cúi, đói khát như vầy thì thà chết còn sướng hơn. Hắn nhớ mang máng câu thơ của ai nè, của ai tức quá, hắn đã học qua rõ ràng mà giờ quên tên tác giả:

Đã mang tiếng ở trong trời đất
Phải có danh gì với núi sông. (Nguyễn Công Trứ)

Hắn cũng sẽ để lại tên tuổi của mình chứ, nhất định là phải có danh gì với nhà tù nầy.

Hắn đi vào nhà vệ sinh, khi bước ra, hắn thấy Sinh vội vã như chạy và đóng sầm cửa toilet lại,a, thì ra thằng nầy đau bụng thiệt. Bạt quày quả trở về phòng, nhanh chóng dàn trận hãm hại bạn tù rồi trong lúc Sinh chưa quay lại, hắn đã có mặt ở chỗ hút thuốc tán dóc của mọi người.

Cả đám lục đục kéo nhau vào phòng, hôm nay thời tiết oi bức một cách kỳ cục, nóng nực không sao kể xiết, ai nấy cởi trần trùng trục ngả lưng lên giường, lấy mấy tờ báo hiếm hoi quạt sành sạch. Minh bộp và Tám bủng buông mình đánh rầm xuống giường như thường lệ, hai người đó đêm nào cũng khoái nằm xuống kiểu như vậy. Nhưng đêm nay, vừa đặt lưng với lực mạnh xuống giường, cả hai kêu rú lên. Mọi người nghe tiếng rú bèn bu lại, phía dưới chiếc chiếu giường của hai người chỏi lên hai cây đinh một tấc đang dính mút cán vào hai tấm lưng trần.

Minh và Tám đau đớn để cho các bạn đỡ dậy rút cây đinh ra, máu theo đó mà phún vào mặt họ. Một bạn tù giở chiếu lên phát hiện cây đinh đã rỉ sét thì tức tối la lên:

- Có âm mưu nè, đi kêu quản giáo xuống liền. Đừng, đừng cầm máu, phải để cho chảy máu độc ra, cây đinh sét nguy hiểm lắm, uốn ván như chơi đó.

Minh bộp và Tám bủng được đưa lên trạm y tế của nhà giam. Quản giáo Hưng chịu trách nhiệm điều tra vụ án nầy, đâu phải vô cớ mà trên giường lại có đinh sét? Nhà tù vốn dĩ không cho bất kỳ ai đem vào hay cất giữ vật bén nhọn có thể làm hung khí, vậy hai cây đinh từ đâu ra? Một cuộc lục soát diễn ra ngay lập tức nhưng cũng không tìm được gì. Ai nấy đều bất nhẫn vì biết chắc thủ phạm chính trong căn phòng nầy chứ không ai vào được. Mà căn phòng nầy lúc ấy chỉ có một mình

Sinh ở lại khi mọi người đã ra ngoài, mọi ánh mắt đổ dồn vào Sinh, phải, chiều nầy Sinh và Minh có lời qua tiếng lại nhưng anh ta một mực biện hộ là mình bị đau bụng tiêu chảy, đi cầu suốt làm gì có thời gian hại người nhưng không ai tin, dù Sinh cứ năn nỉ cho anh ta đi tiếp vì đang đau bụng nhưng quản giáo cho là Sinh giở trò. Đến khi anh ta tiêu đại trong quần hai ba lần thì mọi người mới nói vô với Hưng là chắc Sinh không có liên quan. Vả chăng, nếu có thì nạn nhân chỉ là một mình Minh thôi chứ?

Vậy thì ai?

Không có ai để nghi ngờ vì ai cũng có chứng cứ ngoại phạm. Vụ án tạm thời ngưng lại đó nhưng trong lòng mọi người đã bắt đầu cảnh giác.

Sáng lại, ba cây đinh nữa xuất hiện trong ba đôi giầy của Hàn ú, Vệ lùn và Bạt chột.

Hàn ú, Vệ lùn bị đinh đâm vào chân mút cán còn Bạt "may mắn" phát hiện kịp thời nên không sao.

Đinh được giấu kỹ dưới lớp giầy lao động, mũi đinh đứng thẳng chỉ cần lực tác động của toàn thân nhấn mạnh xuống là sẽ cắm phập vào chân. Khi Hàn và vệ bị rồi, mọi người hoảng kinh kiểm tra lại giầy mình thì Bạt la lên, trong giầy của hắn cũng có một cây.

Hàn, Vệ lại được đưa lên trạm xá, bốn người tù cũ gặp nhau trên đó, chờ chích ngừa rồi qua phòng khác chờ ngày ra tù. Họ thừa biết ai là thủ phạm nhưng vì muốn yên ổn nên đành im lặng ra vẻ tội nghiệp chờ lúc tự do sẽ không còn liên quan tới gã chột xấu xa đó nữa.

Vụ án đinh sét làm cho cả phòng bần thần, người tỏ ra lo lắng nhất là Bạt. Bởi vì năm cây đinh sét đều đã nhắm vào năm người tù cũ. Vậy là có một trong những tên tù mới muốn tiêu diệt đám ma cũ để làm trùm nơi nầy nhưng là ai thì hiện giờ chưa phát hiện ra. Mà thủ phạm là ai thì chỉ một mình hắn ta biết rõ nhưng lúc nào cũng tỏ ra nươm nướp lo sợ vì tù cũ chỉ còn lại một mình hắn là chưa gặp nạn.

Hôm nay, sáu người họ vẫn ra nông trường lao động nhưng không ai nói với ai một tiếng nào. Sinh do đi cầu suốt từ chiều qua đến nay nên yếu sức, cứ ngồi nghỉ và cả bọn cũng không ai thắc mắc nạnh hẹ gì.

Cả trại giam đều biết chuyện năm cây đinh.

Có thể vì không điều tra ra được ai là thủ phạm, nên ngày Tám bủng, Minh bộp, Hàn ù và Vệ lùn ra trại thì hôm sau Hưng quản giáo cũng bị đổi đi sang nơi khác, Tục được cử đến thay.

Người ta nói, loài nào thì hợp với loài đó, chính Tục đã đưa Bạt tới "đỉnh cao" của sự ác độc.

HẾT CHƯƠNG 11

CHƯƠNG 12

TIỂU NHÂN ĐẮC Ý

Lúc Tục đến nhậm chức, anh em bạn tù vừa trông thấy mặt quản giáo mới đã ghét, có thể họ đã quen với cách cư xử nhã nhặn của Hưng, coi tù nhân cũng là một con người bình thường như mọi người nên thái độ hống hách biểu hiện không chút giấu giếm của Tục tức khắc làm mất cảm tình của họ, và họ cảm thấy từ nay chắc khó sống dưới sự coi sóc của anh ta.

Tục có bộ mặt lì lì của một kẻ muốn tỏ ra là người có quyền hành. Ngày đầu tiên đến trại tù nầy, anh ta đã thị uy bằng cách họp hết đám tù nhân lại dưới trời nắng chang chang của mười một giờ ba mươi phút trưa. Mọi người đứng ngoài sân chịu cái nắng như thiêu đốt còn anh ta thì đứng trong thềm của căn phòng mát rượi. Đảo mắt qua một vòng, Tục cất tiếng the thé, tiếng nói cũng chói tai khó nghe như khuôn mặt khó gần của anh ta:

- Từ nay tui sẽ quản lý trại tù nầy, tui biết mấy người cũng chưa hẳn là những thành phần bất hảo hoàn toàn và tội cũng không ai tới mười năm nên phải gắng mà cải tạo tốt để còn ra ngoài phụng sự cho xã hội nữa. Làm con người thì phải có ích lợi gì đó cho đất nước, không phải vô tù rồi thì cuộc đời coi như bỏ đi. Ở đây, nhất nhất các người phải nghe lời tui, tui sẽ hướng cho các người về đường ngay nẻo thẳng. Tui rất tốt với những ai biết tuân thủ luật pháp, còn những người cà chớn cà cháo thì cũng xin tuyên bố thẳng, tui chẳng nương tay.

Bên dưới có tiếng nhao nháo "Họp con mẹ gì, hắn muốn phô trương thanh thế, hăm dọa anh em tù đó chứ gì". Tục chỉ nói nhiêu đó thôi rồi giải tán, thái độ dương dương tự đắc nhưng cũng chẳng làm ai bận tâm.

Bạt tin rằng tay Tục nầy sẽ giúp gã làm bá chủ trại giam chỉ dưới quyền một mình hắn thôi. Muốn như vậy thì phải lân la tìm cách kết thân với anh ta mới được.

Và Bạt cũng không cần phải đợi chờ lâu.

Ngay ngày hôm sau nơi tập trung lao động, Tục khác với Hưng ở chỗ không chia thành nhóm để làm mà tất cả đều gom lại làm chung cho tiện việc quản lý và dễ dàng diệu võ dương oai. Nói chung, những thông lệ mà Hưng đặt ra thì Tục bỏ hết, chỉ làm theo cách của anh ta mà thôi.

Cũng chính vì vậy mà ngoài công trường xô bồ xô bộn hết chỗ nói, không có trật tự qui cũ, không ai biết mình phải làm gì và làm chung với ai cho nên cứ lóng ngóng, gần nửa buổi sáng chưa có một lưỡi cuốc xuống đất. Tục chạy tới chạy lui quát tháo ầm ĩ nhưng vẫn không khiến được những người tù. Trong hoàn cảnh đó, Bạt cảm thấy vui mừng vì phát hiện ra anh ta cạn nhách đầu óc, không thể cai trị được bằng sự thông minh quyết đoán thì chắc chắn anh ta sẽ cai trị bằng những thủ đoạn. Bạt chỉ mong có vậy nên quyết tâm sẽ cố gắng lấy lòng anh ta.

Mặc kệ ai nạnh hẹ tị hiềm, Bạt lầm lũi cắm đầu cuốc. Anh ta đưa nhướng mắt ra dấu cho năm người tù chung phòng với mình làm theo. Sinh và bốn người còn lại cũng chán ngán cảnh ồn ào nên bắt chước theo Bạt, xăng xái cầm cuốc cuốc theo. Mọi người cũng lục đục tìm chỗ làm cho qua buổi sáng. Ánh mắt Tục ngừng lại chỗ Bạt gật gật đầu tỏ vẻ hài lòng. Bạt kín đáo nở với Tục một nụ cười thông cảm và khuất phục.

Chiều, sắp kết thúc buổi lao động, Bạt thấy Tục xăm xăm đi về phía bìa rừng. Cho rằng đây là cơ hội tốt để nịnh hót, Bạt len lén theo sau, và ở đây, gã chứng kiến một quang cảnh ngoài sức tưởng tượng của mình.

Không phải một mình Bạt theo sau lưng Tục mà còn có một người khác, Hồ nhận ra ngay đó là Thắng, Thắng mặt rỗ ở phòng giam số 6 cách Bạt ba phòng, Thắng rỗ với cái mặt rỗ chằng chịt và đôi mắt lúc nào cũng âm u ít khi tiếp xúc với ai nên ít ai biết trong đầu anh nghĩ gì. Thắng được anh em bạn tù chung phòng kính trọng vị nể vì sống rất biết điều. Anh bị án tù mười năm và chỉ mới ở hơn năm năm. Lúc quản giáo Hưng còn ở đây, thỉnh thoảng có cùng Thắng và anh em bạn tù ngồi hút thuốc nói chuyện đời, ngoài việc phải lao động cực khổ dãi nắng dầm mưa ra, dưới sự quản lý của Hưng, ai cũng có những chuỗi ngày tù thoải mái. Nhưng quan điểm của Tục thì không như vậy, ở tù mà thoải mái như ở nhà thì trại tù lập ra để làm gì? Vào tới trong nầy rồi thì sống phải biết sợ thì đến khi ra ngoài không được tái phạm nữa, như vậy mới gọi là cải tạo thành công.

Trở lại chuyện Thắng theo dõi Tục. Khi Tục đến một bụi cây nơi bìa rừng định tụt quần xuống đi cầu thì Thắng bước lại gần, quơ khúc củi nằm dưới đất thủ sẵn trên tay, rít lên:

- Ê! Thằng chó đẻ.

Tục ngước mắt lên, nhìn thấy Thắng anh ta đâm hoảng, lắp bắp:

- Anh… mầy… mầy ở trong nầy à?

- Tao không ở trong nầy thì ở đâu? Cái kết nầy là do mầy ban cho. Hôm nay, giá nào tao cũng sẽ trả công cho mầy.

- Đừng có làm càn. Thôi bỏ qua chuyện cũ đi, từ nay mầy muốn làm gì ở đây thì làm, tao thề không động phạm đến mầy.

- Muộn rồi mầy. Tao sống đến giờ chỉ để trả thù mầy thôi. Mầy đừng nghĩ ném đá giấu tay là qua mặt được tao. Hôm nay mạng đổi mạng.

- Đừng làm bậy, tao có súng đó. Chuyện cũng đã qua mấy năm rồi, mộ của con nhỏ em và vợ mầy cũng xanh cỏ rồi, mầy cũng sắp ra tù về với con, đừng manh động rồi ân hận, tao sẽ bồi thường cho mầy khi mầy ra tù.

Thắng rít lên trong cổ họng:

- Bồi thường? Mầy có bao nhiêu mạng để bồi thường? Mầy hại chết em gái tao, khi bị vợ tao phát hiện, mầy giết người diệt khẩu. Giết hai mạng người không chớp mắt còn đổ oan cho tao tội tàng trữ ma túy. Gia đình mầy có thế lực tao có miệng mà nói chẳng nên lời đành vô tù ngồi gỡ lịch cho bên ngoài mầy sống nhởn nhơ. Tao thề là sau khi ra tù sẽ tìm mầy tính sổ, nay là ngày tận số của mầy rồi, giết mầy xong tao đi tự thú chứ không hèn hạ như mầy đâu.

Thắng nói xong ào tới đánh thẳng tay khúc cây lên đầu Tục. Dù đã đề phòng trước nhưng Tục vẫn lãnh đủ cú đánh vào đầu. Anh ta đau điếng người, ý thức được đây là đòn thù, đòn lấy mạng nên hắn bật dậy, rút phăng cây súng lục ra, môi mím lại đưa đôi mắt lạnh lùng nhìn Thắng:

- Hôm nay tao giết mầy luôn để diệt đầu mối. Tao có thể tri hô lên cho mầy chồng án với tội đánh cán bộ nhưng mầy còn sống ngày nào tao còn bị đe dọa ngày đó. Về dưới sum họp và lo cho vợ, cho em mầy đi.

- Khi đến đây, tao cũng không có ý định quay về. Tao chết cũng không sao nhưng tội ác của mầy thì tất cả mọi người ở đây sẽ biết. Tao làm ma cũng sẽ không tha cho mầy.

- Ừ thì mầy cứ làm ma đi để coi làm gì được tao. Sống sờ sờ ra đó còn chẳng ăn thua mà chết thì làm con mẹ gì nữa.

Rồi Tục lên đạn. Thắng điềm nhiên phóng thanh củi vào mặt Tục, anh ta né ngang nhưng vẫn bị xước ngang mặt kéo thành một vết rách dài rịn máu. Tục chỉ chờ có vậy là nổ súng, viên đạn chính xác xuyên ngang lồng ngực ngay chỗ trái tim làm Thắng ngã xuống.

Tục đứng yên đó, anh ta biết chắc tiếng súng đã kinh động mọi người nên chờ. Núp trong lùm cây bên cạnh, Bạt hồn vía lên mây. Anh ta biết Tục không phải là kẻ đơn giản nhưng nếu không nhân cơ hội nầy nắm thóp hắn thì biết đến bao giờ? Nghĩ vậy nên Bạt đánh bạo xuất đầu lộ diện:

- Giết người rồi, anh Tục.

- Mầy chứng kiến hết rồi phải không? Vậy là cũng nên chuẩn bị đi theo nó liền.

- Bậy bậy, em đứng về phía anh mà. Bây giờ mình phải lo giải thích về cái xác nầy.

- Giải thích là giải thích làm sao?

- Có em chứng kiến, thằng Thắng vượt ngục bị anh bắt lại. Nó đánh anh phun máu đầu rồi phang cây vô mặt anh, anh dùng súng định uy hiếp nó và nhào tới trói gô nó lại nhưng bị nó chống cự quyết liệt nên súng cướp cò nó phải bỏ mạng.

- Người ta tin anh nói à?

- Tin chứ anh, em với nó có thù oán gì đâu và em với anh cũng đâu có quen biết mà lo cho anh chứ?

- Anh giúp tui như vậy đặng chi vậy?

- Chẳng có chi cả. Chỉ là để sau nầy anh giúp lại em, mỗi bữa cơm cho thêm vài chén là được.

- Ủa anh ăn không đủ no hả?

- Em ăn nhiều lắm, chế độ một người tù không đủ đâu anh.

- Vậy thôi hả?

- Dạ, vậy thôi. Ở tù mà, muốn gì nữa giờ anh?

- Được. Vậy anh lo sao lo tui coi coi.

Bạt la lớn lên:

- Có người vượt ngục anh em ơi, có người vượt ngục.

Những người tù đang lục đục chuẩn bị về nghe tiếng kêu của Bạt thì kéo đến. Ai nấy kinh hoàng khi nhìn xác Thắng nằm chỏng chơ dưới đất, Bạt lắp bắp giải thích với khuôn mặt còn nguyên vẻ sợ hãi. Những người chung phòng với Thắng khiêng xác anh lên, họ không nói gì nhưng lý do vượt ngục không thuyết phục được họ. Họ tin rằng Thắng chưa bao giờ có ý định vượt ngục. Cái chết nầy còn quá nhiều bí ẩn mà đầu mối điều tra lại nằm ở kẻ đã gây ra.

Đúng là mạng người tù đơn giản quá, với lý do vượt ngục và chống người thi hành công vụ có chứng kiến của một tên tù thì vụ án được xếp lại. Bạn tù thương tiếc Thắng, họ rủa xả Tục và khinh thường Bạt, họ hiểu hết nhưng muốn yên thân nên nín nhịn. Em trai Thắng tới nhận xác anh đem về an táng trong nỗi căm hờn khi nhìn thấy Tục.

Bắt đầu cho những chuỗi ngày đắc ý của Lang Bạt.

Sau khi mọi việc đã lắng xuống, Tục giao phần chia cơm tù cho Bạt. Mặc dù giữa Tục và Bạt không có sự gần gũi thân thiết nhưng trong lòng Tục cũng có chút kiêng dè. Anh ta không biết Bạt hiểu được bao nhiêu nhưng thấy Bạt cứ giả ngu giả khờ nên Tục cũng cho qua. Tục nghĩ, một con người phàm ăn tục uống thì chẳng sâu sắc bao nhiêu để đề phòng, cứ tọng cho nó đầy bụng là xong nên giao cho Bạt phân chia cơm để Bạt muốn ăn bao nhiêu thì ăn, anh ta không màng tới.

Bạt như trúng số độc đắc. Việc đầu tiên trong mỗi bữa ăn là hắn xúc cho mình một thau lớn, để đồ ăn phủ phê rồi mới bắt đầu chia cho từng phòng, mỗi phòng lãnh về chia cho anh em tù. Hắn hạnh phúc chưa từng thấy, đủ sức ăn, hắn mập mạp trở lại, đầu óc linh hoạt hơn và thủ đoạn tàn độc hơn.

Bếp ăn nấu theo chế độ người tù, bao nhiêu phần ăn đã được tính toán rạch ròi. Sự cắt xén của Bạt tất nhiên gây thiếu hụt cho những người khác, họ phản ảnh với quản giáo thì bị lơ đi. Bạt còn khôn ngoan tìm mọi cách để cung phụng cho Tục nên gã híp mắt để cho hắn ngày một lộng hành.

Lành thắc mắc không biết tiền đâu mà Bạt đưa cho chị lần nào cũng nhiều vậy nhưng Bạt không giải thích, dần dà Lành cũng không bận tâm, miễn có tiền để chị lo cho chồng, cho con là được.

Ra công trường lao động, Bạt cũng không thèm làm gì, chỉ khi có mặt Tục thì gã xun xoe nịnh bợ ra mặt không thèm cữ kiêng gì nữa. Rất nhiều người thấy chướng mắt nhưng hễ ai mát mẻ một câu là xem như hôm đó sẽ bị Bạt gây sự, hoặc đánh đập hoặc cắt mất phần ăn. Ai cũng mong một ngày nào đó có đoàn kiểm tra về sẽ đồng loạt đứng lên tố cáo Bạt.

Hồ dơ bẩn đến độ buổi tối đi nghênh ngang từ phòng nọ đến phòng kia. Ai được thăm nuôi món gì ngon, lạ là gã đưa tay cướp lấy mặc cho bạn tù phản ứng. Một bữa, gã giựt gói thuốc trên tay một bạn tù, người ấy chửi gã là đồ ăn giựt vậy là gã xoay qua đánh gãy anh nọ hai cái răng. Sự việc được báo lên quản giáo nhưng Tục chỉ rầy gã vài câu rồi thôi. Hoặc trong bữa cơm, ai có người nhà gửi đồ ăn cải thiện thêm, đem ra cho bạn tù ăn chung là y như rằng Bạt gom hết về phần mình, xấu xa, đê tiện như vậy mà mặt hắn vẫn nhơn nhơn không lộ vẻ gì là ái ngại. Chưa hết, khi gã thấy một người tù giặt giũ quần áo, liền thảy bộ đồ của mình vào thau bắt giặt, ai phản ứng lại thì gã đá cho một phát lăn mấy vòng. Không một ai muốn đến gần Bạt, một câu nói với gã người ta cũng tiếc.

Bạt cứ sống cuộc sống đế vương như vậy trong tù, ngoài sự tự do ra hắn không khác chi ông hoàng, hắn mặc kệ người ta nghĩ sao về mình.

Thắm thoát cũng được hơn ba năm ăn no ngủ kỹ, tính ra, Bạt thụ án đã được bảy năm. Chỉ còn một năm nữa là hắn mãn hạn tù. Nhưng tiểu nhân không được đắc ý mãi, trong một lần về phép, Tục bị xe đụng chết tại chỗ trong một buổi tối và không tìm ra thủ phạm. Theo nhận định của pháp y, đây có thể là một cuộc trả thù vì sau khi nạn nhân đã ngã xuống, chiếc xe còn đáo tới đáo lui mấy bận nên thân thể nạn nhân bị nát bấy cả lục phủ ngũ tạng và hạ bộ cũng banh chành, vết bánh xe nầy chồng lên bánh xe kia nên khó tìm ra dấu xe rõ ràng.

Quản giáo Hưng lại trở về. Hết người che chắn, Để xem một năm còn lại trong tù Bạt sẽ sống ra sao?

HẾT CHƯƠNG 12

CHƯƠNG 13

ĐẠI BÀNG GÃY CÁNH

Hưng về nhậm lại chức được hết thảy anh em tù cũ hoan nghinh, những tù mới sau khi Hưng đã rời khỏi cũng nghe tiếng về anh nên rất hoan hỉ. Chỉ có thay đổi quản giáo thôi mà cả trại tù như bừng dậy sau một giấc ngủ dài trải qua cơn ác mộng.

Ngày đầu tiên, lắng nghe những phản ảnh của mọi người, Hưng thấy sự việc không lớn lắm chỉ là vì miếng ăn mà thôi, nhưng cũng phải kịp thời chỉnh đốn chứ cứ để trình trạng nầy kéo dài sẽ làm cho tù nhân thiệt thòi và tính tự cao tự đại của Bạt ngày thêm lộng hành. Hưng cho gọi Bạt lên chỗ làm việc, nghiêm khắc nhìn hắn:

- Mới đây mà thay đổi nhanh vậy à?

Bạt gãi gãi đầu, hắn đã chuẩn bị tư thế đối phó:

- Có thay đổi gì đâu cán bộ.

- Ông tưởng tui bù nhìn à? Tui không có tai để nghe sao?

- Tụi nó ghét tui rồi nói nhảm với cán bộ thôi. Dù sao cán bộ cũng đã biết tui hơn ba năm rồi chứ ngày một bữa sao?

- Phải, vì biết ông hơn ba năm nên tui mới tin là ông muốn làm cha ở đây. Ông đừng tưởng tui không biết ông giở trò trong vụ mấy cây đinh nhen, cũng bày đặt để trong giày mình một cây nhưng ông có bị làm sao đâu? Quan điểm của tui là chỉ muốn mọi người cải tạo tốt để nhanh chóng ra ngoài làm lại cuộc đời chứ không phải lợi dụng các ông để vinh thân phì da, và tui cũng không cho phép ông có một đặc ân gì như trước nữa, anh em tù sống như thế nào thì ông phải sống như thế đó không hơn không kém. Ông ăn no hay không no là chuyện của ông, không thể viện cớ đó mà cắt xén phần ăn của người ta được. Nghĩ cũng ngộ, từng tuổi nầy sao còn quan trọng miếng ăn vậy không biết, nói ra thêm nhục cho nên tui nghĩ ông cũng nên câm miệng là vừa. Hôm nay tui chỉ có mấy lời với ông vậy thôi, từ mai chuyện phân chia cơm nước sẽ do bếp ăn không liên quan ông. Về đi.

Bạt lầm lũi ra về, trong bụng vừa nhục vừa hận. Thằng chó đẻ, thằng con nít miệng còn hôi sữa dám lên lớp dạy đời tao à? Mầy còn đang đắc ý tao tạm thời gác qua một bên, chừng có cơ hội đừng trách tại sao tao ra tay tàn độc nhen mậy?

Bạt ấm ức nhưng cũng nghe buồn trong lòng, những ngày tháng sắp tới sẽ đói dài dài. Thằng chó nầy nó biết gì về vụ mấy cây đinh mà nói bóng gió như vậy? Thứ xỏ lá chứ biết con mẹ gì, có bằng chứng là nó tóm đầu mình rồi, bộ mầy tưởng tao là con nít ba tuổi cho mầy nhát ma hả mậy?

Bữa cơm hôm sau hắn ngồi âm thầm lầm lũi ăn, bên cạnh rất nhiều đôi mắt thỏa mãn vì sự xuống cấp của hắn thì vẫn còn có Sinh mắt khói đèn thông cảm. Anh bước lại xớt bớt phần cơm của mình cho Hồ, nhẹ nhàng nói:

- Hôm nay trong bụng không được êm, chú ăn giùm tui chút đỉnh nhen.

Lần đầu tiên sau bảy năm trong tù Bạt thấy cảm động. Hắn hiểu Sinh muốn nhường bớt phần ăn cho hắn nhưng sợ mọi người ganh ghét hắn nên nói trớ đi. Ai cũng đưa mắt nhìn, hắn nghe có tiếng xì xào khi đang gầm đầu xuống khai cơm:

- Nếu như thằng chả trước đây đừng có làm phách chó thì giờ người bớt chút cho chả có chết chóc ai đâu. Nhưng giờ ngó mặt chả còn không muốn ở đó mà cho chả ăn no.

Bạt vẫn im lặng để mặc cho ai muốn nói gì thì nói, trong lúc nầy hắn ý thức được là mình nên câm, phải, chỉ có câm mới qua được ải nầy còn trả treo gì cũng chỉ khiến cho chúng có cơ hội xúc xiểm. Kệ, con người ta lên voi xuống chó là chuyện bình thường, chỉ tiếc là cái tay Tục chết sớm quá, phải chi nó đợi thêm một năm nữa rồi có bị banh da lóc thịt cũng kệ xác nó, đàng nầy nó đành đoạn bỏ đi, bỏ hắn ta chịu cảnh đói khát như vầy thiệt là bất công mà. Thằng Mắt khói đèn coi vậy mà có lương tâm, thằng nầy có thể lợi dụng được, để hắn dụ nó, rỉ rịt với nó khuyên thêm vài đứa nữa bớt chén cơm như thời Tập tàn cũng được, chứ chế độ một người tù chỉ đủ để hắn hửi qua thôi. Còn một năm nữa, một năm nữa lận đó, ba trăm sáu mươi lăm ngày chứ bộ chơi sao? Ba trăm sáu mươi lăm ngày mỗi bữa ăn ba chén cơm như vầy thì sức đâu mà chịu nổi? Bạt buồn, đôi lúc cũng ngẫm nghĩ, sao mình ăn nhiều vậy chi cho khổ, chắc tại cha má hắn khá giả, gạo lúc nào cũng đầy lu khạp nên chuyện cơm nước đâu có quan trọng. Lúc cưới con vợ về, mấy lần nó trố mắt nhìn mình ăn như cha sanh mẹ đẻ tới giờ chưa thấy ai ăn như vậy. Rồi sau đó ở riêng, chỉ có hai vợ chồng mà nồi cơm lúc nào cũng bằng một đại gia đình. Lúc hắn đi lính, mặc dù cơm không đủ no nhưng có ba cái quân tiếp vụ ăn xen cũng không đến nỗi nào, còn như bây giờ… Hắn chắc lưỡi, mẹ bà, khổ sao mà khổ quá.

Khi Lành đến thăm chồng, thấy hắn hốc hác không giống như trước, chị hoảng hốt tưởng Bạt bị bịnh, sau khi nghe ra, chị hỏi:

- Vậy tui cũng ráng lo cho ông ăn đủ như hồi trước nhen?

- Không được đâu, lần nầy thằng quản giáo nó ghét tui lắm, nó sẽ không cho nhà bếp nấu thêm phần cơm cho tui đâu.

Kệ đi, để từ từ tui tính, bà ở nhà ráng lo cho tụi nhỏ chờ tui về. Bận nầy chắc về dưới ngoại tụi nhỏ sống chứ Mỏ Cày đâu còn đất đai gì nữa đâu.

- Ngoại tụi nhỏ cũng đâu có cho mình đất đai ông?

- Đành vậy, nhưng dù gì cũng ít lời gièm pha.

Thấy Bạt nói đúng ý định của mình, Lành mừng lắm. Chị ra về mà ruột rối như tơ vò, thương chồng đói khát chẳng biết làm sao. Nói là nói vậy thôi chứ tiền bạc đâu mà lo lắng cho anh ta ăn như lúc trước? Kệ, cho hắn chịu đói chịu khổ để biết với người ta, hy vọng một năm trôi qua bao tử hắn cũng thu nhỏ bớt lại, chứ ra tù chưa có công ăn việc làm mà ăn kiểu nầy thì chắc là phải đi ở đợ kiếm cơm.

Trong tù, Bạt càng ngày càng mệt mỏi, Sinh cũng hay bớt phần cơm cho hắn nhưng khi có Hưng ở đó thì không. Một buổi tối, khi mọi người ra ngoài hút thuốc, Bạt ngồi tựa lưng vào tường, buồn bã chẳng muốn làm gì thì Sinh bước lại gần ngồi xuống chìa gói thuốc ra:

- Làm bậy điếu chú.

Bạt chán nản lắc đầu:-

- Thôi. Hút xót ruột lắm.

- Đói bụng hả chú? Mới thấy chú ăn mì đó mà?

- Mì ăn chơi thôi chứ no gì nổi mậy? Mà mầy tốt với tao chi cho cực thân.

- Thấy chú tui nhớ cậu tui. Tui không còn cha má, ở với cậu nhỏ lớn, mợ không ưa tui nhưng cậu thương tui lắm, luôn luôn bảo vệ tui. Tui ở tù là do mợ hại nhưng tui cũng không oán trách gì, coi như mình trả ơn cậu thôi. Coi như mình đi tù thì thằng con của cậu mợ khỏi đi, nó còn tương lai của nó, tui bất quá cũng chỉ là thằng mồ côi cha mẹ sống nhờ vào lòng thương của cậu.

Bạt ngạc nhiên, hắn quay lại nhìn Sinh, chau mày:

- Ủa? Chớ hổng phải mầy bị vợ phản bội sao?

- Tui có vợ con gì đâu mà bị phản bội chú.

- Vậy sao người ta đồn vậy mà mầy làm thinh?

- Kệ. Ai nói gì thì nói. Vô tới đây rồi còn quan tâm chi tới tốt xấu.

- Mầy bị tù oan hả?

- Coi như vậy.

- Mẹ bà, mắc mớ gì chứ? Ơn thì ơn, thiếu gì cách trả, tại sao lại đi tù thế nó? Mầy còn trẻ, ở tù kiểu nầy còn tương lai gì nữa?

- Tui học hành không có bao nhiêu nhưng cũng hiểu làm người phải có trước có sau. Thằng em tui vừa tốt nghiệp đại học ra, ở tù vì tội cưỡng bức con nít rồi làm sao nó còn tiền đồ.

- Vậy mầy còn sao? Đéo mẹ nói nghe phát nóng vậy mậy?

- Tui nói với chú tui là đồ bỏ đi mà? Mợ la làng tru tréo như vậy ai tin tui? Mà tui cũng chẳng cần ai tin, miễn cậu và thủ phạm biết tui bị oan uổng là được.

- Vậy khi ra tù mầy trở về nhà đó ở nữa hả?

Đôi mắt đóng khói đèn của Sinh cụp xuống, anh mím môi, quyết liệt:

- Không! Thậm chí bây giờ cậu vô thăm mấy lần tui đều từ chối gặp mặt. Tui không muốn cậu khó xử nhưng cũng không tha thứ cho bà ta đâu. Nói vậy không có nghĩa là tui sẽ trả thù, mà chỉ là từ nay tui sẽ cắt đứt quan hệ với gia đình đó, thân xác nầy do cậu nuôi lớn tui đã trả trong mấy năm tù coi như xong. Ân đoạn nghĩa tuyệt, tui sẽ không để họ biết gì về mình nữa.

Sinh nói xong, cười cười nhìn Bạt:

- Ủa mà sao nay tui lại kể cho chú nghe vậy ha?

- Ủa, tại sao vậy?

- Tại vì tui thấy con mắt của chú còn đầy vẻ thù hận bất bình, nhưng chú nghĩ lại đi, có ai làm gì chú đâu? Ai lo việc nấy, chú gây thù chuốc oán với người ta bao lâu nay người ta cũng bỏ qua cho chú rồi còn mang hận trong lòng gì nữa chứ? Việc chú ăn nhiều đâu phải lỗi của người ta, tui nghĩ chú cũng nên tiết chế lại một chút chứ bắt người ta cung phụng cho mình thiệt là khó coi…

Sinh chưa kịp nói hết câu Bạt đã nổi nóng gạt ngang:

- Thôi dẹp cái giọng dạy đời đó đi mầy. Tao đẻ ra mầy được mà bày đặt dạy khôn tao hả?

- Bởi vậy không ai có thể nói cho chú lọt tai.

- Mầy đừng tưởng cho tao chén cơm thì làm cha tao được. Có muốn tao răm rắp nghe lời thì ngon vận động tụi nó bớt cơm cho tao no đi rồi tao kêu mầy bằng sư phụ.

- Tui không cần chú kêu bằng sư phụ gì hết, không phải tui chưa từng kêu gọi mọi người nhưng ai cũng lắc đầu, nói không có nghĩa vụ để lo cho chú. Mà tui thấy con người ta sống ở đời tối ngày cứ chăm bẳm vô miếng ăn khó coi quá chú. Tui nói vậy nếu như có xúc phạm xin chú niệm tình bỏ qua nhưng cũng nên suy nghĩ lại.

Không đợi Bạt phản ứng, Sinh đứng dậy bỏ ra ngoài. Bạt ngồi lại vừa mắc cỡ vừa giận run. Bao nhiêu tình cảm dành cho Sinh phút chốc hết sạch.

Từ đó, hắn sống lầm lũi không có mục đích. Vẫn đói

khát và lượng mì lành gửi vào nhiều gấp đôi. Hắn không giành giật của ai cũng không chia sớt cho ai, ít nói hắn đi và lầm lì cá biệt. Không ai quan tâm hắn cũng chẳng làm khó dễ hắn bao giờ.

Bạt kệ, chấp nhận những ngày tháng còn lại trong tù bởi hắn biết mình không có cơ hội làm đại bàng ở đây nữa, cứ chờ đi, chờ hắn ra tù, kinh nghiệm những năm tháng trong tù sẽ dạy cho hắn biết phải làm gì khi ra ngoài xã hội. Hắn phải giàu có, phải ăn sang mặc đẹp, chẳng cần no vì cơm nữa mà phải no vì cao lương mỹ vị. Tù tội tám năm, tám năm chưa nhìn thấy hai đứa con, bây giờ chắc chúng đã lớn lắm và học hành theo lời Lành nói thì cũng đã lên cấp hai hết rồi. Hắn sẽ không từ một thủ đoạn nào để đưa gia đình đến với nếp sống thượng lưu. Hãy đợi đấy, đừng coi thường thằng nầy nhé, nhé! Những ngày tháng nầy tao coi như đang ẩn cư luyện nội công để chuẩn bị ra giang hồ hiểm ác, tụi bây chỉ là bọn tép rêu có đáng gì để tao đối phó kia chứ? Bạt hài lòng với suy nghĩ của mình.

Và sự cam chịu của hắn cũng đến ngày được đền bù, ba hôm nữa hắn sẽ chính thức được trả tự do nhân vào ngày Quốc Khánh hai tháng chín, nghĩa là hắn mãn hạn sớm hơn một tháng ba ngày.

Khuôn mặt Bạt vẫn lạnh tanh, con mắt còn lại cũng không biểu lộ cảm xúc gì khi anh em bạn tù đến chia vui với hắn. Thái độ lạnh nhạt của hắn làm mọi người bất bình, trong phòng, hắn không còn chơi với ai kể cả Sinh là người thường xuyên nhường cơm mời thuốc hắn. Bạt nhận lấy tấm lòng của Sinh một cách dửng dưng như là bổn phận của Sinh vậy mà cũng chẳng thấy Sinh bất bình.

Sáng ngày ra tù, Bạt khều Sinh, nói nhỏ:

- Mầy cho địa chỉ con mụ đó cho tao, tao xử mụ cho mầy.

- Thôi cha nội, bỏ đi. Đó là chuyện của tui, tui nói rồi,

không tha thứ nhưng không trả thù, vậy thôi.

Bạt hậm hực xách giỏ làm thủ tục ra tù, không nhìn ai và cũng chẳng chào từ biệt ai. Bên ngoài cổng trại giam, Lành đang hồ hởi chờ đợi.

HẾT CHƯƠNG 13

CHƯƠNG 14

HAI ĐỨA CON, HAI TÍNH CÁCH

Vừa thấy mặt Lành, Bạt vội vã bước tới nắm tay vợ dẫn nhau đi một mạch không một lần quay lại nhìn cánh cổng tù, nơi mà hắn đã sống ròng rã suốt tám năm chưa một lần bước ra ngoài. Tám năm mới mặc lại chiếc áo sơ mi, Bạt nhủ thầm trong lòng "Từ nay ta chẳng còn sợ một thứ gì trên đời, đã từng ăn sung mặc sướng, đã từng lăn lóc xứ lạ quê người, đã từng vào tù ra khám thì trên đời nầy còn gì nữa mà phải sợ ai? Còn chút đỉnh tiền bạc của mấy đứa em đưa, Bạt ngoắc honda ôm đưa hai vợ chồng đến một hàng cơm gần nhất để ăn. Lành lo lắng nhìn chồng:

- Tui không có nhiều tiền, đủ để trả tiền xe về thôi.

- Tui có, bà yên tâm đi.

Bạt dẫn vợ vào quán, kêu phần cơm năm người ăn với thịt gà kho sả, canh khổ qua hầm, cá kèo kho khô tiêu. Lành nhìn chồng ăn một cách ngon lành vừa thương vừa ái ngại. Chị vội vàng nói trước mặt người phục vụ:

- Chờ họ tới đủ hả ăn luôn ông.

Bạt hiểu ý vợ, biết chị ngại vì sợ người ta nói hắn ăn nhiều nhưng có gì xấu xa đâu mà phải che đậy chứ? Có tiền thì cứ ăn thôi, hắn ăn và trả tiền sòng phẳng thì không có việc gì phải xấu hổ cả. Ăn giựt trên đầu trên cổ người ta hắn còn làm được đừng nói chi đến việc ăn trả tiền, lương thiện lắm rồi còn muốn gì nữa chứ?

Lành nhỏ nhẹ ăn một chén cố ý nhường cho Bạt ăn. Nhìn hắn nhai nuốt lèm lẹm mà thương, ở trong đó chắc chịu đói chịu khát lâu ngày nên có dịp là ăn cho đã.

Bước ra khỏi quán sau khi đã ăn sạch năm phần cơm và uống cả hai ly đá lạnh, Bạt lại dắt vợ vào quán khác cách đó ba căn, Lành cũng riu ríu đi theo. Bạt cũng kêu năm phần cơm nhưng đổi thực đơn. Lần nầy hắn gọi cơm sườn nướng, tép rang và canh chua cá bông lau. Lành cũng ăn một chén rồi ngưng nhìn chồng ăn. Chị đã no lắm rồi. Lành thật sự lo lắng, kiểu ăn như vậy mà về quê không có chuyện làm thì phải sống ra sao? Nhưng nếu về bên chồng phải ở chung và hầu hạ mẹ chồng thì bây giờ chị đã chán lắm rồi. Thà cực khổ bao nhiêu cũng không màng nhưng phải được độc lập không thể lệ thuộc ai. Vả chăng, chị ý thức được bên chồng không ai ưa thích chị kể cả Bạt là ruột thịt của họ. Tám năm rồi, tám năm dài đăng đẳng chứ không phải ngày một bữa mà cả đại gia đình đó chớ hề có một người biết quan tâm cháu họ sống ra sao. Cứ mỗi lần nhớ tới chị thấy nghèn nghẹn trong lòng, một sự hờn giận trào dâng.

Bạt coi mòi đã no, hắn rút tăm xỉa lia lịa vào hai hàm răng một cách thô tục, xong khoan khoái nói:

- Bắt đầu từ nay thằng Nguyễn Lang Bạt nầy đã được tự do rồi, không còn bị bất cứ ai khống chế được.

- Xong rồi về ngoại tụi nhỏ sống nhen ông? Hôm đó ông hứa với tui rồi đó.

- Thì bà muốn sống ở đâu tui cũng chìu, bao nhiêu năm nay bà cực khổ với cha con tui tui biết ơn bà lắm. Nhưng trước khi về ngoại sống thì tui cũng phải ghé nhà nội tụi nhỏ thăm má và đốt cho cha cây nhang chứ.

- Tui buồn má và các em ông lắm. Tám năm ông ở tù chớ hề có ai tới lui hỏi han con cháu họ sống ra sao. Lúc tui nghèo đói cũng chẳng ai giúp đỡ cho đồng xu cắc bạc. Bây giờ nói thiệt với ông, ông giận thì giận chứ tui cũng không muốn bước tới khu vực đó một chút nào.

Bạt nhìn Lành, con mắt dịu dàng:

- Tui hiểu bà chịu khổ trong thời gian tui đi tù, nhưng bà là dâu con, lẽ ra thỉnh thoảng dẫn con về cho nó thăm bà nội mới phải. Bà giận má má cũng giận bà, từ nhà ngoại đến nhà nội cũng đâu có bao xa, bà đưa con lên thăm nội cho bà cháu gần gũi. Mấy năm nay má bịnh không ra khỏi nhà, ốm nhom như con khô cá hố bà không thương mà còn trách móc làm chi.

- Sao ông biết má bịnh?

- Vậy chứ tiền đâu mà tui bao bà ăn hồi nãy? Tiền đâu tui sống mấy năm liền? Là má và mấy đứa em tiếp tế cho tui bà không biết sao?

- Ông có nói đâu mà biết? Họ đi thăm ông vào lúc nào sao tui không hay?

- Họ đi thăm nghịch buổi với bà. Mà thôi, tui nói cho bà biết là gia đình tui cũng không có bạc bẽo gì đâu bà cũng đừng nuôi mối hận trong lòng làm gì cho tui khó xử nghe hôn?

Lành im lặng. Im lặng vì không muốn cãi vả khi chồng mới vừa ra tù chứ thiệt lòng cũng chưa tha thứ cho gia đình chồng.

Cả hai bắt xe về Mỏ Cày ghé nhà cha má bạt.

Hàng xóm nhìn thấy vợ chồng là biết Bạt đã mãn hạn tù, vài người kéo đến chúc mừng. Má Bạt ôm lấy con trai mà khóc không ngừng. Bà tưởng cả đời nầy không còn dịp gặp lại con rồi. Các em Bạt điện thoại cho nhau cũng gom về đầy đủ, làm gà vịt ăn mừng anh Hai được tự do. Lành lầm lũi bên cạnh chồng không biểu lộ điều gì. Sau bữa cơm, má Bạt nói:

- Thôi coi thu xếp về đưa vợ con về đây sinh sống. má cho miếng đất cất cái nhà nho nhỏ kế bên để có chỗ che mưa nắng rồi kiếm chuyện làm ăn. Cũng lâu lắm má chưa thấy mặt hai thằng Trung, Quân, nay chắc cũng lớn hết rồi, không biết học hành ra sao nữa.

Bạt đưa mắt ngó qua Lành chờ ý kiến, tự nhiên Lành thấy ghét ngang, chị cay cú trả lời:

- Con không để con của con dốt đâu mà má lo. Mấy năm nay con một mình nuôi con cũng không đến nỗi để cho chúng đói khát, chỉ có điều không sung sướng thoải mái như con nhà giàu thôi. Bây giờ có ảnh về phụ với con lo cũng được rồi. Dưới ngoại tụi nhỏ cũng có cho con miếng đất cất nhà, con hàng ngày gói bánh tét, bánh ú đi bỏ mối ngoài chợ cũng đủ sống và nuôi chồng ở tù tám năm, tại má không quan tâm nên không biết thôi. Lẽ ra thỉnh thoảng con phải đưa tụi nhỏ về thăm bà nội nhưng con quần quật mỗi ngày, ngưng một bữa thì hụt vốn, kiếm dư chút đỉnh thì tới tháng phải đi thăm chồng nên không có tiền bạc và thời gian lên thăm má. Nói thiệt, con cũng trông má và các cô chú tụi nhỏ xuống thăm nhưng chờ hoài không thấy riết cũng quen. Hàng xóm thắc mắc nói chắc con không được bên chồng thương nên bị bỏ rơi, con cũng buồn lắm má.

Bà Hai nhìn con dâu, bà biết nó có ý trách móc thì trong bụng vừa thương vừa giận. Bà suy nghĩ có nên giải thích cho nó nghe tình trạng gia đình mấy năm nay không thì Thương, em gái thứ tư của Bạt quắc mắt nhìn chị dâu, ánh mắt lộ vẻ tức giận:

- Chị nói vậy ý muốn trách má với tụi tui bỏ bê cháu ruột mình chứ gì? Chị là dâu con mà tám năm nay vắng biệt không hề lui tới thăm viếng mẹ chồng. Chị biết sau khi anh Hai đi tù rồi má bị bịnh thập tử nhứt sanh không? Má nằm viện gần sáu tháng trời, tưởng đâu không còn chờ kịp ngày anh Hai về thấy mặt, tụi tui phải thay phiên chăm sóc má hết đứa nầy tới đứa kia. Thằng Út đầu tắt mặt tối lo chạy thuốc men, kinh tế trong nhà một tay con vợ nó lo. Anh em tụi tui đứa có bao nhiêu hùn lại lo bấy nhiêu, hôm nay má khỏe như vầy chị chưa một lần tới thăm mà còn trách móc. Tui nhớ hồi chị đi má có nói nếu như thiếu hụt thì về má giúp. Thạnh Phú lên Mỏ Cày bao xa chị? Máu mủ mà ai không thương không nhớ, anh Hai đi tù tụi tui là em út bỏ ảnh được sao? Chị về ở dưới dù sao cũng còn hai bác, lo cho má thì làm sao có thời gian lo cho chị nữa chứ? Nay anh Hai về, má ngỏ lời như vậy chị không cảm kích còn mắc mỏ là sao? Từ hồi bước vô nhà tới giờ tui chớ hề nghe chị hỏi thăm má khỏe không một tiếng nào à nhen.

Lành xám sịn mặt mày, chị không ngờ nhỏ em chồng dám phản ứng gay gắt với chị dâu trước mặt anh ruột như vậy. Lành chờ thái độ của Bạt thì nghe má chồng can ngăn:

- Thôi! Anh chị em lâu ngày mới sum họp, đừng gây ra thêm chuyện. Nói như vợ thằng Bạt thì có vẻ như con không muốn ở lại đây phải hôn?

Lành cúi gầm mặt xuống, mím môi:

- Ở dưới con có nhà cửa và có chuyện làm ăn ổn định rồi, về đây phải bắt đầu lại chưa có mối mang gì sống không nổi đâu má.

Bạt thấy không khí có phần căng thẳng bèn xen vô:

- Vậy đi má, với lại bây giờ đây con cũng không còn chút uy tín nào. Về dưới một thời gian nếu không sống nổi thì trở lên báo hại má nữa, nhen? Bây giờ con về rồi, má yên tâm lo dưỡng bịnh đi, đừng lo cho con nữa mà hao tốn sức khỏe, con buồn. Vài bữa con dẫn tụi nhỏ về thăm má một lần đến khi nào má than tốn cơm thì thôi. Chịu hôn?

Giọng nói ngọt ngào và kiểu nịnh mẹ của Bạt làm giảm bớt tình trạng gay gắt vừa rồi. Mọi người tạm gác nỗi buồn qua một bên để vui vẻ ăn bữa cơm gia đình đón chào anh Hai của họ được tự do. Riêng cá nhân Lành, chị nghĩ, đây là lần cuối cùng có mặt trong gia đình nầy.

Vợ chồng đùm túm dắt nhau về nhà cha má vợ, hai đứa Trung, Quân bây giờ đã lớn. Trung mười bảy tuổi nhưng chỉ mới học lớp bảy bởi lưu ban năm lớp ba và lớp năm nên cùng chung lớp với Quân, mười lăm tuổi do đi học trễ. So với anh Hai mình, Quân ngoan ngoãn hơn nhiều, nó thường hay ở nhà ngoại hơn Trung, cùng theo ông ngoại và cậu Hai đi ruộng, lẽo đẽo bên cạnh ông ngoại để đặt lờ bắt cá, mùa lúa đông ken, cũng biết bỏ mạ cho người ta cấy trên đất của ngoại vào những ngày nghỉ học. Nó hay ăn cơm và ngủ nhà ngoại vào những ngày thứ bảy chủ nhật để ngoại hoặc cậu dạy thêm. Nhờ vậy nó học giỏi nhất nhì lớp còn Trung thì lẹt đẹt dưới trung bình, được lên lớp là may mắn lắm rồi. Lành cũng không còn có ý định đầu tư cho con học hành như trước nữa, cái chị cần là nó giúp được việc cho chị. Trung được chị thương hơn vì biết phơi lá chuối cho héo rồi canh đem vào nhà xé ra đúng kích thước cho từng loại và biết phụ chị gói bánh. Chỉ có điều đáng buồn là Trung hay gây sự ngoài đường, Lành không biết bao nhiêu lần giải quyết hậu quả cho nó. Nằm đêm chị suy nghĩ, hay là nó giống cha? Chị hiền lành vậy, nó lại ở bên cạnh chị suốt cả tuổi thơ sao không ảnh hưởng tính cách của mẹ? Còn Quân thì cứ suốt ngày cắm đầu học, rảnh rỗi thì chạy sang ngoại, nó chỉ biết cột bánh tét bánh ú thôi. Nhưng Lành cũng cố ý để Quân bên nhà cha mẹ, phần vì nó được bên đó thương, các con của Hai Hiền mỗi lần về đều có quà cho nó, phần vì không có nó chị cũng đỡ một miệng ăn, thỉnh thoảng ngoại cũng cho nó tiền để anh em ăn quà vặt.

Lành giấu biệt Bạt về tính nết của hai đứa con suốt tám năm nay, nhưng khi trên đường từ Mỏ Cày về Thạnh Phú chị kể hết cho chồng nghe để anh không phải bỡ ngỡ khi phát hiện ra.

Lắng nghe vợ nói nhưng Lành ngạc nhiên khi thấy Bạt không biểu lộ một cảm xúc gì.

Cha má Lành cũng mừng rỡ đón Bạt đã cải tạo về. Ông bà hoàn toàn không biết gì về tính nết của con rể ngoài việc nó ăn nhiều. Chuyện ngộ sát ông bà coi như là một tai nạn, năm xui tháng rủi, vả lại, nó cũng đã đầu thú và chịu sự chế tài của luật pháp rồi, bây giờ nó chỉ là một công dân bình thường cho nên khi Lành đi đón Bạt, ông đã dặn dò người nhà không được kỳ thị biệt xử Bạt. Bạt được đón nhận với trọn vẹn tình thương ruột thịt.

Chỉ có Quân hơi xa lạ một chút, vì khi Bạt đi tù nó chỉ mới bảy tuổi nên bây giờ đã quên mặt ba, chỉ nhớ ông có một con mắt phải còn mắt trái bị thương nên híp lại. Trung thì khác, nó vồn vã mừng ba vì từ nay nó không còn sợ ai hiếp đáp nữa. Mẹ nó cũng không phải đi năn nỉ lạy lục người ta xin bỏ qua lỗi lầm của nó. Lỗi lầm gì chứ? Nó ấm ức khi ông ngoại nói học ở đâu thói du côn, mẹ nó thì lại nói, nhịn đi con, chờ ba con về, không có ba thường hay bị ăn hiếp, nay ba nó về rồi, thằng nào ngon nhào vô ăn hiếp thử coi? Vả chăng, nó cũng mười bảy tuổi trong giấy khai sinh có nghĩa là mười tám tuổi mụ rồi, là thanh niên rồi chứ còn nhỏ nhoi gì mà đụng chuyện phải cần ba mẹ can thiệp chứ? Trung vốn không sợ thằng nào con nào cả, cái gì phải thì thôi hà. Người lớn cũng không ngán. Con mẹ bán lá chuối nầy chửi mẻ đâu có oan, bình thường mẻ bán lá chuối cho bà kia, bà kia bịnh mấy bữa mẻ bán cho mẹ nó, xong bà kia hết bịnh mẻ nghỉ bán cho mẹ nó là sao? Mần ăn gì bất nhơn vậy? Hỏi mẻ, mẻ còn cười hề hề "Thông cảm đi con, mối mang lâu ngày của dì, tại mẹ con năn nỉ quá dì mới rọc bán cho mẹ con thôi chứ bán cho bà kia cả chục năm rồi, kẹt tiền ra lấy trước bả cũng đưa, chỗ tình nghĩa mình không bỏ được." Ạ, thì ra mẻ chê mẹ nó nghèo không có tiền ứng trước chứ gì? Vậy là nó chửi, chửi sai sao mà ông ngoại nói nó mất dạy? Cũng chính vì vậy mà nó rất ít khi tới nhà ngoại. Thằng Quân khoái tới thì cứ tới, ngoại dạy cho nó học về nó dạy lại Trung, Trung đếch cần. Cái vụ học hành nầy không phải là mục đích sống của nó.

Bây giờ ba nó về, ba nó là một người đàn ông gan góc trong trí nhớ của nó, một siêu nhân. Ba nó dám lấy mủ xương rồng nhỏ vô con mắt cho đui để khỏi đi lính, ba nó dám vì bảo vệ nồi cơm của vợ con mà giết người rồi ba nó cũng dũng cảm trả giá cho sự giết lầm của mình. Người như vậy thì tuyệt quá mà cái thằng khốn khiếp kia tuổi với nó, ỷ học lớp mười một dám buông một câu vầy nghĩ tức chưa? "Ba mình tự hủy bản thân, dù là ngộ sát nhưng cũng làm chết một mạng người có gì mà tự hào chứ? Lẽ ra nên cúi gầm mặt mà đi". Ạ, cái thằng đó không dần nó một trận không được. Nó bự con hơn, mạnh hơn thằng đó nhiều, chỉ mới gây sự thôi mà đám ôn thần bạn nó túa ra, đứa kéo thằng đó về đứa đi méc mẹ nó, nó lại bị chửi. Mới từng tuổi nầy bị chửi oan ức biết bao nhiêu lần. Nhưng vì là mẹ nó nên nó nhịn hết, chứ người khác mà xúc phạm nó hả? Xin lỗi à, hãy đợi đấy.

Riết rồi Trung thấy chán, nó định nói với mẹ học hết năm nay rồi nghỉ, chờ ba nó về cha con tìm cách sinh nhai khác. Nó sống lầm lũi ít nói chuyện với ai, chỉ vui vẻ lúc ở bên cạnh mẹ. Khi chỉ có hai mẹ con, mẹ nó không bao giờ rầy la, chỉ khuyên nhủ nó nín nhịn chờ ba về, mình coi như mẹ góa con côi dễ bị người ta ăn hiếp. Chỉ có mẹ mới hiểu nó mà thôi.

Trung quấn quýt lấy ba, mắt nhìn Bạt ra vẻ ngưỡng mộ làm Bạt thấy ấm lòng. Chị Hai Hiền và Lành làm gà nấu cơm đãi Bạt. Ba người đàn ông vừa ăn cơm vừa uống với nhau vài ly rượu, trời cũng chạng vạng tối. Má Lành xúc đầy bao gạo hai mươi ký đưa Trung vác về trước, còn bao nhiêu đồ ăn Lành túm cả để về nấu cơm cho chồng ăn thêm. Quân cũng theo ba mẹ về nhà.

Sau tám năm xa cách, đây là đêm đầu tiên cả gia đình sum họp đủ đầy.

Trong lúc Lành đi nấu cơm, Trung và Quân ngồi quanh bên ba trên chiếc ghế bàn tròn ngoại cho dùng để ăn cơm, vừa nói chuyện với con bạt vừa quan sát căn nhà của mình. Đây là nhà sao? Là một cái chòi dùng để giữ lúa cất ngoài đồng trống thì đúng hơn, mà cái chòi nầy chắc là từ lúc cất đến giờ chưa một lần tu sửa lại, rách nát trống trơn. Cái bàn tròn cũ kỹ đặt cạnh bộ vạt làm bằng tre để ăn gian hai chỗ ngồi. Ban đêm chắc hai đứa nhỏ ngủ ở bộ vạt nầy vì bạt thấy chiếc chiếu cuốn lại, bên trong chiếu lú ra mền gối. Ba cái ghế đẩu muốn rệu rã. Căn phòng vừng bằng lá chằm không có cửa đóng. Ngồi trên nhà thấy cả dưới bếp đang làm gì, bếp đắp vuông vức bằng đất có đặt hai bộ ông bà táo để chụm củi một cái lò được đắp bằng đất sét chắc chắn để dùng hấp bánh, có lẽ là do ông ngoại hay Hai Hiền làm giúp. Nghèo. Nghèo hết sức nghèo. Trái tim Bạt nhoi nhói đau, sống khổ cực như vậy mà nuôi nổi hai đứa con và thằng chồng ở tù, đúng là đàn bà bản lãnh có một không hai.

Trung theo dõi ánh mắt ba nó và như tâm linh tương thông, nó hiểu ba đang nghĩ gì:

- Nhà mình nghèo quá phải không ba?

Bạt chua xót gật đầu:

- Mấy năm nay cực cho mẹ con tụi con quá. Ba làm cha mà thiệt là vô trách **nhiệm**, để một mình mẹ gồng gánh cả gia đình.

- Có gì đâu ba, mọi chuyện cũng qua rồi. Bây giờ ba về, cả nhà sum họp từ từ mình gây dựng lại. Miễn đủ cha đủ mẹ là vui rồi.

Quay sang Quân, Trung nói:

- Thằng nầy từ nay về nhà không ở bên ngoại nữa nhen mậy?

- Có sao đâu? Hễ có chuyện là tui chạy về phụ, ở sát bên hú là nghe liền. Ở bển ngoại dạy cho học cũng đỡ tốn cơm mẹ.

Bạt ôn tồn:

- Chuyện đó từ từ tính đi.

Trung lại hỏi:

- Ở tù cực lắm hả ba?

- Thằng nầy – Bạt phì cười – có ai nói ở tù mà sướng đâu? Làm lụng cực nhọc mà cơm ăn không đủ no. Còn bị cán bộ buồn buồn lôi ra chửi nữa chứ.

- Hì hì, ba ăn cơm quá chừng mà đói sao chịu được ba?

- Thì cũng ráng chứ sao giờ? Cho nên tụi con thấy lúc nầy ba ốm nhách không? Mới ra tù, ba mẹ đi ăn hai tiệm no cành luôn.

Ba cha con ha hả cười. Lành dưới bếp cũng cười theo. Tám năm chờ đợi hôm nay chị đã toại nguyện rồi. Cuộc sống từ nay có khổ cực cách mấy cũng có người chung lưng đấu cật phụ lo với chị. Vậy là đủ.

Đêm đầu tiên đó, người ta nói, vợ chồng mới cưới không bằng vợ chồng đi xa mới về. Tám năm không có chung chăn gối, họ ân ái rất mặn nồng. Sau đó, nằm gối đầu trên tay chồng, cả hai nói với nhau nhiều, rất nhiều dự tính cho tương lai. Vì là nhà lá tum húm nên anh em Trung, Quân nghe rất rõ dù là tiếng nói của ba mẹ chúng chỉ thì thầm. Hai đứa con đứa nầy tưởng đứa kia đã ngủ, nằm im lặng lắng nghe nhưng mỗi đứa mang một tâm trạng rất khác nhau.

HẾT CHƯƠNG 14

CHƯƠNG 15

BÁM VÁY ĐÀN BÀ

Sau một giấc ngủ dài đầy mệt mỏi, Bạt thức dậy thì Lành và các con đã đi đâu mất hết. Hắn nhớ mang máng trong lúc ngủ có nghe vợ nói sẽ đi chợ mua đồ ăn về làm bữa cơm sum họp gia đình. Còn hai thằng nhóc đâu rồi ta? Chẳng lẽ chạy qua hết bên ngoại bỏ thằng cha nó ở nhà một mình sao?

Buồn tình, Bạt đánh răng rửa mặt xong đi vòng vòng chung quanh nhà quan sát. Trước cửa Lành có trồng hai cây cẩm lai chắc cũng bảy tám tuổi gì rồi nên gốc to đùng, tỏa bóng mát che kín căn nhà nhỏ ọp ẹp tồi tàn. Hết chuyện nói, ai đời lại đi trồng cẩm lai bao giờ, thay vào đó là cây xoài cây mận cũng có trái cho con ăn, đàn bà thiệt dốt tính. Nhưng thây kệ, chắc gì mình trụ ở nơi nầy lâu mà lo cho mệt.

Bạt hướng mắt ra mé sông. Chắc mỗi chiều Lành hay đứng đây để nhớ chồng. Tội nghiệp, đàn bà chung thủy như Lành thật khó tìm. Mấy năm nay cực khổ lo cho con và chồng chưa nghe một tiếng than van, bây giờ hắn về rồi, phải làm gì bù đắp cho vợ được an nhàn một chút. Nhưng ở cái xứ khỉ ho cò gáy nầy không có tiềm lực kinh tế gì ráo thì phải làm sao đây? Cứ tạm thời ẩn nhẫn coi tình thế ra sao rồi liệu cũng không muộn. Cha má vợ đất đai nhiều, lúa thóc đầy bồ chắc cũng không đến đỗi để vợ chồng con cái hắn đói khổ. Nhìn lại căn chòi, hắn thấy chạnh lòng. Chỗ như vầy để cho người ở đó sao? Nhà sao hoang vắng quạnh hiu quá, phía sau là đồng lúa bạt ngàn của cha mẹ vợ, đàng trước là con sông ngoằn ngoèo chảy đi đâu hắn cũng chưa biết, buồn làm sao, thương làm sao cho hai đứa con thơ lớn lên phải ở nơi rừng rú như vậy. Phải tìm cách đổi đời thôi.

Bạt chắp tay sau đít đi tới đi lui suy nghĩ thì Trung về, tay nó xách cái túi đệm bịt kín rón rén đi vòng vào trong nhà. Bạt hiếu kỳ theo sau xem nó làm gì, thấy Trung lôi trong túi ra một con gà mái đen đã bị vặn cổ chết. Nó giấu con gà vào một góc rồi bắc chảo nước lên chuẩn bị làm thịt. Bạt ngạc nhiên:

- Con gà đâu vậy?

Trung ngẩng lên, đưa ngón tay lên miệng ra dấu im lặng rồi nói nhỏ:

- Con gài bẫy bắt ngoài ruộng đó.

- Gà của ai?

- Không biết, chắc của ông Ba kế nhà ngoại.

- Con hay bắt như vậy lắm hả?

- Hôm nào mẹ hết tiền con cũng bắt, nếu còn sống thì mẹ đem đi chợ bán còn bị què quặt hay chết thì mần thịt ăn vài bữa cũng đỡ tiền chợ. Mà vụ nầy không được cho thằng Quân biết, nó méc ngoại chửi nát.

Bạt chán nản lắc đầu, thì ra bần cùng sinh đạo tặc, trước đây những chuyện như vậy Lành sẽ không bao giờ chấp nhận. Bạt thì không sao, đối với hắn, sao cũng được miễn gia đình hắn no đủ thì dù thủ đoạn có đê tiện hơn hắn cũng không từ.

- Thằng Quân đâu rồi?

- Hồi con đi nó còn ngủ, chắc qua ngoại rồi, hôm nay học buổi chiều mà.

- Nó học giỏi lắm hả con?

- Ông ngoại dạy suốt mà không giỏi sao được. Ổng thương nó, không thương con.

- Tại con lì ha sao?

- Ổng chửi con mất dạy hoài đó ba.

Rồi vừa làm gà, Trung vừa kể cho ba nó nghe tất cả mọi chuyện oan uổng của nó với hy vọng ba nó sẽ là đồng minh. Bạt im lặng lắng nghe con trai huyên thiêng mà trong lòng thấy chua xót. Hắn không biết mình nên vui hay buồn về đứa con trai trưởng của mình. Phải, có thể lúc nhỏ do cuộc sống đầy đủ nên Bạt chưa bao giờ đi trộm vặt như con của hắn. Nhưng biết sao được, cuộc sống mà, ngộ biến phải tùng quyền, hắn nghĩ, chắc cũng có nguyên nhân nên vợ hắn mới để cho con làm chuyện như vậy. Cũng may nó chưa bị phát hiện. Hắn phải thay đổi cách sống của nó, bởi vì chắc chắn gia đình hắn không ở đây lâu, lỡ sau nầy nó đến một nơi nào đó có gây ra chuyện gì khi về địa phương xác nhận thì cũng không có tiền án tiền sự, đỡ thân.

Lành về, chị mua cá kèo về nấu mắm kho cho chồng, món ruột của Bạt. Trên đường về chị ghé ngang ruộng nhổ một mớ rau chốc. Mắm kho rau chốc là trúng sách. Thấy Trung lúi húi mổ con gà, Lành tái mặt:

- Gà ở đâu nữa vậy? Lại gài bẫy hả?

Trung cười đểu, gật đầu. Lành ái ngại nhìn chồng:

- Ông đừng giận, chắc nó muốn cải thiện bữa ăn cho ông.

Bạt cười thông cảm. Nghe tiếng Quân hát vang rền ngoài cửa, mọi người quay ra, thằng bé cầm xâu cá lóc ba con dứ dứ tự hào:

- Con có cá lóc hùn nè.

Bạt vui vẻ:

- Cá đâu vậy?

- Con bắt đó.

- Giỏi vậy sao?

- Ông ngoại nói con có tay sát cá mà.

Trung quay sang, trề, lời nói cộc lốc nhưng bụng không có ác ý:

- Mầy mở miệng ra là ông ngoại.

- Chứ sao. Thần tượng của tui đó ông.

Bữa cơm diễn ra vui vẻ, ấm áp và hạnh phúc.

Chiều, hai đứa nhỏ đi học, vợ chồng Lành dắt nhau qua nhà cha vợ để nghe ông bày chuyện làm ăn sinh sống. Ông nói trước mắt Lành cứ buôn bán bánh trái bình thường như mọi hôm còn Bạt thì phụ ông gặt mấy công lúa đang chín rộ rồi lấy một mớ về làm vốn sinh nhai.Tạm thời như vậy rồi cũng nên đi phụ gặt với lối xóm bà con lấy tiền công, nếu Bạt không gặt được bằng vòng hái thì dùng lưỡi hái cắt cũng được. Bạt vui vẻ nhận lời nhưng thực tế trong lòng rất buồn phiền, hắn sinh ra đời không phải để đi làm thuê làm mướn. Nhưng ngộ biến phải tùng quyền chứ biết làm sao?

Mọi việc thuận lợi nhưng sau vụ lúa thì cái sự ăn uống của Bạt bị tai tiếng quá nhiều.Lúc làm cỏ ruộng cho đến lúc nhổ mạ mùa sau cũng không ai kêu hắn phụ nữa mặc dù hắn cũng siêng năng nhanh nhẹn không biếng nhác nhưng do ăn bằng năm sáu người cộng lại nên người ta ngại. Biết chuyện, ông Ba cha vợ hắn có nói nhỏ với Lành, kêu hắn ăn ít lại chút rồi về nhà bồi dưỡng thêm nhưng Lành không dám nói lại cho Bạt nghe vì sợ chồng tự ái.

Trung không lên được lớp tám và bị lưu ban cho nên nó

quyết định nghỉ học ở nhà phụ mẹ gói bánh. Quân thì sang ở hẳn nhà ngoại để được đi học. Bạt về Mỏ Cày rỉ rịt với mẹ ruột móc được ba chỉ vàng mua chiếc xe Honda cup cánh én tập cho Trung chạy để chở Lành ra chợ giao bánh và mua nếp. Cha con cùng phụ gói bánh cũng kiếm được chút tiền đủ sống qua ngày nhưng muốn khá giả không phải là chuyện dễ dàng gì.

Bạt suốt ngày không đi đâu, cứ lẩn quẩn trong nhà chờ vợ về. Lành lo lắng cho chồng từ cái ăn cái mặc cho đến thuốc hút và chiều nào cũng có xị rượu đưa cay. Biết được điều nầy do Quân méc lại, ông bà Ba và Hai Hiền kêu Lành lên la cho một chập là đã nghèo, chạy ăn từng bữa mà còn tập tành đủ thứ cho tốn kém thêm. Sống ở quê không bạn bè đám tiệc gì thì cứ trà mà uống cho thư thả, mắc gì mỗi ngày phải một xị rượu là sao? Lành cũng im lặng lắng nghe rồi cũng GIấu biệt không kể lại cho chồng mà vẫn như xưa. Chị sợ Bạt tự ái cuốn gói về Mỏ Cày lại càng mệt thêm.

Lúc nầy, Lành mua một cái võng giăng ngang hai cây cẩm lai để tối tối vợ chồng ra ngoài nằm trò chuyện. Có khi trời nóng quá Bạt nằm đó rồi ngủ quên luôn. Và mười lần như chục, trong mơ hắn luôn nhìn thấy Thủy, vợ mới cưới của Xung đi tới đi lui mé sông, đôi lúc quay lại đưa mắt nhìn hắn hằn học. Bạt vốn dĩ không sợ ma, nhưng nhớ đến Thủy tự tử chết vì mình đã giết chồng nó làm hắn thấy lạnh mình. Đêm sau, hắn cố ý ra ngủ ngoài võng xem có thấy lại không và y như rằng Thủy đang từ từ tiến lại gần. Mỗi đêm một gần hơn và ánh mắt càng căm thù hơn. Bạt hoảng sợ thật sự và từ đó không dám ra nằm ngoài võng vào buổi tối nữa. Hắn không nói cho vợ con biết bởi sợ họ chê hắn nhát gan và nhất là không tin vì Lành sống ở đây cả tám năm rồi có gặp bao giờ?

Có khi hắn cũng cảm thấy nhục vì mình là đàn ông sức dài vai rộng mà cứ theo ăn bám con vợ hoài, nhưng thật sự sống nơi đây hắn không có đất dụng võ. Mấy lúc sau nầy Bạt nhớ đến Tập tàn, anh ta đã từng căn dặn đứa nào ra tù nếu như không có công ăn chuyện làm thì đến tìm ảnh. Địa chỉ Tập tàn Bạt còn nhớ như in. Hắn lựa một ngày nào đó vui vẻ sẽ nói chuyện với Lành xem ý vợ ra sao. Nếu cần, hắn có thể đi một mình dọn đường trước rồi đưa vợ con lên sau, nhưng Bạt còn ngại vì mình mới ra tù, chưa đủ thời gian gần gũi vợ con mà đi nữa thì tội nghiệp cho họ. Nhưng sau vụ xuất hiện của con ma Thủy thì Bạt đã quyết định rồi. Phải đi khỏi chỗ nầy. Hắn thừa biết không có ma cỏ chi ráo, chỉ là mình bị tự kỷ ám thị thôi, nhưng một khi đã bị như vậy thì phải kịp thời khống chế chứ để càng ngày càng nguy hiểm, chỉ có cách rời khỏi nơi đây là thượng sách, Mỏ Cày cũng không về.

Bạt đem tất cả mọi suy nghĩ của mình nói cho Lành và Trung nghe, hắn ngạc nhiên khi thấy họ mừng rỡ tán thành. Lành còn có ý nghĩ khác nữa, chị thẽ thọt:

- Tui tính vầy nè ông, ông về trển nói má điện thoại cho má Tám ở Lâm Đồng, xin cho thằng Trung lên ở với bả, thằng Quân mình gửi cha má dưới nầy còn tui đi theo ông. Ông thì phải có tui bên cạnh mới được.

Trung kêu lên:

- Sao không cho con theo ba mẹ?

- Chưa được, chân ướt chân ráo lên Sài Gòn biết sống ra sao mà đùm túm nhau đi. Nếu bà Tám không chịu nhận con thì trước mắt con ở với nội một thời gian chờ ba mẹ ổn định xong rồi lên sau. Nếu như không có chuyện cho mẹ làm thì mẹ con mình trở về đây bán bánh tiếp chờ ba con.

Bạt ngần ngừ:

- Sao bà có ý định đưa nó lên ở với bà Tám? Chắc gì bả chấp nhận chứ?

- Bà Tám là người tốt lại có tình bạn với ba má. Thằng

Trung còn nhỏ ở với người tốt sau nầy cũng đỡ thân ông à. Ông cứ nghe tui, đánh liều lên nhờ má hỏi giùm một tiếng coi sao. Không được mình tính phương án khác.

- Ừa, tui nghe lời bà. Vậy mai cha con tui đi nội tụi nó nhen? Mà không biết ông bà ngoại tụi nó cho mình đi không nữa.

- Thì mình nói về nội tụi nó chơi vài bữa thôi. Chừng nào anh Tập đồng ý thì về nói thiệt với cha má. Cuộc sống của mình mà ông, cha má đâu có can thiệp được.

- Được. Hy vọng mọi chuyện thuận buồm xuôi gió. Nhưng tui vẫn chưa tin tưởng bà Tám sẽ chứa thằng Trung.

- Không gõ cửa sao biết người ta có tiếp mình hay không? Ông thử đi. Má lên tiếng tui tin là được.

Bạt quay sang Trung, dịu dàng:

- Lần nầy con phải xa ba mẹ rồi. Nếu không lên Lâm Đồng thì cũng phải ở với nội thời gian. Ráng ngoan ngoãn hiếu thảo với bà nội coi như thay ba nhen con?

Trung gật đầu, quyết liệt:

- Con lớn rồi, mười tám tuổi rồi, ba mẹ yên tâm đi, con không để ba mẹ thất vọng đâu.

- Bên nội khá giả, con cũng đừng ăn trộm vặt nữa biết không?

- Biết rồi.

- Có đấu có đá cũng đấu đá với người ngoài chứ trong gia đình phải nhịn hoàn toàn, biết chưa?

- Biết rồi.

- Được, vậy mai cha con mình về Mỏ Cày.

HẾT CHƯƠNG 15

CHƯƠNG 16

LÊN SÀI GÒN

Hôm sau, Bạt đưa Trung lên nhà má ruột để thực hiện kế hoạch đã bàn tối hôm qua. Hắn hoàn toàn không thể ngờ được bà Tám nhanh chóng nhận lời cho Trung được lên ở một cách vui vẻ. Bạt ngồi gãi gãi cằm nghe bà Hai nói chuyện điện thoại với bà bạn chí cốt thời còn là con gái:

- Bà giúp được nó tui trọng ơn bà lắm. Bạn bè mấy chục năm nay mới liên lạc được tui đã để con cháu làm phiền bà thiệt là ngại. Nhưng vì thằng Hai nhà tui vừa mới ra tù, ngại ở lại đây nên cùng vợ con về bên ngoại tụi nhỏ sinh sống mà bà biết đó, dưới anh chị sui mỗi năm chỉ có một mùa lúa, vợ nó phải buôn gánh bán bưng mới đủ sống, con ngày một lớn phải hy sinh thằng anh cho nó đi làm để tập trung lo cho thằng em ăn học. Mình phận làm ông bà để con cháu đi tha phương cầu thực nghĩ cũng tủi thân nhưng tui biết làm sao bây giờ? Nhớ bà ở có một mình nên muốn cho nó lên hủ hỉ, đỡ đần bà chút đỉnh rồi bà dạy biểu nó giùm tui.

Bà Hai im lặng một hồi nghe bà Tám nói gì đó trong điện thoại, khuôn mặt khẩn trương của bà giãn ra, vui mừng lộ rõ trong ánh mắt, bà nở nụ cười hài lòng:

- Tui biết bà muốn nói gì. Tùy bà, thằng cháu nầy như tờ

giấy trắng, tùy mình viết gì trên tờ giấy đó thôi. Tui tin tưởng nó ở với bà thời gian sẽ trở thành một con người tốt. Bà nói vậy thì tui cũng ráng cố gắng thu xếp lên bà chơi vài bữa để đưa nó lên. Lúc nầy tui cũng rảnh rang, chỉ sợ bà nuôi lâu rồi than tốn cơm thôi.

Bà Hai gác máy xong, đưa mắt nhìn cha con Bạt:

- Được rồi, để má sắp xếp rồi đưa thằng Trung đi cho. Mà nghe nội căn dặn nè, dù bà Tám có thương thì cũng không thể nào thương như nội ngoại thương được. Cho nên ở trên đó mần cái gì cũng phải giữ kẽ đừng có quá đà sống xược khi người ta tin tưởng mình biết hôn? Thứ nhất con được lòng người ta, thứ hai để cho nội tự hào với bạn bè là con cháu tui ngoan ngoãn dễ thương vậy đó.

Trung nhanh nhẹn cướp lời:

- Dạ, con biết rồi nội, nội yên tâm đi.

Mọi việc thuận lợi, cha con Bạt dẫn nhau về chuẩn bị cho Trung một chuyến đi xa. Lần đầu tiên rời khỏi vòng tay che chắn của mẹ, Trung dù rất hồi hộp phấn khích nhưng vẫn có chút âu lo.

Vợ chồng Lành đến nhà cha má ruột để trình bày cho cha má nghe ý định của mình. Ông Ba lặng thinh một hồi rồi chậm rãi nói:

- Các con cũng lớn rồi, quyết định ra sao là chuyện của các con, cha má không can thiệp. Nhưng bản tính của thằng Trung thì hai đứa phải dạy lại, dặn dò nó kỹ lưỡng chứ ở với người lạ không đơn giản đâu. Họ nể mặt chị sui một thời gian nếu nó cứ quá đà thì người ta cũng sẽ xua đuổi. Trung tánh tình hung hăng, hay gây sự lại có tật xấu trộm cắp vặt mà nói không biết nghe. Cháu nào cũng cháu, cha không phân biệt đối xử nhưng chắc tại cha hay rầy dạy nên nó ghét ít tới lui. Còn thằng Quân thì hai đứa yên tâm, cứ để nó ở lại đây, cha sẽ kiềm cặp cho nó học hành, dạy nó thành người tốt sau nầy.

Hôm sau, Lành nấu bữa cơm thịnh soạn chia tay cả nhà. Mà ngộ quá, chị cứ đinh ninh bữa cơm sẽ diễn ra trong sự lưu luyến vì hai đứa con bắt đầu cuộc sống không có cha mẹ bên cạnh, nhưng thực tế hoàn toàn trái ngược, ai nấy vui vẻ đón chờ ngày mới của tương lai. Quân cười toe toét chọc ghẹo Trung:

- Anh Hai sướng nha, được sống ở xứ sở mù sương nha.

- Mầy cũng đã từng sống rồi chứ bộ?

- Nhưng quên mất tiêu cái cảm giác đó rồi. Mai mốt về anh Hai trắng bóc như con gái nè.

- Mầy mới sướng nhứt. Từ nay tha hồ sống luôn bên ông ngoại, tha hồ được cưng nha.

- Nói chung, cả nhà mình đều bắt đầu cuộc sống mới, phấn khởi lên đi, ăn bữa cơm vui vẻ rồi chia tay.

- Chừng nữa tao cưới vợ Đà Lạt đẹp ngời ngời cho mầy coi nè nha.

Quân cười hắc hắc, khoái chí:

- Ừ ráng nghe anh Hai. Nhớ cưới chị Hai đẹp đẹp nhen.

Lành đưa mắt ngó Bạt, anh ta cười chúm chím và thong thả ăn cơm. Thì ra chỉ có một mình Lành buồn. Mặc dù chị rất sợ cảnh chia tay bịn rịn vì hai đứa con không được gần cha mẹ nữa nhưng chị hoàn toàn thất vọng vì phát hiện ra, bản thân vợ chồng chị không phải là điểm tựa cho con, sắp xa ba mẹ mà chẳng thấy đứa nào có một chút buồn hay chút luyến lưu bịn rịn. Chị thất bại trong vai trò người mẹ rồi sao?

Lành nuốt cơm không trôi.

Hôm sau, Trung một mình khăn gói lên nhà nội để cùng bà đi tìm việc làm.

Vợ chồng Bạt thu xếp nhà cửa đem về gửi ngoại, quyết định một đi không trở lại.

Bạt dùng chiếc xe cup cánh én chở vợ đi lên thành phố, hành lý mang theo chỉ có một giỏ xách quần áo và tất cả tiền bạc trong đó có tiền của Hai Hiền cho và cha má Lành cũng giấm giúi chèn nhét đưa con gái vì sợ dâu con dòm ngó.

Trên đường đi, Lành dặn dò chồng:

- Chuyện gặp ma ông nhớ nói là tui gặp nhen, tui gặp cho nên tui không dám ở lại nhà một mình. Có như vậy họ mới nghĩ tình mà cho tui làm.

- Ừa.

- Lên chỗ mới ông ráng nhường nhịn người ta nhen ông, lạ nước lạ cái mà làm trời thì không trụ được lâu đâu.

- Biết rồi mà. Cha Tập tàn cũng không phải là dạng vừa, chả không làm cha mình thì thôi chứ mình đừng hòng đè đầu cưỡi cổ chả mắc công. Bà lo xa quá.

- Thì bởi vậy tui mới dặn dò ông. Một câu nhịn chín câu lành mà.

Lên tới Sài Gòn, Lành còn lạ lẫm trước phố thị đông đúc xe cộ và nhà cao tầng. Chị đưa mắt quan sát đường đi và cảm thấy tối mắt vì chỗ nào cũng giống như nhau, nếu như bỏ chị ở giữa đường thì vô phương trở về nhà. Lành yên tâm khi nhìn Bạt vẫn ung dung cho xe lăn bánh không một chút khựng lại vì bối rối trước những con đường đầy ngã ba ngã tư, đầy đèn xanh đèn đỏ. Bạt vừa chạy vừa nhìn đường ở trên địa chỉ trước cửa nhà người ta. Chạy hoài, đổ mấy lần xăng rồi mà vẫn chưa thấy con đường nhà Tập tàn, Bạt bèn dừng lại ngã tư hỏi một công an viên đứng gác, anh ấy chỉ đường cho Bạt. Vợ chồng tấp vô quán, cơm nước xong lần theo hướng công an chỉ, cuối cùng cũng tìm được nhà của Tập. Lúc đó đã hơn mười một giờ trưa.

Đó là một căn nhà lớn nằm ngay mặt tiền đường, cổng bằng cửa sắt đã đóng kín. Vợ chồng Bạt khựng lại chưa biết cách nào gọi cửa. Bạt cảm thấy vui mừng vì hắn chưa xúc phạm gì đến tên nhà giàu nầy. Bạt nhớ câu Tập nói trước khi ra tù là ra ngoài đời, Tập tàn sẽ dư ăn dư mặc và đứa nào không có chuyện làm cứ đến, Tập sẽ dứt khoát giúp đỡ. Nhất là Tập đã từng kêu gọi mọi người nhường cho hắn một chén cơm trong mỗi bữa ăn. Hồ tin tưởng hôm nay mình đến đây thật là một quyết định sáng suốt.

Lành bối rối khều nhẹ vào vai chồng:

- Ổng giàu quá coi chừng khinh người à ông ơi.

- Thì thử coi. Như bà nói vậy đó, cứ gõ cửa để xem người ta có tiếp mình hay không?

- Nhưng bây giờ cửa đóng vầy làm sao vô?

- Thì cũng có lúc mở ra chứ. Giờ cũng tới giờ cơm, giờ nghỉ ngơi của họ rồi, tui ví bà lại quán nước mía đàng kia ngồi chờ hễ cửa mở thì mình xộc vô.

- Nói xộc vô nghe kỳ quá ông.

- Vậy đi. Kỳ gì mà kỳ.

Họ chờ hơn hai tiếng đồng hồ vẫn chưa thấy ai ra vào căn nhà đó thì bắt đầu thấp thỏm. Uống mấy ly nước mía đến bụng no cành Bạt có vẻ chán nản. Lành bước lại gần cô chủ quán làm quen:

- Em cho chị hỏi, nhà đó có phải là nhà của anh Tập không?

Cô chủ quán nhìn sơ qua hai vợ chồng rồi hỏi ngược lại:

- Anh chị quen với ông Tập hả?

Lành mừng rơn:

- Đúng rồi em.

- Ổng ở trong nhà đó, anh chị muốn gặp thì bấm chuông.

- Bấm chuông hả? Chuông để ở đâu chị không thấy?

- Phải. Cái nút trắng trắng bên bức tường đó. Chị chưa

từng thấy chuông sao?

Lành cười bẽn lẽn:

- Cám ơn em nhen.

Chỉ chờ có vậy, Bạt đứng lên bước tới cánh cổng đưa tay lên bấm chuông ầm ĩ, hắn không biết phải ngừng lúc nào. Ngước mắt lên nhìn trên lầu cao, có mấy người đang ngó xuống, hét vang:

- Đủ rồi, đừng bấm nữa, nghe rồi.

Bạt hốt hoảng rụt tay lại. Cửa mở, một bà sồn sồn khoảng năm mươi tuổi bước ra, hỏi:

- Hai người kiếm ai?

- Dạ kiếm anh Tập.

Người đàn bà nghiêng mình mời vợ chồng họ vào. Woa, căn nhà rất đẹp, thụt sâu vào phía trong, đường vô nhà trải sỏi, hai bên là những chậu kiểng được uốn theo hình những con kỳ lân, chắc chắn có bàn tay nghệ nhân trang trí. Nhìn cảnh nầy, Bạt chợt nhớ đến phong cách ung dung của Tập tàn lòng bỗng dậy lên sự kính trọng. Người như vậy mà ở tù do tội gì đến nay hắn cũng không biết, thiệt tệ. Phải chi trước đây mình lấy lòng anh ta thì giờ khỏe quá rồi.

Tập tàn tiếp vợ chồng họ trước đại sảnh. Lành đưa mắt quan sát Tập. Đó là một người đàn ông trạc năm mươi tuổi, dáng người tầm thước, đôi mắt sáng quắc và tia nhìn như xoáy vào tâm can người đối diện nhưng khuôn mặt thì phúc hậu đáng bậc chính nhân quân tử. Lành vui mừng nghĩ đến viễn cảnh được làm công cho Tập, chắc chắn đây sẽ là một ông chủ tốt.

Tập đứng dậy, sau cái gật đầu chào Lành, anh bắt tay Bạt và nhìn ra Bạt ngay:

- Úy, mầy ra hồi nào Bạt chột? Bà xã mầy đó hả?

- Dạ, hơn năm tháng rồi anh. Quá, anh Tập đúng là chân

nhân bất lộ tướng nha.

- Chân nhân con khỉ khô gì mầy ơi. Ở không hoài mập lù huyết áp tăng vùn vụt nè. Về rồi có chuyện gì làm ăn không? Hôm nay rảnh rỗi hay tới đây kiếm tao vậy?

- Thất nghiệp chết bà nên mới tới tìm anh nè. Ở tù ra ai cũng kỳ thị muốn đi làm mướn cũng khó khăn anh ơi.

Tập tàn hào sảng cất giọng cười kha khả:

- Mầy ăn quá cỡ thợ mộc ai mướn cho xiết. Nghe nói thời gian sau cũng ăn bớt lại rồi phải không?

- Dạ, từ lúc anh ra, đâu có đứa nào chia sớt cho em nữa, tụi nó chỉ nể mặt anh thôi.

- Cha, tao biết hết rồi nhen mậy. Thôi vầy, lên tới đây rồi thì ở lại nhậu với tao một bữa, chưa có chỗ nghỉ ngơi thì lại phòng trọ của nhỏ em tao lấy một phòng, tao trả tiền cho.

- Dạ không anh, vợ chồng em lên tìm anh chủ yếu là nhớ câu anh nói trước khi về nhà, anh nói đứa nào sau khi ra mà không có chuyện làm ăn thì tới tìm anh giúp…

Tập tàn trầm ngâm, vợ chồng Bạt hồi hộp theo dõi diễn biến trên mặt anh:

- Tao hứa thì tao giữ lời, nhưng vấn đề là ở chỗ mầy. Mầy đã vô tình làm đứt đi cái phao cuối cùng của mầy rồi.

Bạt trố mắt ngạc nhiên:

- Em đã làm gì anh?

Tập ngồi xổm lưng, hai tay gác vào thành ghế xô pha, mắt đăm đăm nhìn Bạt:

- Mầy đã làm gì với mấy cây đinh sét?

Hồ tái mặt, hắn chống chế:

- Em cũng bị mà anh?

- Mầy bị gì? Đừng nói tao không biết chuyện nhen.

Thằng Minh bộp và thằng Tám bủng may thời sống sót, con hai thằng kia bị đâm vào chân nên giỡn ngươi, về nuôi heo nuôi bò, đạp phải phân nên bị kinh phong giật chết ngắt. Hiện tại tụi nó đang chờ mầy ra tù để tính sổ. Minh và Tám đang làm ở chỗ tao. Mầy không biết anh em bạn tù khi ra ngoài thương nhau như thế nào đâu, tình cảm còn hơn ruột thịt. Tao mà chứa chấp mầy ở đây coi như đưa mầy vào chỗ chết rồi. Tụi nó thù mầy, tao cũng giận mầy lắm nhưng tư cách của tao không có nhỏ mọn như vậy. Bây giờ tao không giúp mầy coi như tao cũng góp phần rửa hận giùm hai thằng kia rồi. Anh em với nhau, tao đãi mầy ăn một bữa, kiếm chỗ cho mầy tá túc qua đêm xem như trọn tình trọn nghĩa, từ nay ân đoạn nghĩa tuyệt, mầy đừng tới lui với tao lỡ gặp tụi nó thì e là tao cũng không can thiệp được đâu. Mà thú thật với mầy, không phải tao lo bảo vệ cho mầy vì thương mầy mà vì tao lo cho mấy đứa kia, tụi nó đã có công việc làm ăn lương thiện để nuôi vợ nuôi con thì không thể vì lý do gì mà trở vào tù được nữa mầy hiểu không?

Bạt tê tái còn Lành thì thất vọng ê chề. Họ biết không thể năn nỉ được Tập nên từ giã ra về không cần bữa cơm hay phòng trọ. Bước ra khỏi nhà, vợ chồng như cái bong bóng xì hơi mà ban nãy khi mới bước vào vừa được bơm căng.

Lành hoàn toàn không biết gì về vụ mấy cây đinh sét mặc dù chính tay chị đã trực tiếp đem đến cho chồng gây tội ác.

Đêm nay, họ ngủ ở đâu và ngày mai biết phải làm gì? Chẳng lẽ quay trở về quê?

Ôi! Giấc mơ đổi đời sao mà khó quá.

HẾT CHƯƠNG 16

CHƯƠNG 17

LẠI GẶP QUỚI NHƠN

Vợ chồng Bạt tủi nhục rời khỏi nhà Tập, hoang mang chưa biết sẽ đi về đâu. Lành muốn hỏi về vụ năm cây đinh sét nhưng ngại vì biết tâm trạng chồng lúc nầy đang tê tái. Chị lầm lũi leo lên xe và bỗng dưng thấy ân hận cho quyết định vội vàng của mình khi đem trả hết đồ đạc cha má cho. Bây giờ mà trở về quê thì chỉ có thể về bên chồng, lại tiếp tục mua gánh bán bưng để tìm cách sinh nhai nữa rồi. Một nỗi thất vọng bao trùm lấy Lành. Hờn trong lòng quá mà không biết hờn ai. Thấy Bạt cứ im lặng chạy xe, chị đâm quạu:

- Giờ tính sao ông? Chẳng lẽ về quê?

- Không về quê chứ đi đâu?

- Về quê nào?

- Thì về Mỏ Cày, chẳng lẽ về Thạnh Phú cho ma nhát hả?

- Ma cái gì mà ma. Về Mỏ Cày rồi làm sao mà sống đây?

- Người ta sống được thì mình sống được. Mình có tay có chưn mà, xin má miếng đất cất cái nhà nho nhỏ hai vợ chồng không có chết đói đâu mà sợ.

Lành thở dài:

- Ông nói chắc ăn như bắp rang là lên Sài Gòn thế nào

Tập tàn cũng giúp ông cho nên tui tin tưởng, ai dè trong tù ông cũng làm trời làm đất gì đó cho người ta thù hằn để bây giờ bị quay lưng xấu hổ như vầy thấy chưa?

- ĐM, biết cái gì mà nói? Cánh cửa nầy đóng lại thì có cánh cửa khác mở ra, hơi đâu mà lo. Tui với bà còn cha còn mẹ, cha mẹ không đời nào bỏ con, bộ chết đói tới rồi hay sao mà lải nhải hoài.

- Mình còn nhỏ nhít gì mà cứ bám theo cha má? Mình còn con cái của mình nữa, bộ ông tưởng cho thằng Trung đi lên Bảo Lộc một mình tui vui lắm sao? Sinh con ra chi rồi nuôi không nổi phải gửi ngoại nuôi giùm?

Thấy Lành mếu máo khóc, Bạt dịu giọng lại:

- Bộ bà nói tui là súc vật sao mà chẳng biết thương con? Cho nên bây giờ nhân lúc còn trẻ mình lo bươn chải tích lũy một số vốn để sau nầy lo cho tụi nó cũng đâu có muộn bà ơi.

Họ vừa nói chuyện vừa cho xe chạy bon bon trên đường về lại miền Tây. Tới cổng xa cảng, Bạt thắng két chiếc xe lại. Hắn thoáng thấy bóng một người rất quen lẫn trong dòng người đón chờ xe buýt. Bạt dụi mắt nhìn kỹ, hắn mừng rỡ nhận ra Thà, hơn chục năm hắn vẫn còn nhớ thằng bạn lính đã từng ăn chung ngủ chung với hắn ở chiến trường Pleku. Hắn thích Thà, đơn giản chỉ vì Thà lớn con hơn hắn, dám ăn dám nói, dám động thủ khi bị hiếp đáp, và lúc đó là lính mà, chỉ sợ cấp trên thôi chứ thằng nào cũng như thằng đó nhưng thật tình hắn sợ và nể Thà và coi mòi Thà cũng có thiện cảm với hắn. Thà có đôi vành tai rất to nên đám lính đều kêu là Thà tai voi. Thà tai voi cũng là dân Bến Tre nhưng ở huyện Chợ Lách. Nếu gặp lúc đắc ý, chưa chắc Bạt đã nhìn và chào Thà nhưng lúc nầy hắn đang bế tắc, biết đâu thêm một người bạn là thêm một cơ hội thì sao? Nghĩ vậy, Bạt chở vợ đến gần hơn và khi xác định đúng là Thà rồi, Bạt kêu lên mừng rỡ:

- Thà. Thà tai voi.

Người đàn ông có tên Thà tai voi khoảng hơn bốn mươi tuổi quay lại nhìn Bạt, anh khựng lại một thoáng rồi cũng nhận ra đối phương, lớn tiếng:

- Bạt. Nguyễn Lang Bạt.

Hai người ầm ĩ bắt tay nhau, mừng như gặp lại cố nhân tri kỷ. Thà thôi không đón xe buýt nữa mà cùng vợ chồng Bạt vào quán nước để tâm sự sau mười mấy năm không gặp lại.

Bạt giới thiệu vợ với bạn xong, hỏi Thà đi thành phố để làm gì, Thà nói là đi thăm con. Bạt cũng kể cho Thà nghe về tất cả mọi chuyện về mình, tất nhiên giấu biệt những điều xấu xa là thù với anh rồi ngộ sát em. Chỉ nói say quá lỡ tay làm chết một mạng người nên phải trả giá tám năm tù. Giấu luôn chuyện làm cha trong tù chỉ kể Tập hứa tìm cho việc làm nhưng lên tới đây thì Tập đi du lịch không gặp được nên bơ vơ.

Thà lắng nghe về Bạt, thông cảm cho hoàn cảnh của bạn, anh đắn đo một chút rồi nói:

- Tao có vợ chồng thằng bạn cũng người cùng quê, vợ chồng nó có một cơ sở sản xuất nhang trên nầy. Nếu như mầy hết đường sống dưới nhà rồi thì tao có thể giới thiệu cho mầy đến lấy hàng của tụi nó đi bán kiếm lời. Thời gian đầu chắc nó nuôi cơm cho mầy, sau khi mầy có mối mang ổn định thì phụ tiền cơm với nó, ăn bữa nào đóng bữa đó thôi. Còn vợ mầy thì tùy cơ ứng biến, có thể ở lại phụ đóng gói nhang hay không thì tao chưa hứa chắc nhen.

- Được vậy tao mừng rồi mậy. Bất quá vợ tao về quê một mình sống với ông bà già cũng yên tâm.

- Nhưng tao nói trước nhen, vợ chồng tụi nó tốt lắm, gì cũng được nhưng anh em bên vợ nó luôn ở cạnh và họ là những người có học thức, hỗ trợ nhau. Ai mà có tà tâm là họ nhìn ra ngay mà những người làm kinh doanh họ không từ thủ đoạn nào đâu nhen mậy. Mình nhà quê thật thà thì cứ việc mình mình lo, người ta thương thì cái gì cũng dễ dàng.

Để tạo lòng tin với Thà tai voi, Bạt trả lời chắc như đinh đóng cột:

- Mầy yên tâm đi, tao không để mầy mất mặt khi giới thiệu đâu.

- Cũng mong là vậy, vì thiệt ra tao với mầy cũng chưa biết về nhau nhiều nhưng tao và vợ chồng nó thì quá xá rành. Tụi nó cũng từng giúp tao tìm công việc cho thằng con, giờ nó được chủ thương và tin tưởng giao việc quan trọng nên tao mang ơn vợ chồng nó lắm. Mầy ở với tụi nó không được thì đừng mong ở với ai, và nếu như có chuyện vui buồn xảy ra thì tao bỏ mầy chứ không bỏ tụi nó nhớ chưa?

- Biết rồi.

- Vậy bây giờ vợ chồng bây ngồi đây chờ chút, tao lại điện thoại công cộng điện cho tụi nó hỏi ý, nếu được thì mình tới liền còn không thì vợ chồng mầy về có mất mát gì đâu.

Thà nói xong, đứng dậy đi lại chỗ điện thoại công cộng điện cho vợ chồng nhà nọ. Lành lo lắng kéo ghế sít sát lại chồng, thủ thỉ:

- Sao tui lo quá ông.

- Lo gì?

- Ông Thà nầy là người như thế nào?

- Quan trọng gì thằng Thà nầy? Quan trọng là nó đủ uy tín để giới thiệu mình hay không nè.

- Nghe gia đình họ đông đúc tui cũng ái ngại.

- Xời, gia đình nào không đông đúc? Nhưng mình nương tựa ai thì chỉ biết người đó thôi, mắc gì phải dòm bản mặt người khác?

- Ông nói ngộ hôn. Ông Thà còn nói anh em họ hỗ trợ nhau lắm mà.

- Bà lo gì hổng biết, sợ thì về quê một mình, tui ở lại kiếm đường sống chứ. Dứt khoát phải đeo chốn Sài Gòn nầy mới hy vọng đổi đời.

- Không có tui ông một mình như ngựa bất kham.

- Xời. Ở tù tám năm có bà bên cạnh sao?

- Thì bởi. Cho nên mới mang mặt nhục về quê nè.

- Thôi dẹp đi. Lo chuyện trước mắt không lo, cứ nói nhảm suốt.

Thà quay lại, vẻ mặt tươi rói. Anh ngồi xuống ghế, ngó Bạt:

- Thực ra công việc nầy là do khả năng của mình tự bươn chải mà tìm mối mang. Tụi nó chỉ cung cấp hàng cho mình đi bán chiều về tính sổ. Bán được bao nhiêu trả vốn cho nó lời bỏ túi. Hàng tồn trả lại chủ. Nuôi cơm một tháng, đứa nào giỏi thì bán nhiều tiền lời nhiều và ngược lại. Mầy có xe Honda cũng là thuận lợi bước đầu. Nếu chưa rành đường thì đi gần gần từ từ khám phá ra thêm. Hình thức nầy là mượn đầu heo nấu cháo, thủ chắc phần lợi về mình nhưng cũng phải cố gắng bán cho có doanh thu thì chủ mới quí trọng chứ cứ tàng tàng nuôi cơm cũng lỗ thì không có bền đâu.

Bạt gật gù ra chiều hiểu biết:

- Không để thất vọng đâu bạn hiền. Bây giờ mầy nói tao nghe về bối cảnh gia đình đó đi.

- Được. Tụi nó trước đây dưới quê cũng nghèo nên rất là thông cảm với người nghèo. Mặt bằng tụi nó thuê đến bốn công đất vừa là chỗ vợ chồng nó ở và làm nhang. Nó có cơ sở nhang nhúng và nhang se, nhang đóng gói thành phẩm, có hàng chục xe Honda đi bỏ mối các tiệm tạp hóa trong thành phố và một xe tải đi tỉnh. Có một dãy phòng để vợ chồng con cháu của bên vợ ở, chồng đi bán nhang và vợ đóng gói. Anh chị em nó đông nhưng hiện có ba người trực tiếp tới lui. Một ông anh cả đi bán nhang bằng Honda và thỉnh thoảng theo xe tải do thằng chồng lái để mở mối giùm tụi nó. Một anh làm nhang nhúng giao cho nó vì cơ sở của nó không đủ cung cấp, ông nầy có thể coi như là quân sư của nó. Một ông anh kế con vợ, đang là giáo viên nhưng hễ mùa hè là lên để theo xe tải mở thêm mối. Nói chung các anh em của họ đều giỏi và có học thức. Thợ thầy của tụi nó đa số là con cháu ruột thịt nên muốn qua mặt tụi nó không phải là chuyện dễ dàng.

- Qua mặt làm gì mậy? Như mầy nói vậy đó, chuyện mình mình lo, lo sao cho chủ thương là được rồi. Tao bây giờ chỉ muốn đủ ăn đủ mặc lo cho hai đứa nhỏ là mừng, bon chen chi nữa. Mầy thân và hiểu tụi nó như vậy sao không lên thành phố đi bán nhang vui hơn?

- Trời! Nhà tao công chuyện đăng đăng đê đê, thoát ra một ngày phải tính trước cả tháng ở đó mà đi đâu. Thôi, bây giờ tao dẫn vợ chồng bây lại đó, đêm nay tao ở lại chơi với tụi bây và vợ chồng nó một đêm rồi mai thăm con cũng được.

- Khoan mậy. Mầy chưa nói vợ chồng nó tên gì, bao nhiêu tuổi?

- À, thằng chồng tên Minh, con vợ tên Nga. Tụi nó chưa được bốn mươi đâu. Hiệu nhang nó tên Vạn Minh.

Thà kêu tính tiền nước. Anh thoáng thấy thất vọng vì vợ chồng Bạt không hề giành trả một tiếng lấy lệ. Thà kêu Honda ôm chở anh đi trước, vợ chồng Bạt theo sau để đến cơ sở nhang của người bạn đồng hương.

Cách một khoảng xa mới tới hãng nhang Vạn Minh đã

nghe mùi nhang thơm thoang thoảng, càng đến gần thì càng thơm hơn. Xe dừng lại trước một cơ sở có biển hiệu trước cửa: CƠ SỞ NHANG THƠM CAO CẤP VẠN MINH. Đó là một căn nhà gỗ, căn nhà bình thường có một khoảng sân rộng được đổ bằng bê tông, sân được lợp mái tôn, kế bên hông nhà là chỗ làm nhang nhúng được che chắn cẩn thận để tránh bụi túa ra ngoài. Một mé sân là chỗ se nhang thơm có hơn chục cái bàn se , mỗi bàn là một người thợ ngồi. Chung quanh nhà được bao bọc bởi những giàn phơi nhang vàng chóe. Có vài người bước ra chào hỏi Thà, Thà đưa mắt tìm ông bà chủ:

- Ổng đi bỏ mối chưa về hả?

- Dạ chưa chú. Có cô con bên trong, chú vô gặp cô con đi.

Ạ, thì ra là cháu vợ. Chắc cũng là cái kiểu gia đình trị chi đây, Bạt nghĩ thầm trong bụng. Một đứa bé gái nhìn thấy Thà liền gật đầu chào, Thà hỏi:

- Mẹ con đâu?

- Dạ, ở phía sau, bác ngồi chơi chờ con gọi mẹ.

Thà kéo ghế cho vợ chồng Bạt ngồi xuống. Lành thấy sau nhà lố nhố người nhộn nhịp đóng gói nhang, một lát sau bà chủ Vạn Minh đi lên. Cô ấy trạc ba mươi lăm tuổi, không đẹp lắm nhưng mặt luôn rạng rỡ và vui vẻ.

Đã nghe Thà nói sơ về vợ chồng Bạt, cô Nga ngồi xuống đối diện, cười, nụ cười thân thiện và ân cần:

- Anh chị chắc đã nghe anh Thà nói về cách thức sinh hoạt ở đây rồi phải không?

Bạt gật gù:

- Dạ phải. Được cô nhận lời vợ chồng tui mừng quá.

- Trước mắt thì chưa có việc cho chị làm, tôi nhận anh vào để buôn bán cái đã nhen.

Lành đon đả nhưng cũng lộ vẻ thất vọng:

- Cô giúp ảnh là vợ chồng tui trọng ơn rồi. Chỉ xin phép cô cho tui tá túc vài ngày coi ảnh buôn bán ra sao cho yên tâm thôi.

- Được mà chị. Ở chơi vài ngày hay một tuần cũng được. Để em sắp xếp chỗ cho anh chị nghỉ ngơi. Anh Thà chờ ông xã em về gặp mặt nhen, gặp anh chắc ảnh mừng lắm.

Trao đổi một hồi, Nga dẫn Lành vào một căn phòng để dẹp đồ. Cô nói:

- Vì đây là đất mướn nên em không cất nhà kiên cố, chỉ cất vài phòng cho vợ chồng mấy đứa cháu ở thôi. Đám thợ nhang nhúng và nhang se thì mướn nhà ngoài, những người độc thân cùng ngủ chung với nhau trong nhà tập thể.

Vậy là mọi việc diễn ra suôn sẻ. Chiều lại Minh về, tay bắt mặt mừng với Thà, rồi các tay chạy hàng cũng lục đục về. Lành phụ con gái Minh dọn cơm. Trước khi ăn, những người đàn ông bày rượu ra uống để mừng thành viên mới và chào đón Thà. Lành được biết là bữa cơm chiều nào cũng đều có một cuộc nhậu như vậy nhưng ai cũng đều chừng mực không để say sin quá đáng. Vợ chồng Minh và anh cả Văn của Nga cũng cùng ăn cơm chung. Cả thầy cả thợ tổng cộng gần hai mươi người ăn cơm. Lành nghĩ bụng, nếu như mình được làm đầu bếp cho gia đình nầy thì sự ăn uống của Bạt chắc lâu lắm mới bị phát hiện.

Hôm sau Thà về. Sáng, vợ chồng Bạt thấy mọi người ra hàng để đi bán mà ngợp. Mỗi người chất đầy xe toàn là nhang, nhang thơm, nhang thường đủ loại và một giỏ xách đựng giấy tiền vàng bạc đi bỏ mối. Minh nói Bạt nghỉ ngơi một ngày để nhớ giá tiền của mỗi loại nhang và coi đóng bệ rồi lấy chiếc xe đạp tập chở ít thôi đi cho quen đường đến chừng có mối mang và quen chở thì hãy đi Honda. Mọi người ai cũng bình thường, có thể Thà thổi phồng quá sự thật về anh em vợ của Minh mà thôi, Bạt nghĩ vậy nên cũng yên tâm và có ý xem thường.

Những ngày đầu, Bạt giữ ý tứ, ăn cơm ít thôi rồi vợ chồng chở nhau ra ngoài ăn thêm. Nga coi bộ thích Lành vì thấy chị hiền lành từ tốn và nhất là giọng nói ngọt ngào. Lành cũng biết nịnh, làm hết việc bếp núc phụ con gái Nga gọn hơ và lúc nào cũng có nụ cười trên môi. Lúc thấy Nga rảnh rỗi thì chị lân la lại gần rĩ rịt:

- Thiệt tình nói với cô tui cũng ngại lắm, nhưng nếu cô cho tui được ở lại lo cơm nước giúp cô thì chỉ cần ăn cơm thôi cô khỏi trả lương cũng được, vì bây giờ về quê tui cũng không dám ở nhà một mình. Trước cửa nhà tui là con sông, hễ trời chật vật là tui thấy có bóng hai người một trai một gái lảng vảng ở đó. Ban đầu tui cũng không sợ nhưng mỗi ngày đều gặp, có khi họ đi sát lại gần tui, mặt mày xanh chành lạ hoặc làm tui điếng người hết. Càng van vái thì họ càng xuất hiện nhặt hơn, thậm chí có khi cả ban ngày nữa. Nói ra có vẻ dị đoan chẳng ai tin nên tui cũng không nói. Nay tâm sự thiệt với cô là hy vọng cô thông cảm mà cho tui ở lại.

Nga mím môi nhìn Lành, cô đã nghe qua Thà kể sơ về bối cảnh của họ. Thà cũng không ngần ngại kể luôn việc trả tiền nước và tiền Honda ôm mà lẽ ra là Bạt phải trả vì đi tìm việc cho hắn. Khi Nga đưa tiền lại thì Thà nhất quyết từ chối vì anh coi như đến thăm vợ chồng Minh vậy thôi. Bây giờ dù không mấy tin nhưng thật sự cô cũng muốn có người lo cơm nước cho con gái được rảnh rang lo việc học hành. Lẽ ra cô đã mướn người nấu cơm từ lâu nhưng vì trước đây có một chị lớn tuổi cũng nấu cơm nhưng cứ biển thủ tiền chợ, đồ ăn cho mọi người hụt thiếu nên cô đã cho nghỉ việc. Con gái lớn chợ búa cơm nước một mình không xuể nên các cháu của cô cũng ngưng tay phụ với nó, nay có người tình nguyện thì cô mừng còn không kịp. Vả lại, cô tin Thà, người bạn thân của vợ chồng cô, anh giới thiệu chắc họ cũng không đến nỗi nào:

- Một khi đã thuê chị làm rồi thì em sẽ trả lương cho chị đàng hoàng chứ, em không thích bóc lột sức lao động của ai đâu. Chị cứ ở lại đây vài bữa coi ảnh buôn bán ra sao, nếu ảnh trụ lại được thì chị cũng sẽ ở lại phụ em lo cơm nước.

Mắt Lành sáng rỡ. Chị không ngờ mọi việc lại thuận lợi như vậy. Chị đã ở lại ba ngày rồi, Bạt đi bán được hai ngày và doanh thu theo lời của Nga vậy là cũng khá, có thể phát triển thêm. Để rồi chị sẽ động viên Bạt ráng chịu cày mới trụ được nơi nầy. Trong một lúc Lành nghĩ: "Cô nầy thiệt tốt, mình ráng ăn ở sao để khỏi phụ lòng người ta".

Nhưng Bạt thì không nghĩ như vợ. Chuyện kiếm tiền dễ dàng quá làm hắn ta sinh ra một suy nghĩ: "Cái đám nầy cũng tầm thường thôi, do thằng Thà nổ quá chứ có gì đặc biệt. Thằng Vũ quân sư gì chứ, cũng chỉ là một thằng làm nhang nhúng giao cho em gái thôi, chỉ còn một thằng thầy giáo vì đang trong niên học nên chưa lên, bọn nầy mà trí thức gì, chỉ là gặp may mắn làm giàu nhờ những thằng như mình. Bây giờ thất thế tạm thời ẩn nhẫn kiếm cơm qua ngày, đợi đến khi rành rẽ đường đi nước bước thì mới biết ai cao ai thấp".

Lành được Nga nhận vào nấu cơm cho cơ sở nhang với lương tháng năm trăm ngàn tương đương một chỉ vàng. Không thể nào tả xiết nỗi vui mừng trong lòng chị.

Coi như tạm thời vợ chồng họ cũng được đắc ý vì viễn cảnh đổi đời.

HẾT CHƯƠNG 17

CHƯƠNG 18

DẦN LỘ BẢN CHẤT

Vợ chồng Bạt tá túc trong hãng nhang ngót nghét một năm trời. Trong một năm đó không phải hắn ta không giở trò, nhưng đều là những trò vặt vãnh không đáng và Lành lúc nào cũng theo nịnh bợ Nga nên mọi người mắt lấp tai ngơ. Một năm trôi qua, trừ những ngày Tết, Bạt và Lành cũng hiếm khi về quê. Nghe nói Trung vẫn bình yên ở với bà Tám họ cũng yên lòng.

Lành được Nga thương. Đi đâu cũng chở chị theo chơi và hay sắm cho chị những bộ đồ đẹp để chị có mà đi đây đi kia. Lành cũng khéo biết lấy lòng chủ, ngoài hai bữa cơm ra, chị giặt giũ cho gia đình chủ và vợ chồng mình. Buông ra thì lấy giấy tiền vàng bạc xếp đồ cúng thần tài mùng hai và cúng cô hồn mười sáu. Ban đầu Lành cũng không có ý định gì, nhưng Bạt lợi dụng Lành có thể tự do vào kho để lấy tiền, vàng âm phủ nên hắn xúi Lành lấy kha khá để đem theo bán. Thay vì mỗi ngày hắn lấy của chủ ba chục cây vàng lá (vàng âm phủ) ba chục cây đô Mỹ, ba chục cây đô Việt thì hắn lấy lại ít chút, số tiền bán đồ chôm chỉa đủ để hắn ăn cơm ngoài đường một cách no say khỏi phải thâm vào tiền lời đưa vợ. Ban đầu Lành cũng thấy kỳ nhưng cái lợi trước mắt làm chị quên sĩ diện, a tòng với chồng.

Nga bận trăm công ngàn việc nên không có thời gian để

ý đến những chuyện nhỏ nhặt như vậy. Do muốn giúp đỡ Lành, cô nhờ Bạt giao vài mối nhang cho chùa nhỏ vào những ngày rằm và ba mươi để anh ta có thêm thu nhập. Bạt tỏ ra biết ơn và lúc nào cũng năng nổ trong việc giao hàng. Nga cũng nói với hắn:

- Anh phải xác định rõ đây là anh đi giao dùm cho tôi chứ không phải là mối mang của anh nghe. Giao dùm thì ai giao cũng được chứ không phải duy nhất một mình anh.

Bạt lật đật gật đầu nhưng trong lòng cũng đã cảm thấy bực bội.

Ban đầu Lành cũng ngại sự ăn nhiều của chồng nên kêu hắn ăn ít thôi rồi tối chị bưng cơm thêm vào cho hắn ăn tiếp. Từ từ quen nước quen cái, chiều nào ở nhà cũng có một mâm nhậu nên Bạt vừa ăn vừa uống mà chẳng ai để ý. Cả năm như vậy chị tưởng chưa ai phát hiện cho đến khi…

Hôm đó Thúy, cháu ruột của Nga vừa mới lãnh lương xong. Thúy đi mua năm phân vàng 24 hết hai trăm bốn mươi ngàn. Còn lại hai trăm sáu mươi ngàn Thủy định gửi về nhà hai trăm nên cất sáu mươi ngàn còn hai trăm nhét vào túi. Sáng loay hoay một hồi móc ra thì mất tiêu. Thúy mếu máo kiếm tá lả. Cả đám thợ đều phụ tìm hai tờ một trăm ngàn mới tinh nhưng không thấy. Lượng, thợ nhang nhúng chợt nói:

- Sáng con thấy chú Bạt lượm hai tờ một trăm ngàn bỏ vô túi quần nè.

Nga thở phào:

- Vậy yên tâm rồi. Chiều ảnh về trả lại cho.

Lành nói phân hai:

- Kỳ vậy ta? Ổng nhặt được là trả lại liền hà. Con thấy rõ hôn?

Lượng khẳng định:

- Con thấy rõ ràng. Chú Bạt lượm lên bỏ túi ngay cái chỗ nầy luôn nè. Con tưởng tiền của chú rớt ra.

Chiều Bạt đi bán về, chưa kịp gặp vợ thì Thúy đã chạy ra, khẩn khoản trước mặt nhiều người trong đó có Nga:

- Chú. Hồi sáng chú nhặt được hai trăm ngàn của con làm rớt làm ơn cho con xin lại.

Bạt giả bộ ngơ ngác:

- Hai trăm ngàn gì? Tao có nhặt tiền gì đâu?

- Thằng Lượng nhang nhúng nói chú lượm hai tờ một trăm ngàn bỏ vô túi.

- Nói bậy. Tao không có lượm được tiền bạc gì hết.

- Thôi mà chú. Chú cho con xin lại. Tiền đó con gửi về nhà, mất rồi chết con luôn.

Thúy bắt đầu rấm rức khóc. Nga ngồi trên bàn chờ kiểm hàng lẳng lặng không tỏ thái độ gì nhưng vẫn chăm chú lắng nghe cuộc đối thoại của hai người.

- Tao nói không có lượm lấy gì cho mầy xin lại?

- Chú không lượm sao thằng Lượng thấy?

- Tao biết được ha? Tao từng tuổi nầy đi tham vặt vậy sao mậy?

- Tham vặt gì chú? Nửa tháng lương của con đó.

- Nhưng tao nói tao không có lượm tiền bạc gì hết đó.

Tới nước nầy, Nga bèn lên tiếng:

- Thôi, không đôi co nữa. Kêu thằng Lượng lại hỏi cho kỹ. Nếu như anh Bạt có lượm được thì vui lòng gửi lại cho cháu nó. Nếu như anh không nhặt được thì cô cho lại số tiền để

Thúy gửi về nhà.

Bạt có vẻ bất bình:

- Cô cũng không tin tui sao cô Nga? Tui mà lượm được chẳng lẽ lại ăn luôn nửa tháng lương của con cháu sao? Biết đâu nó xài vào chuyện gì rồi đổ thừa lung tung lên cho có cớ vậy thôi.

- Nó ở với tôi nhiều năm, tôi biết nó không phải loại người đó.

Ai đã kêu Lượng lại. Khi nhìn thấy Bạt, Lượng nói ngay:

- Con thấy chú Bạt khum xuống lượm tiền ngay tại chỗ nầy. Lượm xong chú còn lấy tay xòe ra coi bao nhiêu tờ nữa. Xong chú ngó dáo dác rồi mới bỏ túi. Con thấy rõ ràng chú không chối được đâu.

Bạt tái mặt. Hắn móc trong túi áo ra ba tờ giấy hai ngàn:

- Đây nè, hồi sáng tao lượm được sáu ngàn, thấy số tiền không đáng tao chẳng tri hô lên làm chi. Giờ từ sáu ngàn lên tới hai trăm ai mà chịu.

Thúy la lên, tức tưởi:

- Vậy sao hồi nãy chú nói không có lượm đồng bạc nào? Mặc dù lỗi do con vô ý vô tứ nhưng đó là tiền mồ hôi nước mắt của con, ai vô công mà chiếm đoạt trời đất cũng dòm ngó họ à.

- Mầy trù rủa tao hả? – Bạt quát lớn.

Nga can thiệp:

- Thôi bỏ. Mọi người cũng hiểu chuyện rồi. Tiền mất của con cô sẽ cho lại. Nhà đông người, mai mốt cẩn thận chút.

Lành cũng đã chứng kiến sự việc từ đầu đến cuối. Chị tê tái biết rằng Nga đã không còn tin tưởng Bạt nữa. Hơn ai hết, Lành biết rõ Bạt đã lượm được tiền của Thúy nhưng tại sao hắn không trả lại? Tham chi số tiền ít ỏi đó để mất lòng tin nơi chủ thật là nông nổi quá đỗi.

Bạt kiểm hàng xong, xin phép chở vợ ra ngoài một chút. Nga biết hắn cũng muốn lánh mặt vì thể diện đã bị chính mình tự bôi tro trát trấu vào rồi.

Khi vợ chồng Bạt ra khỏi nhà, tốp thợ và con cháu Nga cùng ngồi lại với nhau ngay bàn làm việc của Nga, mỗi người một câu tố cáo Bạt. Đầu tiên là Vinh, người chịu trách nhiệm xuất và kiểm hàng cho tốp xe đi bỏ mối:

- Có chuyện nầy lâu nay con định nói với cô nhưng thấy bà Bạt cứ đeo đeo cô suốt nên chưa có dịp. Từ nay cô đừng cho bả tự do vô kho lấy đồ xếp giấy nữa mà phải qua tay con, con đưa đủ số cho bả xếp, giao thành phẩm cho con rồi mới được nhận thêm. Bả cứ tự do lấy riết rồi lấy cả đống cho ổng bán luôn. Bữa con thấy giỏ xách của ổng quá chừng là đô và vàng mã, còn có mấy cây bạc đại bạc tiểu nữa, mấy thứ nầy ổng không lấy bao giờ sao có hàng tồn?

- Con thấy bữa nào ổng đi bán về bả cũng quậy một ca đá chanh tổ bố mang vô phòng cho ổng uống. Cái vụ nầy mấy anh của cô, nhất là chú Văn bán bao lâu rồi cũng chưa có.

- Mèn ơi, cô nuôi ổng ăn không cũng mệt. Con canh me rồi, bữa nào cũng thấy ổng ăn cả hai chục chén cơm. Đồ ăn bả cứ rọi lên hoài luôn. Mỗi lần ổng ăn cơm tụi con ngồi đếm, cười lén muốn bể bụng, nuôi vậy nuôi gì nổi. Ăn y như heo.

- Mà ổng bả mần gì rù rì suốt hà, nói chuyện nhỏ xíu tụi con ngồi sát bên vách cũng không nghe được một tiếng.

Nga lắng nghe và ghi nhận. Không phải cô không biết bản tính nhỏ nhen ti tiện của Bạt. Ngay từ hôm Thà dẫn vợ chồng Bạt lên anh đã nói rõ rồi. Nhưng những điều nhỏ nhặt đó cô không cho là quan trọng. Nhìn khuôn mặt phúc hậu và duyên dáng của Lành, cô có cảm tình và Lành đúng là biết làm vừa lòng người khác. Cô cũng biết Lành đi theo là để chăm sóc chồng nên việc làm nước chanh cho chồng uống cũng là chuyện bình thường thôi. Có điều cháu cô nói cũng đúng, anh cô buôn bán quanh năm trừ những khi bốn đứa cùng nhau đi quán cô cũng chưa làm một ly nước chanh nào cho anh ruột của mình.

Nhưng nói làm sao với vợ chồng họ đây? Một năm rồi chứ đâu phải mới đây? Tình trạng nầy kéo dài có nghĩa là cô chỉ tạo điều kiện làm lợi cho vợ chồng họ chứ cơ sở của cô có chút lợi ích nào? Nga cũng không quan trọng lợi ích, vì một mình Bạt bán cũng không đủ làm giàu cho cô huống chi không đủ nuôi cái miệng anh ta. Vấn đề ở chỗ cô thích Lành, lại là người đồng hương với nhau nên cố tình dung dưỡng chứ Nga biết, làm kinh tế mà, nhẹ dạ là chết.

Chiều, cơm nước xong, chờ Minh về, Nga rủ ba anh cùng chồng ra quán cà phê gần đó để bàn tính công việc. Quán cà phê nầy cách cơ sở nhang khoảng năm phút đi bộ. Quán có khung cảnh hữu tình và im ắng, có nhiều khu đặt bàn cách xa nhau rất tốt cho việc bàn luận.

Nga kể cho chồng và ba anh nghe về chuyện xảy ra hôm nay. Trong ba anh, Văn tính bộc trực nhất. Vừa nghe xong anh đã lớn tiếng liền:

- Hôm nay cô mầy nói tao mới nói, chứ tao ngó thấy thằng đó là chướng con mắt rồi. Nó chuyên môn hút thuốc ké anh em. Đi bán về là xách gói thuốc quăng trong phòng rồi đụng gói thuốc của ai cũng lấy hút, mà nó hút như người ta un muỗi, lúc nào trên miệng cũng phì phèo. Ai cũng buôn bán cực khổ mới có đồng lời, nó không biết chơi với người ta thì cũng không nên lợi dụng người ta mới phải chứ.

Võ để thêm:

- Mà tao thấy cái thằng đó ăn dữ thiệt Nga ơi. Ăn gì bằng

năm sáu người cộng lại nuôi sao thấu mậy?

Vũ cười khì:

- Mấy chuyện đó cũng nhỏ mà tư cách của vợ chồng thằng Minh cũng khó nói lắm. Quan trọng là tao thấy vợ chồng thằng nầy chắc không ở với con Nga lâu đâu. Nhất là sau cái vụ nầy. Tụi bây để ý nếu từ đây mà vợ nó lân la học cách đóng gói nhang và xăm xoi công thức pha chế mùi màng là chắc chắn nó có tham vọng tách ra riêng. Nếu rõ như vậy, tốt nhất là cho nó đi sớm kẻo ở lại lâu ngày bất lợi cho mình.

Minh yên lặng lắng nghe, xong hỏi:

- Chẳng lẽ đuổi thằng cổ va sao?

- Chứ sao? Kẻ có mầm phản bội thì trước hay sau thôi, phải diệt ngay trong trứng. Bởi vì nếu nó tách ra rồi thì những đứa có doanh thu nhiều hơn nó cũng sẽ lần lượt tách ra. Đến lúc đó vợ chồng bây trở tay không kịp nữa. Mà như Nga nói nãy giờ, người như vậy tiếc rẻ chi nữa bây? Nhỏ mọn, vụ lợi, tham lam, hồ đồ. Nó ở đây chỉ làm tổn hại cho mình thôi. Nhưng cũng không nên manh động, để coi ngày mai nó xử sự ra sao đã. Kêu thằng Vinh kiểm hàng cho kỹ, hàng giấy tiền vàng bạc tồn không được mang vào phòng mà phải để ở ngoài gần đống nhang tồn. Có khả nghi thì lập tức báo. Phải cho nó bị bĩ mặt một lần mới chừa. Hoặc là thay đổi để trụ lại hoặc là biến.

Nga nhỏ nhẹ:

- Em biết phải làm gì rồi.

Văn hớp một ngụm cà phê, cười:

- Một thằng thôi mà, quan trọng gì chứ. Mọi bữa dòm nó ăn tao mắc ớn. Tính nói với tụi bây hoài mà thấy chuyện ăn uống cũng không đáng bao nhiêu nên thôi. Chứ người ta gì mà ăn y chang heo vậy?

Năm người phá lên cười ngặt nghẽo.

Nga về, theo lời anh mình, cô dặn dò Vinh cẩn thận về mọi việc.

oOo

Hôm đó, vợ chồng Bạt không ăn cơm nhà. Có được hai trăm ngàn của Thúy, họ dẫn nhau đi ăn một bữa hoành tráng ở chợ Bến Thành. Bạt cũng thẳng thừng thừa nhận với vợ là lượm được tiền của Thúy. Lành xanh mặt:

- Vậy sao không trả lại cho người ta ông?

- Xời. Ngu hay trả? Nửa tháng lương của bà chứ không phải chơi đâu.

- Bởi vì nửa tháng lương nên mới tội nghiệp nó. Nó cũng cực khổ như tui vậy.

- Cháu ruột của bà chủ mà bà lo gì. Bả sẽ cho lại nó. Nghĩ ra bả cũng sướng chết mẹ. Tiền bả kiếm được là nhờ vào mấy thằng chạy hàng như tui thôi. Không có đám tụi tui bả làm ra bao nhiêu nhang để dành đốt cho cả dòng họ chứ bán ai.

- Ông độc mồm độc miệng quá vậy? Người ta có xe tải đi các tỉnh chứ bộ trông mong vào ông sao? Ông nghĩ coi, ông làm lợi cho cổ bao nhiêu trong khi ăn uống như vậy? Tính ra trong những người chạy hàng ông sướng hơn ai hết còn muốn gì nữa?

- Vậy mà bà cho rằng sướng đó hả? Sướng là khi được tự làm chủ mình kìa. Còn bây giờ phải lệ thuộc họ, phải nhìn sắc mặt họ mà là sướng sao? Tui tính rồi. Họ chỉ cần lời 20% trên tổng số tiền tui bán được thôi, nghĩa là nếu tui bán một triệu thì họ lời hai trăm ngàn. Ngồi không mà kiếm hai trăm ngàn ngon ơ. Chi bằng bây giờ mình tự mua nhang, mua dầu, giấy kiếng về đóng gói thì bà sẽ có hai trăm ngàn mỗi ngày, tháng có sáu triệu khỏi phải làm thuê làm mướn ai. Bà chỉ lo cơm nước cho

Lê Nguyệt © **163**

mình tui còn bây giờ phải lo cho mấy chục đứa, tui cũng nóng ruột vợ vậy bà?

- Trời. Ông nói nghe dễ quá. Biết mua nhang ở đâu? Mùi màng pha chế cách nào ông biết ha?

- Thì học. Bà chơi thân với con Nga làm gì? Nịnh suôn nó hả? Mai là bắt đầu rề lại coi cách thức đóng gói nhang. Làm bộ gom mấy thùng mủ đựng dầu lại để bán ve chai rồi gỡ mấy nhãn mác dầu về đưa tui.

- Mỗi lần mua dầu về cổ xé nhãn đốt hết có để lại đâu?

- Thì bà phải tìm cách lân la hỏi địa chỉ chỗ bán dầu, sau đó tự tui mò.

- Người ta cũng bỏ ra vốn liếng đầu tư vô chứ ông nói gì ngồi không mà ăn lời?

- Thôi mệt. Nói chung bà không khôn hơn tui đâu. Nghe lời tui đi, mình mần mọi họ cũng cả năm rồi, tình nghĩa thằng Thà tui cũng trả xong. Giờ phải tính cho mình.

- Nhưng giờ về tui ngại với con Thúy quá.

- Ngại gì mà ngại? Tui nói không có lượm là không có lượm. Đứa nào ngon thử kiếm chuyện đi.

- Trời ơi ông làm ơn nhịn dùm tui cái. Muốn gì cũng phải chờ rời khỏi chỗ nầy đã.

Rồi Lành chuyển qua giọng buồn:

- Nghe má nói thằng Trung cũng được dì Tám thương tui mừng. Mà sao Tết nhứt không thấy nó về gì hết trơn vậy ông?

- Thì chắc nó ăn Tết ở trển vui hơn. Hay không chừng có bồ bịch gì ở trển rồi.

- Khi nào rảnh rỗi vợ mình chồng lên thăm nó một chuyến nghen ông?

- Bà đi một mình đi. Tui thề bỏ xứ đó rồi.

o0o

Về tới hãng nhang, mọi việc đều bình thường. Bạt vẫn dương dương như không có chuyện gì xẩy ra nhưng Lành vẫn ái ngại. Chị không hề biết Nga đã dặn mọi người dứt khoát không nên tỏ thái độ gì trước mặt vợ chồng Bạt. Bởi vì chiều nay, Bạt không có ăn cơm nhà nên còn lại gần nửa nồi cơm. Mọi người nhìn phần cơm còn dư cùng nói lén Bạt rồi cười như nắc nẻ.

o0o

Hôm sau, nấu cơm xong, Lành lân la lại chỗ đóng gói nhang, theo dõi phương thức đóng gói của mọi người. Chị so nắn từng bó rồi cũng bắt chước lấy dây thun ràng lại, sau đó thảy lên cân hạo xem có bằng bó nhang mà thợ đã cân không. Lành có dụng ý nên say mê làm, mọi việc không qua khỏi mắt Nga. Cô chán ngán khi thấy Lành manh nha có ý phản bội lại lòng thương yêu của mình. Không để cho Lành tiếp cận với nhang lâu, Nga kêu chị tranh thủ xếp áo xếp để xe tải giao số lượng lớn. Lành tiếc rẻ đứng dậy nhưng không nghi ngờ gì.

o0o

Hôm sau nữa, Nga kêu hai vợ chồng Bạt đến, cô nửa đùa nửa thật:

- Anh chị tính làm nhang hả?

Lành hết hồn:

- Đâu có. Sao cô hỏi vậy?

- Tại thấy chị có ý muốn học đóng gói vậy mà.

- Thấy rảnh tính phụ cô thôi. Tui hứa với cô, sau nầy không ở đây nữa, làm gì làm tui cũng sẽ không làm nhang. Nếu làm thì tui sẽ ngày một lụn bại.

Bạt trố mắt nhìn Lành, hắn chợt hiểu ý, tiếp luôn:

- Ai nói với cô vậy? Cô không tin tui cũng nên tin thằng Thà, tui sẽ không bao giờ làm điều gì có lỗi với cô dượng, nếu sai, khi chết sẽ không thấy mặt vợ con.

Lành kinh hoàng nhìn chồng. Rõ ràng trong lòng họ đang có ý định làm nhang riêng, sao cả hai lại buộc miệng thề bán mạng như vậy? Riêng Bạt hoàn toàn không nghĩ đến việc lời thề của họ hoàn toàn ứng vào số phận sau nầy của cả vợ lẫn chồng.

Nga cảm thấy phần nào yên tâm trước hai lời thề như vậy.

HẾT CHƯƠNG 18

CHƯƠNG 19

BƯỚC THỨ NHẤT

Nga thuật lại cuộc nói chuyện và lời thề của vợ chồng Bạt cho chồng và ba anh mình nghe. Vũ cười:

- Thề nhanh quá có nghĩa là họ không quan trọng lời thề nhưng thôi kệ đi, nếu như họ có tách ra riêng mình cũng không tổn thất gì lớn. Bây giờ vợ chồng bây cứ bình chân như vại. Đề phòng thì vẫn cứ đề phòng nhưng cũng không cần phải quan tâm thái quá. Tuyệt đối không cho họ lợi dụng mình nữa là được, còn họ làm gì là chuyện của họ.

Nga nghe lời Vũ, tuy nhiên, cô cũng không còn cảm thấy thương mến Lành như trước mặc dù cô nghĩ, Lành không xúi biểu chồng chiếm dụng tiền nhặt được của Thúy.

Vợ chồng Bạt vẫn sinh hoạt bình thường như mọi ngày, cũng không e dè gì về chuyện ăn cơm nhiều và uống đá chanh khi Bạt đi bán về.

Cho tới một hôm…

Mỗi tháng, Nga tính tiền gạo với cửa hàng của chị Lan một lần. Thường thì chị đến thu tiền vào buổi sáng, Nga đi chợ con gái cô trả tiền cho chị Lan. Cũng mấy lần con cô nói tiền gạo tăng nhiều nhưng Nga không quan tâm lắm vì cô nghĩ có thêm người ăn thì gạo tăng là đương nhiên. Nhưng hôm nay Lan đến thu vào buổi trưa, thay vì trước đây mỗi tháng là bảy bao gạo năm mươi ký thì lúc sau nầy lại là mười một bao. Tăng bốn bao. Nga ngạc nhiên. Coi như Lành ăn vào phần cơm dư của cả nhà chả lẽ một mình Bạt mỗi tháng ăn bốn bao là hai trăm ký gạo? Vậy là mỗi ngày ăn cả bảy ký gạo sao? Bảy ký hai mươi mốt lon, mỗi bữa cơm ăn hơn mười lon gạo? Kinh khủng vậy à?

Nga đưa mắt nhìn Lành đang đứng xớ rớ xem Nga trả tiền. Bắt gặp ánh mắt Nga nhìn, chị luống cuống. Bỗng nhiên Nga thấy ghét, rồi không nể nang gì nữa, cô hỏi Lành:

- Xài gạo hao dữ vậy chị?

Lành bất ngờ, chống chế:

- Thì tui nấu cũng bình thường vậy thôi mà.

- Mỗi buổi nấu dư cả mười lon gạo đó. Ai mà ăn dữ vậy chị? Cũng đâu thấy có cơm dư đâu?

- Mấy người đi bán về họ ăn mạnh lắm cô. Tại cô không để ý thôi.

Thúy đang ngồi bệt dưới đất rọc giấy kiếng đóng gói nhang, vốn ghét vợ chồng Bạt từ ngày hôm đó nên đốp chát:

- Thì thím cứ nói rõ là do ổng ăn nhiều là được rồi, đổ thừa cho ai nữa? Ai ở đây không biết mà bày đặt nói vòng vo.

Lành ê mặt. Nga thấy chuyện cũng lỡ rồi giờ có phanh phui chỉ đẩy họ xa mình thôi nên trả tiền cho Lan về. Cô cũng không nhắc tới chuyện đó nữa tự để Lành ái ngại. Chờ Lành khuất ra sau cô nói với Thúy:

- Bỏ nghe hôn. Đừng rêu rao nữa về ổng kiếm chuyện đó.

- Con vái à. Cho ổng biến khuất mắt để lợi ích gì đó cô ơi.

- Mà cô nói bỏ là bỏ. Không được nhắc lại.

Tối, Lành nói với Bạt, hắn phát chửi đổng cố ý cho

Thúy nghe:

- ĐM, tao ăn tao uống gì cấm mặt chó nào xúc xiểm. Đừng thấy cả năm nay tao chịu hèn chịu nhục rồi coi thường nhen. Tao nể là nể mặt chủ chứ thứ đồ làm công thì mặt nào cũng như mặt nào, cà chớn cà cháo tao đập vỡ sọ.

Lành hốt hoảng bụm miệng Bạt lại, rên rỉ:

- Trời ơi ông ơi, ông làm ơn im dùm cho tui nhờ. Đi tới đâu có chuyện tới đó hà.

Bạt gạt tay Lành ra:

- Cứ nhịn hoài đám con nít hỉ mũi chưa sạch cũng ăn hiếp được. ĐM, nó chưa thấy quan tài chưa đổ lệ mà. Chỗ nầy ở không được thì đi chỗ khác, đéo có sợ quân nào.

Lành rầu sẫu mình, không biết sáng phải đối diện với mọi người ra sao thì may quá, Nga đứng trước cửa phòng chị, gọi:

- Anh chị Bạt có điện thoại. Em anh gọi lên nói bác gái đang hấp hối kêu anh chị về gấp kìa.

Bạt bật dậy như lò xo, bước nhanh ra cửa, hỏi dồn dập:

- Nó có nói gì nữa không cô?

- Tôi định kêu anh lên nghe điện nhưng ảnh có vẻ gấp quá nên chỉ nhắn lại nhiêu đó thôi. Ảnh đang ở bệnh viện, chuẩn bị đưa bác gái về nhà.

- Trời ơi bây giờ làm sao mà về? Phà bắc đâu mà về?

- Anh tranh thủ khuya đi sớm qua phà nhứt. Chắc bác không sao đâu, anh chị đừng lo quá.

Bạt trở vào ngồi phịch xuống giường. Hắn tạm quên mọi thứ chỉ nghĩ đến má ruột của mình. Trên đời nầy, ngoài vợ con hắn ra thì má hắn là người quan trọng tiếp theo, còn cha mẹ vợ hay các em của hắn chỉ là hàng phụ thuộc, có hay không đối với hắn cũng không sao.

Một giờ sáng, Bạt nhờ Nga mở cửa cổng thì Nga cầm năm trăm ngàn đưa Bạt. Lành còn lúi húi khóa cửa phòng ra sau:

- Anh chị cầm tiền nầy, nếu bác gái khỏe thì bồi dưỡng cho bác. Nếu như chẳng may thì coi như tôi có chút lòng.

Bạt đưa tay đỡ lấy tiền rồi gấp rút ra về không cả lời cám ơn. Nga thất vọng lắc đầu. Thật ra, trước đó một tiếng, cô đã nhận được điện thoại của em gái Bạt báo tin má anh ta đã qua đời. Năm trăm ngàn là tiền phúng điếu của cô.

oOo

Vợ chồng Bạt về tới nhà chỉ kịp nhìn mặt bà Hai lần cuối trước khi tẩn liệm. Có cha Lành đưa thằng bé Quân lên chịu tang bà nội. Không thấy Trung. Bạt lo lắng hậu sự cho má còn Lành cứ băn khoăn về Trung vì số điện thoại bà Tám bây giờ chị không còn nhớ. Trước nay do một mình bà Hai liên hệ với bà Tám nên các em của Bạt cũng không biết, muốn biết chỉ còn cách tìm lại phiếu tính tiền các cuộc gọi nhưng đám tiệc lu bu biết tìm ở đâu? Trung là cháu nội đích tôn mà ngày bà nội mất không có mặt chịu tang thật tội nghiệp cho nó. Mà cái thằng cũng ngộ, từ lúc ra đi tới giờ chưa một lần trở về nhà. Không biết nó sống ra sao trên đó, có được người ta thương hay không?

Lành cứ chăm bẳm nhìn Quân, thằng nhỏ ra dáng thanh niên rồi và chững chạc y chang cậu Hai Hiền của nó. Gặp ba mẹ nó cười chúm chím và từ chối nhận tiền mẹ cho chứ không đeo theo rĩ rịt tâm tình. Nhìn nó, Lành thấy xa cách nên chị càng nhớ Trung hơn. Nhất định sau đám tang chị sẽ đi Bảo Lộc một chuyến xem Trung sống ra sao.

Nhưng sau đám tang, vợ chồng Lành ở lại đến cúng tuần thất mới lên Sài Gòn. Lạ ở chỗ, ngày đi, Bạt điện thoại gặp

Nga nói là ở lại vài ngày nữa cho em út bớt buồn. Nga cũng an ủi hắn.

Bạt nói với Lành Nga có gửi tiền phúng điếu nhưng hắn không đưa ra vì Hải dư sức lo đám tang rồi. Số tiền đó hắn sẽ dùng vào việc thuê nhà tháng đầu tiên để chuẩn bị làm nhang. Lành trố mắt ngó chồng:

- Khoan đã ông ơi, lời thề còn nóng hổi mà nay mình ra làm riêng ai coi cho?

- Thây kệ họ. Mẹ bà, chỗ đó bây giờ ở hết được rồi, bọn nó dòm ngó tới cái ăn cái uống của tui bà không thấy sao? Nghĩ ra, mình đi khỏi chỗ đó rồi thì coi như người dưng nước lã; có dính líu gì đâu mà ái ngại.

- Nhưng tui thấy kỳ với vợ chồng cô Nga quá.

- Kỳ gì mà kỳ? Nó cũng lợi dụng mình thôi. Nếu bà không làm lợi cho nó coi nó có chứa chấp bà hôn cho biết. Đời bây giờ ngoài mình ra không tin ai nữa hết.

- Ông không ngại với anh Thà sao?

- Mắc gì mà ngại với nó? Hồi giờ bà có nghe tui nhắc tới thằng đó không? Sau nầy mần ăn được, mình khá giả rồi nó theo nịnh còn không kịp ở đó mà ngại ngùng với nó. Mà thôi, bà lo gì. Có chuyện chi để một mình tui gánh chịu, cứ nói là bà bị tui ép là được.

Lành chắc lưỡi:

- Mà bây giờ ông không về hãng nhang thì đi đâu?

- Đi mướn nhà.

- Trời đất. Ông có dòm ngó chỗ nào chưa?

- Đương nhiên rồi. Tui đã tính xong đâu vô đó hết rồi bà đừng lo gì.

- Nhưng tui muốn đi Bảo Lộc một chuyến coi thằng Trung ra sao đã ông ơi.

- Có sao đâu mà lo. Có chuyện gì bà Tám điện thoại cho má rồi. Từ từ rồi đi. Lo cái chuyện nầy trước đã.

Lành nghe Bạt nói có lý nên cũng không đòi đi Bảo Lộc nữa.

Xế trưa, họ đến căn phòng trọ mà Bạt đã "dòm ngó" mấy bữa trước. Đó là một phòng mười hai mét vuông. Ngang ba, dài bốn mét, nền gạch bông. Đủ phòng khách, phòng ngủ, toilet và bếp nhưng cái nào cũng nhỏ và chật chội. Ở thì tốt nhưng muốn làm nhang thì chắc chắn là sẽ rất bụi bặm. Nhưng không sao, bước đầu phải chịu cực khổ chút.

Ổn định chỗ ở xong, Bạt chở Lành đi Chợ Lớn mua giấy kiếng, nhãn làm nhang. Hắn đến chỗ buôn bán lẻ để mua chứ không dám đến chỗ bán sỉ vì ngại gặp người trong hãng nhang Vạn Minh. Trước mắt, hắn làm nhang thường nên mua nhãn chợ.

Ngủ lại nhà mới một đêm, hôm sau hắn về hãng nhang. Bạt bàn với Lành:

- Bán năm ngày nữa ở đây, sau đó kiếm chuyện nói về quê hay đi Bảo Lộc gì đó, xong biến luôn khỏi từ giã.

Lành phân vân:

- Vậy nghĩ ra cũng bạc bẽo quá nhưng tui cũng không có can đảm chào tạm biệt cổ đâu ông ơi.

- Không thèm chào chứ không phải không dám nhen bà.

Trên đường về hãng nhang, họ tấp vào quán cơm ăn một bụng no cành. Ở đó, họ gặp Lợ, gã nầy cùng bán chung với Bạt, cùng là người Bến Tre và cùng đang ăn ở trong nhà của Nga. Bạt gặp Lợ ăn cơm, hôm nay anh ta cũng không có đi bán nhang.

- Ủa? Nay anh nghỉ bán à?

- Có chút chuyện riêng. Chú thím mới lên hả? Nghe bà bác mất nhưng lu bu quá nên không về chia buồn với chú.

Bạt ghét kiểu xã giao nhàm chán như vậy. Hắn giật mình khi thấy đàng sau xe của Lợ ràng rịt nào là giấy kiếng, nhãn nhang, những bồn dầu thơm dùng để gây mùi, mỗi thứ chừng vài trăm gam. Ạ, thì ra tên nầy cũng có ý đồ. Bạt dò la:

- Anh tính làm nhang riêng hả?

Lợ ngó dáo dác rồi trả lời khẽ:

- Bí mật giùm tui nhen chú.

- Trước sau gì thì họ cũng biết thôi. Giấy sao gói được lửa?

- Thì chừng nào biết hãng hay. Bây giờ tui vẫn còn nhờ họ. Công thức pha chế dầu chưa nắm được nên giờ tui phải lấy nhang thơm chỗ của cổ.

Bạt lần nữa kinh ngạc. Sao ý định của tên nầy giống y như hắn. Hắn cũng định đi bán năm ngày, lấy thật nhiều nhang thơm, bán không hết thì đem lại phòng trọ bỏ đó. Trong thời gian đầu Lành chưa đóng gói kịp hắn vẫn đi bán giữ mối. Thì ra bất cứ thằng phản bội nào tâm địa cũng giống như nhau. Lành vốn dĩ không ưa Lợ. Mỗi lần chị nhìn bản mặt hắn thường nghĩ trong đầu: "thứ mặt thỏ mỏ dơi đó không bao giờ là người tốt", cho nên, chị phang cho bỏ ghét:

- Tui thấy ông bà chủ tốt với anh quá mà sao anh làm phản vậy?

- Làm phản gì chứ? Vì miếng cơm manh áo thôi.

- Bây giờ anh không có miếng cơm manh áo sao? Tui thấy anh gả con cũng mượn tiền cổ làm đám, đáo hạn ngân hàng cũng nhờ cổ giúp đỡ. Sửa nhà sửa cửa cũng cổ giờ tách ra làm riêng vậy không phải chơi xấu sao?

- Mỗi cây mỗi hoa, mỗi nhà mỗi cảnh. Gia đình tui đông phải tự bươn chải sống chứ đâu thể nhờ vả cổ hoài được.

Bạt gạt ngang:

- Chuyện ai người ấy lo. Bà biết gì mà ý kiến ý cò. Coi như bữa nay mình không gặp anh Lợ là được.

- Vậy tui cám ơn chú thím lắm.

Trong khi Lành cảm thấy ái náy với Nga thì Bạt mừng thầm vì mình không phải là người đầu tiên và duy nhất có suy nghĩ tách ra riêng.

Vợ chồng Lành về tới hãng nhang thì họ vô cùng bất ngờ khi mọi người đều cùng gom lại đưa cho Bạt một phong bì, nói là tiền tập thể hùn lại gửi phúng điếu cho má hắn. Lành rưng rưng nước mắt và Bạt thì cảm thấy nao lòng.

Sau đó là sinh hoạt bình thường. Nhờ có tiền của mọi người góp lại mà Bạt kéo dài thêm sự mua bán được mười ngày. Trong vòng mười ngày nầy, doanh thu của hắn tăng vọt một cách ngoài dự định vì hắn lấy rất nhiều nhang thơm và ngày nào cũng hết ngày đó.

Bạt đắc ý tưởng không ai biết được ý đồ mình nhưng không qua được mắt của Nga. Cô biết hắn đã âm thầm thuê một căn phòng, chỉ chờ thời cơ là vọt. Nga đã cho người theo dõi và biết Bạt đang thuê ở đâu nhưng cô vẫn giả như không hay biết vì loại người nầy trước sau cũng phải ra khỏi chỗ làm ăn của cô.

Những ngày sắp đi, Bạt uống rượu xong hay kiếm chuyện chửi chó mắng mèo. Kêu ca công việc của Lành là làm mọi cho cả hãng nhang vì trước đây khi Lành giặt đồ có vài người thảy vào cái áo nhờ giặt giùm. Kêu ca lòng người nhỏ nhen ích kỷ, chuyện ăn uống cũng chọt mỏ vô, hắn cố tình kiếm chuyện để vợ chồng Nga đuổi đi nhưng dù ghét vẫn không ai nói gì. Đến ngày thứ mười một thì Lành thủ thỉ nói với Nga là nhớ con quá, muốn xin phép đi Bảo Lộc thăm con và được Nga đồng ý ngay.

Tất nhiên Nga hiểu đó là cái cớ để họ mang đồ đạc rời khỏi nhà một cách danh chính ngôn thuận. Nga biết đã đến lúc không nên giữ chân họ nữa và cô xem như sự ra đi của họ là cách tốt nhứt.

Trước khi ra đi, để lập một chút công với Nga, Lành rỉ rịt cho Nga nghe việc gặp Lợ hôm nọ và ý định ra riêng của hắn. Đó cũng là do Bạt xúi Lành nói. Bạt nghĩ, bớt được một thằng ra ngoài là bớt được một đứa cạnh tranh làm giàu.

Nga cũng chỉ cười im lặng. Lành thật không đoán được trong đầu cô ấy đang nghĩ gì.

Vợ chồng Bạt như chim thoát khỏi lồng. Họ về nhà mới và bắt tay vào việc làm nhang. Bạt đi mua nhang cây tuốt trên Phú Lâm, chỗ nầy Minh, Nga không có làm ăn gì. Chồng cân đo đong đếm, vợ đóng gói. Ban đầu cũng vụng về nhưng Lành được cái nhanh nhạy nên chỉ trong một buổi chị đã thành thạo.

Họ chỉ làm loại nhang thường vì nhang thơm Bạt đã dự trữ khá nhiều từ đồng tiền của anh em hãng nhang phúng điếu má hắn. Bạt phải có nhang Vạn Minh trên xe mới giữ được mối mang. Ngày khai trương ra quân, hắn mua một con vịt quay cúng đất đai, sau đó hai vợ chồng cùng ngồi ăn với nhau, hắn cảm thấy hạnh phúc vì chính mình tự làm chủ mình, đã qua những ngày sống nương tựa lệ thuộc người khác.

Do nghỉ mấy ngày nên khi xuất quân Bạt bán gần hết xe nhang. Bạt phát hiện trong một ngày đóng gói như vậy nếu hắn bán hết thì vợ hắn đương nhiên lượm được giá chót là hai trăm ngàn. Món hời như vậy mà bấy lâu nay lại đi làm không cho người ta thiệt là uổng phí cả năm. Thừa thắng xông lên, Bạt nhớ đến những mối nhang bỏ chùa của Nga mà trước đây nhờ hắn giao giùm. Cũng sắp đến ba mươi rồi. Hễ ba mươi mùng một và mười bốn rằm là đều giao cho họ. Hắn phải tranh thủ mấy mối nầy vì hắn quen biết còn Nga chỉ biết qua điện thoại thôi.

Và hắn tranh thủ được hết.

Bạt cấp tốc sắm một cái điện thoại di động để liên lạc với khách hàng (?). Hắn cũng gọi về nhà cho số Hải để có chuyện gì thì gọi lên.

Bạt tự đắc chưa từng thấy. Vợ chồng ráo riết làm hai ngàn bó nhang để giao cho hai chùa. Làm vừa xong, hắn đem xuống cho chùa đầu tiên với tâm trạng vô cùng tự mãn.

Đang bon bon trên đường đi giao, (trên xe chở đúng một ngàn nhang chiếc, loại nhang năm tấc 7000 đồng một chục, tiệm tạp hóa bán ra một ngàn một lọn nhưng ở gần chùa thì mỗi lọn 2000. Ngàn nhang nầy thành phẩm xong hắn lời gần một 150.000 đồng. 2000 nhang giao hai chùa kiếm 300.000 đồng như chơi, hơn nửa tháng lương làm tôi làm mọi cho thiên hạ của Lành.), hắn nghe tiếng kêu giật giọng:

- Ông bán nhang. Ông bán nhang.

Bạt thắng xe lại. Một thanh niên khoảng ba mươi tuổi trong quán cà phê bước ra đứng trước đầu xe, ân cần hỏi:

- Chú chở nhang đi bán hả?

- Phải rồi. Có chuyện gì?

- Bao nhiêu một chục vậy?

- Tám ngàn. Hỏi chi?

- Trên xe được bao nhiêu nhang?

- Một ngàn.

- Chú để cho con đi. Nhang nầy thường con mua giá bảy ngàn, nay đồng ý mua chú tám ngàn đó.

- Mầy mua chi vậy?

- Con về bán trong lăng Ông Bà Chiểu.

- Tao phải giao cho chùa rồi.

- Giao cho chùa thì cũng giá bảy ngàn chứ mấy. Tự nhiên lời thêm trăm ngàn chú chê à?

- Ngu ha chê mậy? Nhưng giao cho mầy về làm không kịp giao cho chùa cái chết luôn à.

- Tốc hành đóng gói một chút ra một ngàn nhang liền chứ gì. Hay là chú có quen hãng nhang nào làm mai con với.

Bạt nghĩ bụng: Ngu ha giới thiệu nó tới chỗ Vạn Minh? Bây giờ thượng sách là bắt mối với nó, sau nầy giao được ba chỗ thì mỗi tháng chơi chơi cũng kiếm được tháng lương cho vợ. Hắn giao kèo:

- Giao cho mầy cũng được. Nhưng với điều kiện.

- Chú nói đi.

- Từ nay mầy phải lấy nhang của tao trong mỗi ngày rằm, ba mươi.

- Tất nhiên rồi. Chú không nói vậy con cũng đề nghị vậy hà. Hàng tháng chú bán cho con không cũng đủ mệt có đâu để giao người khác. Chưa nói tới Tết, mỗi ngày con bán trên ngàn nhang vừa thơm vừa thường luôn. Gặp con là chú làm giàu rồi.

- Xạo ke mầy. Vậy chứ trước giờ mầy lấy của ai?

- Có người giao tới chỗ cho con. Nhưng vừa rồi bị tai nạn giao thông ngủm củ tỏi rồi con đâu biết lấy ở đâu nữa.

- Được rồi. Vậy tao giao cho mầy.

- Ở nhà chú còn hôn?

- Còn một ngàn nữa. Nhưng cũng phải giao chùa khác.

- Giao cho con luôn đi.

- Mầy lấy dữ vậy? Không cho trả lại à.

- Trời. Hai ngàn không xi nhê chú ơi.

- Được. Mầy phụ tao xuống xe nhang nầy chở về trước đi. Lát tao đem lại lăng Ông cho.

- Đừng. Đừng đem lại lăng Ông chú ơi. Bọn nó phát hiện ra là chúng đeo theo chú đó, con còn phải chia cho chúng kiếm bậy vài đồng chứ chú. Chú cho con số điện thoại đi rồi liên lạc dễ hơn.

Bạt khoái chí. Đúng là cái điện thoại di động nầy đem may mắn tới cho hắn. Bạt nhờ chú bạn mới lưu số của y vào máy hắn:

- Ừ mà mầy tên gì mậy?

- Con tên Trị. Chú biết anh con tên gì không?

- Tên gì?

- Trừng. Trừng Trị. Hổng biết ba mẹ con nghĩ sao mà đặt anh em con tên gì nghe thấy ớn. Cũng may tách riêng ta chứ kêu chung chắc hổng ai dám lại gần.

- Ăn thua gì. Tên thôi mà. Tao tên Lang Bạt nè. Nghe lỏng mặt đạn chưa?

Hai chú cháu cười vang. Bạt cảm thấy may mắn đang mỉm cười với mình. Ngày hôm đó, hai ngàn nhang hắn giao hết cho Trị, kiếm thêm 200.000 ngàn tiền lời bất ngờ.

Nhưng bây giờ Bạt phải đối diện với vấn đề nan giải.

Hắn đinh ninh nhang năm tấc bất cứ lúc nào cũng mua

được, nên trong nhà chỉ còn vài chục thiên nhang mà hắn dám bán hết nhang đóng gói cho Trị giờ lấy đâu mà giao cho hai chùa? Hắn chạy nhong nhong khắp cả Phú Lâm vẫn không mua được thiên nhang nào. Quính quáng, hắn điện thoại cho hai chùa định hẹn lại thì đều nghe một câu trả lời y như nhau:

- Thôi khỏi, đã lấy ở nhang Vạn Minh rồi. Từ nay, chấm dứt làm ăn với anh.

Bạt chết lặng. Nhưng nghĩ lại còn có Trị cũng an ủi. Hắn gọi điện cho Trị định than vãn thì bên kia đầu dây nghe tiếng Trị cười gằn:

- Ông quên tui nói với ông anh em tui tên Trừng Trị sao? Lật ngửa ván bài với ông luôn, tui là cháu rể của cô Nga, tui không có liên quan gì với nhang đèn hết, chỉ có dịp lên Sài Gòn nghe chuyện của ông nên mới theo lời cô Nga chơi ông một vố cho bỏ tật phản chủ tranh giành mối nhen. Mối nhang nầy của ai thì phải trả về cho người đó, tham như ông trước sau cũng bị quả báo hà.

Bạt tức như điên, nghiến răng: Được. Tụi bây chơi tao. Để coi tao có nhịn tụi bây không nhen. Ăn không được tao cũng phải phá cho hôi. Chờ coi nè đám chó.

HẾT CHƯƠNG 19

CHƯƠNG 20

KHÁNH KIỆT

Bạt quăng điện thoại xuống nhưng cố tính ném vào đống nhang để khỏi vỡ. Lành biết chồng đang phẫn nộ nên cũng không dám lên tiếng. Trong 2000 nhang chiếc chị kiếm cũng được một tháng lương rồi nên cũng cho là tạm đủ nhưng Bạt quả thật có ý đồ bành trướng. Lành biết Bạt dù tài giỏi đến đâu cũng khó mà qua mắt nổi anh em của Nga. Nhưng nói với anh ta như thế nào để Bạt nghe ra đây? Một khi hắn đã quyết tâm làm chuyện gì đó thì chỉ có trời mới cản được. Chờ Bạt dịu xuống, Lành ôn tồn:

- Thôi bỏ đi ông ơi. Làm không lại họ đâu. Họ nhiều tiền lắm của lại đủ kinh nghiệm trong thương trường. Mình dù sao cũng chân ướt chân ráo, vốn liếng cũng không có nhiều. Ông cứ đấu đá hoài có ngày sạch túi là chết.

- Nói cái gì bậy bạ vậy? Nó giàu kệ cha nó chứ. Giàu mà những chuyện lẻ tẻ vậy cũng chen vô. Mất một hai mối nhang chùa bộ làm nó nghèo sao? Vậy mà cũng cho người đi phá được. Đồ hèn.

- Mối mang của người ta mà ông. Hồi đó đưa ông đi giao cổ cũng nói trước rồi, cho ông giao để kiếm chút tiền chứ không phải mối của ông mà?

- Dẹp cái vụ ơn ích đó đi. Dù sao tui cũng mát lòng mát dạ

rồi. Tui bán lại cái mối cho nó với giá hai trăm ngàn cũng được.

- Nhưng hai trăm ngàn đó cổ lấy lại mấy hồi.

Bạt cười, nụ cười đắc ý gian manh:

- Để bà coi tui chơi anh em họ một trận nữa nè nhen. Ăn không được cũng phá cho hôi chơi vậy hà.

- Trời ơi, gì nữa vậy ông? Làm ơn chú tâm vô việc buôn bán đi. Hại người hại mình đó. Bao nhiêu chuyện xảy ra rồi mà không rút ra bài học nào.

- ĐM, nay nhiều lời dữ nhen. Tự nhiên sao bà nhát gan vậy?

- Tui chỉ muốn yên ổn làm ăn thôi – Lành mếu máo – ông không thấy thằng Quân ngày càng xa lạ với mình sao? Ba ngày đám tang không có nói chuyện được với con một lần. Làm cha mẹ như mình thất bại quá. Giờ thằng Trung chẳng biết sống ra sao ở xứ lạ quê người. Lần đầu tiên rời khỏi vòng tay cha mẹ mà đi miết hơn một năm trời chưa về nhà lấy một lần. Ông không nóng ruột sao ông?

- Nóng ruột thì làm được gì?

- Tui muốn ông buôn bán ổn định rồi lên kêu nó về phụ. Đi bán cũng được, đóng gói cũng được. Nếu mình thấy sống được ở đây thì đem thằng Quân lên cho nó đi học gần cha gần mẹ. Có hai đứa con mà nuôi không nổi sao ông?

- Thì tui cũng tính như vậy nên mới nỗ lực buôn bán nè.

- Vậy từ nay đừng bận tâm gì đến chuyện gây thù chuốc oán với ai nữa, nhất là gia đình cô Nga. Người ta cũng tốt với mình lắm rồi. Ông làm nầy làm kia sau nầy gặp anh Thà cũng khó nhìn mặt.

- Dẹp. Gặp thằng đó làm gì nữa. Nó tuyên bố rồi, có chuyện gì nó thà bỏ tui chứ không bỏ đám nhà giàu đó mà. Bà đừng khuyên can gì nữa. Tui phải chơi bọn họ một trận nữa mới đã cái nư giận của tui.

- Ông ơi…

- Tui nói im. Nghe chưa?

Lành nín lặng. Trong lòng buồn quá sức buồn.

Bạt đã có dự tính rồi. Hắn biết Văn (anh của Nga) có một mối nhang lớn ở gần cầu Bình Triệu. Họ bán đi đâu không rõ mà cứ hai ngày Văn chở liên tiếp hai xe nhang cao nghệu đem giao. Trong những ngày cận Tết Văn phải nhờ Minh lái xe tải đem giao mới đủ cung cấp nhang cho họ. Mấy lúc sau nầy hãng nhang của Nga còn kinh doanh thêm túi xốp. Cứ cách tuần là hãng túi xốp không biết ở đâu đem giao xuống một xe năm tấn. Món nầy đem lại cho họ lợi nhuận rất cao và Văn cũng mỗi ngày đem túi xốp giao cho mối nhang đó. Bạt quyết định giành lấy mối nầy. Được thì rất tốt còn nếu không cũng phải phá giá cho Văn mất lời xem thằng quân sư Vũ và vợ chồng Minh đối phó ra sao cho biết. Hắn chấp năm cái đầu của vợ chồng Minh và anh em Nga cộng lại. Huống hồ gì lúc nầy đang trong năm học, không có thằng thầy giáo ở cạnh mà Minh thì đi suốt ngày, Nga chỉ là một đàn bà thì bản lãnh bao nhiêu.

Nghĩ là làm. Hắn không đi bán một ngày để lân la khu vực cầu Bình Triệu kiếm mối nhang của Văn. Cũng không khó khăn mấy hắn tìm được địa chỉ. Đó là một tiệm bách hóa lớn biển hiệu Thu Thủy, bán đủ thứ thượng vàng hạ cám. Hắn dựng xe vào mua những món linh tinh để đủ thời gian quan sát xem Văn đã giao nhang gì. Nhờ hỏi thăm ngoài đường, Bạt biết tiệm bách hóa nầy giống như một chành xe, mỗi ngày đều gửi hàng theo giá sỉ đi các tỉnh miền Trung, Nam, Bắc nên sức tiêu thụ các mặt hàng là rất lớn không riêng gì nhang. Bạt nghĩ, bằng mọi cách phải hất Văn ra, nhang thì hắn tự làm, mùi màng tự chế. Túi xốp cứ ra Chợ Lớn lấy về, bỏ huề vốn cũng được. Chủ yếu là nhử tép bắt tôm.

Ở cầu Bình Triệu về, hắn bắt tay vào làm nhang thơm cao cấp liền. Bạt ra chợ Kim Biên tìm mua tinh dầu nhang, được sự hướng dẫn của chủ tiệm, hắn chọn tinh dầu trầm mã số 4460 pha chung với trầm trắng và cồn. Nghe phảng phất có mùi của Vạn Minh là được.

Bạt mua bình sịt nhang, hắn sịt lướt qua. Đóng gói xong dùng khăn tẩm dầu đã pha xoa chung quanh chục nhang. Bạt cười mãn nguyên "thơm bát ngát".

Hôm sau, hắn chở một xe nhang đầy với đủ loại nhang như của Vạn Minh nhưng khác nhãn. Hắn xài nhãn chợ.

Đến tiệm bách hóa Thu Thủy, Hồ dựng xe bước vào, chào hàng:

- Lấy thêm nhang bán bà chủ.

Hắn xớn xác nên gọi nhầm người giúp việc của Thu Thủy, chị ta lạnh nhạt:

- Có mối rồi ông ơi.

- Tui biết chứ. Nhang Vạn Minh của ông Văn giao chứ gì? Ông Văn lấy nhang của em gái ổng giao kiếm lời, còn tui thì tự làm lấy nên chất lượng và bó nhang có nhỉnh hơn chút nhưng giá cả thì rẻ hơn vì tui trực tiếp bỏ. Bà chủ cứ lấy thử một chuyến nếu bán được thì lấy giúp tui, đôi bên cùng có lợi mà.

- Tui không phải bà chủ. Để tui kêu bả ra cho ông.

Chị khuất vào trong và một người phụ nữ đã có tuổi bước ra:

- Chuyện gì?

Bạt vẫn giọng điệu cũ, xun xoe. Thu Thủy nói ngắn gọn:

- Lấy tui coi chục nhang thơm của ông.

Hắn mừng quính, te ra xe rút chục nhang trầm đem vào. Thủy cầm chục nhang đưa lên mũi ngửi, nhận xét:

- Nhang nầy ông thoa dầu bên ngoài, bên trong không có chất lượng.

Bạt khiếp cho sự nhạy bén của bà chủ bách hóa, hắn lúng túng:

- Bà tinh mắt quá. Đúng vậy, đây là nhang tui bỏ ngoài thị trường. Nếu như bà đồng ý lấy thường xuyên tui sẽ cải tổ lại mùi màng theo ý bà.

- Ông bỏ nhang nầy bao nhiêu một chục?

- Hai mươi lăm ngàn.

- Của Vạn Minh là ba chục. Cải tổ xong, chất lượng bằng Vạn Minh không?

- Tất nhiên là hơn chứ bà.

- Nhang người ta có nhãn hiệu, nhang ông là nhãn tạp thấy thua kém trước mắt rồi.

- Do còn ít vốn quá bà chủ. Được bà ủng hộ từ từ tui sẽ làm nhãn cho riêng mình.

- Được. Ông hạ giá nhang nầy xuống rồi để lại hết tui trả tiền cho. Ghi hóa đơn đàng hoàng. Về thêm mùi màng cho chuẩn rồi đem đến đây hai trăm nhang cho tui trước. Nếu được sẽ đặt nhiều. Nhưng chỉ trả ông hai mươi lăm ngàn một chục thôi, được thì nói tiếp.

Bạt đắn đo một chút rồi vội vã chấp thuận, xuống hết xe nhang với giá 22.000 đồng một chục. Hắn để lại số điện thoại và hí hửng ra về. Trên đường hắn nhẩm tính, hai mươi hai ngàn thì chẳng có lời bao nhiêu vì Vạn Minh xuất xưởng giá hai mươi sáu ngàn rồi. Nếu như hắn gây mùi nghiêm túc như Vạn Minh thì hai mươi lăm ngàn là lấy công làm lời. Kệ, trước mắt là hất cẳng Vạn Minh ra khỏi tiệm bách hóa, sau đó độc quyền thì lên giá mấy hồi.

Bạt đắc ý xem như hắn bước đầu đã tấn công toàn thắng anh em của Nga. Bằng mọi giá, Bạt phải trả được mối thù hai ngàn nhang chiếc.

oOo

Hôm nay đi giao nhang cho bách hóa Thu Thủy về, Văn vừa dựng xe, vừa đảo mắt tìm những đứa em mình. Thấy Nga, anh nói liền:

- Mầy gọi điện kêu thằng Vũ tới bàn chút chuyện coi Nga.

- Ảnh có đây nè. Chuyện gì coi bộ nóng giận vậy anh?

- Thằng một mắt nó giở trò rồi.

Vũ đang ngồi ngay bàn làm việc của Nga, từ tốn nhìn Văn:

- Anh ngồi xuống đi, từ từ kể.

Văn rót ly đá lạnh uống một hơi rồi ngồi xuống, vẫn còn tức:

- Nó mò tới bách hóa Thu Thủy, hạ giá nhang trầm. Bà chủ cũng chịu lấy của nó mới chết chứ.

- Nó hạ bao nhiêu?

- Mình bỏ 30.000 đồng một chục, nó bỏ 22.000 đồng. Hạ vậy ai mà không lấy? Nó còn hứa về gây mùi lại giống y chang mình nữa kìa.

Nga cười thích thú:

- Nó pha mùi y chang mình bỏ giá đó thì ăn cám. Để coi nó trụ được bao lâu. Mà sao Thu Thủy cũng dễ lấy hàng quá hén?

Vũ điềm đạm:

- Người ta buôn bán mà, cái nào có lợi thì làm thôi. Nga

mầy tính coi, nếu như nó làm nhang chất lượng thiệt thì giá 25.000 một chục có ăn không?

- Thì em xuất xưởng 26.000 đồng một chục đó anh. Nhưng nếu mình hạ giá vậy thì anh Văn giao không công à?

- Làm gì mà hạ giá? Nhang mình có đăng ký nhãn hiệu độc quyền, bảo hành mùi màng một năm. Nhang cũ được đem về đóng gói lại. Nhãn nó là nhãn chợ, anh Văn trình bày cho bà chủ nghe cung cách gây mùi trong bột nhang của mình. Nếu như bả cần loại nhang rẻ tiền thì mình cũng có thể sử dụng nhãn chợ mà? Mình làm như nó thì được nhưng nó làm như mình thì không được, lợi thế về phía mình. Hạ giá nhang là hạ sách. Anh nhớ khi giao dịch với bả, đừng tỏ ra cầu lụy quá. Đứng trên lập trường là ngành nhang của gia đình chứ không phải anh giao lấy lời cá nhân. Họ làm ăn với mình lâu năm rồi chứ không phải mới đây mà anh lo. Có thể bả có nhu cầu nhang thường nhưng biết mình không làm nên lấy bên ngoài chút đỉnh vậy thôi. À, mà bả có kêu anh bớt nhang lại không?

- Cái nầy thì không.

- Vậy à? Vậy sẵn dịp nầy dạy cho thằng một mắt bài học nhớ đời.

- Bằng cách nào?

Minh đi tỉnh bỏ hàng chưa về. Văn, Vũ và Nga kéo nhau đến quán cà phê bàn kế hoạch. Ở hãng nhang đông người, anh em họ sợ tai vách mạch rừng.

oOo

Bạt thuận lợi giao hai trăm nhang cho bách hóa Thu Thủy với giá 23.000 đồng một chục. Hắn nhận được đơn đặt hàng 1000 nhang. Bạt như mở cờ trong bụng dù rằng lời rất ít.

Năm ngày sau, Bạt đánh xe nhang đến bách hóa Thu Thủy. Hắn vội vã chất nhang xuống và gặp bà chủ. Bà kêu hắn đưa lọn nhang rồi lấy một lọn của Vạn Minh ra. Rút mỗi bó một cây. Đầu tiên bà đốt cây nhang của Bạt. Khi có khói bà lấy tay phất khói vào mặt để nghe mùi. Bạt hơi hoảng khi thấy động tác chuyên nghiệp đó. Bà nhận xét:

- Nhang của ông có mùi khét. Có thơm mùi trầm nhưng không đậm đà. Nếu về lâu về dài sẽ không giữ được mùi, chất lượng kém. Nghe thử mùi nhang của người ta nè.

Bà lặp lại động tác đó với cây nhang Vạn Minh, Bạt bối rối khi mùi nhang của Nga cứ thơm dịu dịu và rồi lan tỏa bát ngác khắp cả gian phòng. Thu Thủy đưa mắt nhìn Bạt:

- Ông thấy sao?

Bạt chưa biết phản ứng thế nào nên đưa mắt nhìn vào trong câu giờ. Hắn đâm hoảng khi thấy một đống nhang trầm và nhang đủ loại của Vạn Minh nằm chễm chệ ở góc tiệm. Thì ra bà ta vẫn làm ăn với họ. Cũng phải thôi, dù có ưu ái hắn thì chỉ với hai vợ chồng, hắn không thể nào cung cấp nổi số hàng cho Thu Thủy. Nếu được chắc phải kêu Trung về.

- Họ kinh nghiệm lâu năm nên chưa bì nổi. Nhưng nếu bà tin tưởng tui, cho tui cơ hội thì tui hứa sẽ nghiên cứu giữ mùi cho lâu dài.

- Giữ mùi khét như vầy à?

Bạt cứng họng. Bà Thu Thủy nói rạch ròi:

- Dù sao cũng dặn ông rồi, không lấy cũng khó coi. Nhưng nhang như vầy không thể liệt vào nhang thơm được. Tôi đồng ý nhận hết cho ông với giá 20.000 đồng một chục. Nếu không đồng ý thì chất lên.

- Trời đất ơi. 20.000 là chết tui bà chủ.

- Không chết đâu. Bất quá phá huề thôi. Làm ăn mà ẩu tả như vậy không bền nhen ông. Chỗ của tui đặt nặng chữ tín.

Bạt đâm quạu:

- Đặt nặng chữ tín mà hứa như vậy sao?

- Hứa như vậy là hứa gì? Không phải ông nói chất lượng nhang của ông không thua kém Vạn Minh sao? Bây giờ chính mắt ông nhìn thấy đó, ông lấy gì để so sánh với người ta? Nhưng tui không có thời gian để đôi co với ông. Đồng ý thì tính tiền, không thì chở về.

- Lần cuối cùng làm ăn với bà.

- Cũng nên như vậy.

Bạt cay cú nhận tiền. Bận nầy hắn lỗ nặng. Chưa nói còn 500 nhang đã đóng gói xong ở nhà, phải tháo bỏ giấy kiếng đóng lại loại nhang khác. Đúng là miệng kẻ sang có gang có thép, xem lời hứa như cánh chim bay.

Vừa ra khỏi tiệm bách hóa, hắn tức tối khi thấy Văn chở xe nhang đầy ắp tắp vào, nhìn hắn nhếch mép cười trêu chọc. Trong một thoáng, hắn muốn tiến tới đạp vào xe cho Văn ngả chỏng ra mới đã cái nư mình.

Thua keo nầy, Bạt không biết có bàn tay của đám Vạn Minh nhúng vào không. Bỗng nhiên hắn thấy căm thù, làm cái chó gì cũng bị chúng chặn họng chặn hầu là sao? Ạ, tui bây muốn triệt đường sống của tao à? Được, để bây coi tao trả đũa bằng cách nào.

Bạt chưa về nhà, hắn đi thẳng ra Chợ Lớn. Tới chỗ bán giấy kiếng và nhãn hỏi thăm chỗ in nhãn, hắn được hướng dẫn đến một cơ sở in lậu, trình bày ý muốn của mình là in nhãn Vạn Minh. Hắn lấy tấm nhãn phấn có hình Phật bà đưa cho ông chủ cơ sở in. Ông ta đắn đo:

- Đây là nhãn độc quyền có mã số, không in được đâu.

- Cứ in. Có gì tui chịu trách nhiệm.

- Họ phạt cơ sở tui ông chịu được sao?

- Làm sao họ biết ông in mà phạt? Tui không khai đâu.

- Lúc đó, mạng ông còn không bảo vệ được đừng nói binh tui.

- Đâu có gì mà lớn chuyện vậy? Nhỏ chủ nầy là em chú bác với tui, nó không làm gì tui đâu. Bất quá nó chửi cho một trận rồi cũng thôi chứ gì ông lo.

- Thôi để tui giới thiệu người khác cho ông. Thằng nầy nó gan hơn tui, nó dám làm đó.

Cuối cùng rồi Bạt cũng được Tân, người khác nhận in nhãn Vạn Minh cho hắn. Tiền bản kẽm, tiền in và tiền giấy mất đứt năm chỉ vàng.

Khi Lành biết sự thật thì mọi việc đã xong. Chị chỉ còn biết kêu trời rồi lặng lẽ làm theo ý chồng.

Từ ngày có nhãn Vạn Minh, doanh thu của Bạt tăng lên thấy rõ. Hắn phấn khởi đóng gói rất nhiều nhang, thuê thêm một phòng trọ liền vách để chất nhang thiên và làm tại đó để tránh bụi. Phòng vợ chồng chỉ chất nhang thành phẩm và ăn ngủ. Sau khi ổn định được mối nhang, Bạt bắt đầu triệt phá Vạn Minh.

Đầu tiên, hắn gây mùi, làm nhang chất lượng theo kiểu của hắn cho nhãn chợ, còn nhãn Vạn Minh hắn toàn đóng nhang thường. Mười loại nhang Vạn Minh hắn làm đủ cả nhưng không có một miếng mùi màng. Bạt hoàn toàn quên khuấy đi rằng loại nhang trầm của Vạn Minh, Nga đã cho tinh dầu vào bột tùng sau đó mới se thành cây nhang, cho nên tự bản thân cây nhang tùng đã có mùi thơm cộng với dầu pha cồn xịt bên ngoài nên từ xa chưa tới hãng nhang đã nghe mùi. Nhang quế của Nga cũng se bằng bột quế, nhang thường cô cũng bỏ xạ hương vào. Bây giờ Bạt đóng gói nhang Vạn Minh không mùi màng sẽ làm chết thương hiệu của cô và đó là ý định nham hiểm của hắn.

Nhưng vợ chồng Bạt dại quá, quá dại khi nghĩ rằng một tay có thể che trời.

Quản lý thị trường ập tới căn phòng của họ vào một buổi chiều, có mặt của Vũ và Nga.

Vợ chồng Bạt mặt cắt không còn chút máu. Hắn thật sự không thể tưởng tượng ra nổi Nga biết được chỗ ẩn náu của mình.

Lành linh cảm có chuyện lớn sắp xẩy ra, nhưng vẫn xun xoe xu nịnh Nga:

- Ngồi chơi cô Nga. Sao cô biết chỗ nầy vậy?

Nga lạnh lùng:

- Chị nghĩ là trốn ở đây để làm chuyện bỉ ổi thì tôi không hay không biết gì sao?

Lành nghẹn họng. Hai quản lý thị trường, lục soát, lập biên bản, tìm được mười tám thiên nhãn phấn Vạn Minh và tổng cộng hơn hai ngàn nhang hiệu Vạn Minh các loại. Vũ rút một cây nhang trầm ra đốt, mùi khét nghẹt của bột và tăm nhang, anh lắc đầu:

- Tính giết chết nhãn hiệu mà.

Bạt vẫn còn bất ngờ trước cuộc "viếng thăm không báo trước" nầy thì Vũ nghiêm túc nói:

- Nếu như anh tách ra làm nhang riêng thì cũng không có gì đáng nói, vì đó là cuộc sống, không ai buộc phải lệ thuộc ai cả đời. Nếu như anh chỉ đi giành mối mang của em gái tôi dù thành công hay thất bại thì đó cũng là bản lãnh kinh doanh của anh, chúng tôi cũng bỏ qua. Nhưng hôm nay anh cả gan ăn cắp bản quyền sở hữu trí tuệ của nó để mưu cầu lợi ích cho mình, để gây tổn thất trầm trọng đến tên tuổi cơ sở của nó đã dày công gầy dựng bao nhiêu năm nay thì không thể tha thứ được. Một khi anh đã có gan làm chuyện nầy thì cũng nên có gan đối diện với luật pháp, chúng tôi đã đăng ký nhãn hiệu độc quyền thì luật pháp sẽ bảo vệ chúng tôi.

Vũ nhếch môi, khinh bỉ:

- Anh biết để có được như hôm nay em tôi đã phải vất vả như thế nào không? Làm chủ một cơ sở hơn hai trăm thợ mà chồng phải tự thân xách xe đi bán dạo, vợ phải đóng gói từng chục nhang, anh tôi phải còng lưng chở những xe nhang đầy đi tìm mối, em trai tôi là thầy giáo mà nghỉ hè cũng lên hỗ trợ em gái mình. Tôi cũng phải cuốn vào nhang nhúng để cung cấp hàng cho nó. Chúng tôi đâu có ngồi mát ăn bát vàng đâu anh. Anh được tụi nó đùm bọc không ơn nghĩa thì thôi, tách ra làm riêng năm lần bảy lượt giở trò anh em tôi đều bỏ qua. Nay anh cố tình chơi bẫng tùng chúng tôi như vầy còn có nghĩa là đập bể chén cơm của bao nhiêu thợ thầy trong hãng nhang nữa. Trước giờ chưa có kẻ nào khốn kiếp như anh.

Quay sang quản lý thị trường, anh nói:

- Các anh làm nhiệm vụ đi.

Hai quản lý kêu Bạt dồn hết nhang vào phòng kế bên, bắt vợ chồng hắn ký vào biên bản rồi niêm phong phòng lại,(vì là ở nhà thuê nên vợ chồng Bạt phải nộp luôn CMND để bảo đảm không trốn chạy), ra giấy mời sáng ngày mai đến trụ sở Ủy ban lúc tám giờ.

Anh em Vũ và hai quản lý thị trường ra về trước sự bàng hoàng của vợ chồng Bạt. Từ lúc họ bước vào cho đến lúc ra, Bạt không cất lên được một tiếng nói nào để giải thích.

Lành ngồi sụp xuống đất, òa lên khóc:

- Trời ơi, giờ làm sao ông?

- Sao là sao? Để mai rồi tính. Bất quá phạt tiền thôi.

- Nhục quá nhục rồi. Ông Vũ nói câu nào tui nhục câu nấy. Tại ông không nghe lời tui, mình làm không lại họ đâu.

- ĐM, có thằng nào chỉ điểm nè. Chứ làm sao nó biết chỗ ở của mình mà dẫn quản lý thị trường tới?

- Ông xách xe chạy ngời ngời ngoài đường mà sao không biết? Xe ông chở toàn nhang Vạn Minh không người nầy cũng người kia thấy thôi. Muốn người ta không biết trừ khi mình đừng làm.

Bạt trợn mắt, lớn tiếng:

- Có câm miệng ngay lại không? Tao đang nẫu người đây, đừng làm rối thêm.

Đã lâu lắm rồi, Lành mới nghe lại danh xưng mầy tao của chồng. chị biết hắn còn lo hơn cả mình. Thôi thì cứ để mặc mọi chuyện tới đâu tính tới đó.

Hôm sau, đúng tám giờ, vợ chồng Bạt có mặt ở Ủy ban phường. Vũ và Nga cũng có ở đó. Ban hòa giải làm việc, nếu không giải quyết được mới đưa ra tòa. Lành nghe tiếng Tòa đã sợ hết hồn.

Trưởng ban hòa giải đọc cho mọi người nghe về bộ luật dân sự. Bạt vi phạm vào khoản 1 điều 129 luật sở hữu trí tuệ, đề nghị hai bên thỏa thuận giá tiền bồi thường vì dù sao cũng là đồng hương. Vũ thay mặt em gái nêu số tiền bồi thường là 30.000.000 đồng, tương đương sáu lượng vàng. Sở dĩ buộc hắn bồi thường để hắn rút kinh nghiệm không tái phạm.

Lành muốn ngất đi khi nghe số tiền bồi thường ngoài khả năng mình, nhưng trưởng ban hòa giải kêu vợ chồng chị đồng ý vì ra tòa cũng phải bồi thường như vậy mà còn trả tiền án phí, mất thời gian đi tới đi lui, lại có tiền án.

Họ cùng ký vào biên bản hẹn đúng một tuần sau sẽ giao tiền tại Ủy ban trước sự chứng kiến của trưởng ban, hàng hóa mang nhãn hiệu Vạn Minh phải bị tịch thu tiêu hủy. Khi ra về, gặp nhau trước cửa, Nga nhìn họ, mỉa mai:

- Tôi nhìn lầm chị. Số tiền nầy với tôi không lớn nhưng với chị là cả một gia tài. Và chị đáng phải trả giá như vậy. Còn nhớ chị đã thề nếu phản bội tôi thì sẽ ra sao không? Là tàn rụi, TÀN RỤI đó.

Anh em họ lên xe về. Lành chết điếng trong lòng, lời mắng nhiếc của Nga bây giờ chẳng làm chị đau lòng lo lắng bằng thực tế trước mặt phải đối phó:

- Giờ làm sao ông ơi, tiền đâu một tuần nữa trả cho họ?

- Về năn nỉ mấy đứa em, gom đứa một mớ, bà hỏi mượn anh Hai đi. Mình còn được bao nhiêu?

- Dành dụm cả năm nay hơn một cây vàng, ông làm muốn hết rồi. Hay là mình về nói với anh Thà lên năn nỉ cô Nga bớt lại và chậm chậm cho mình thời gian được không ông? Chứ anh Hai tui và mấy em của ông chắc gì chịu giúp mình?

Bạt chán nản mặc kệ vợ, hắn nói buông xuôi:

- Giờ chỉ còn có nước vậy thôi. Nhưng chẳng biết thằng Thà có chịu nói giúp mình hay không nữa đây. Kệ, một liều ba bảy cũng liều. Cũng đừng lo quá, hễ mỗi lần bế tắc thì đều có quới nhơn hỗ trợ, để bà coi nhen.

HẾT CHƯƠNG 20

TRỞ MÌNH TRONG TỘI ÁC

Hôm sau, vợ chồng khăn gói về quê liền. Họ tắp ngang chợ Bình Chánh mua con vịt quay và năm ổ bánh mì để ghé nhà Thà ở Chợ Lách trước. Trên đường đi, dù rất nhiều chuyện để bàn tính với nhau nhưng Bạt và Lành không biết bắt đầu như thế nào. Bạt đi cầu may vì quá bí lối chứ hắn chưa chắc Thà sẽ sẵn lòng nói giúp. Giờ phải nghĩ ra một lý do gì đó chứ nếu khai thiệt tất cả với Thà là hỏng việc. Lành có chung ý nghĩ với chồng, chị nhỏ nhẹ nói như không ra hơi:

- Giờ nói với ảnh sao mà bị phạt đây ông? Nói thiệt hổng chừng còn bị chửi nữa chứ, nhưng không nói thiệt cũng không được vì thế nào ảnh cũng có liên lạc với Minh. Nếu không thì khi nghe mình kể cũng sẽ liên lạc hà.

- Giờ chỉ hy vọng nó nói giùm một tiếng là cho mình chậm lại và trả dần mỗi tháng hoặc may.

- Tui thấy ông Vũ không dễ gì đồng ý cho trả dần đâu. Ổng cố tình dìm chết ông đó.

- Ủa? Bà cũng thấy vậy sao? Vậy mà tui đòi trả thù bà cứ cản đản hoài.

- Ai thù với ông mà ông trả? Phải chi tách ra làm riêng mà ông cứ làm ăn chân chính như người ta thì đâu có chuyện gì xảy ra. Bây giờ sự thể như vầy ông cũng chưa thấy hối hận sao?

- Hối hận con khỉ. Trời hại chết, người hại không chết. Cho tui cơ hội đi, tui vươn lên mấy hồi.

- Nói trời hoài cũng không giải quyết được gì. Bây giờ tui giao cho ông nói chuyện với anh Thà. Mọi việc tùy ông định liệu, tui bó tay rồi.

Tới cầu Lách, Bạt hỏi thăm nhà của Thà. Thà ở gần phà Tân Phú nhưng phải đi vào một đỗi khá xa. Hỏi thăm một chập nữa cuối cùng cũng tìm được nhà anh ấy. Ở quê nên người ta dễ biết nhau.

Thà đang ngồi uống trà một mình ở căn chòi nhỏ ngoài vườn măng cụt cạnh nhà. Gọi là căn chòi vì Bạt thấy chỗ đó được dựng lên để vừa đủ bộ ghế đá, nóc thì chỉ lợp lá và ba bên bốn phía trống hoác, bày lên trên mặt ghế là mâm trà và dĩa chôm chôm nhãn.

Thà nghe tiếng xe, hướng mắt nhìn ra rồi mừng rỡ đứng dậy:

- Ủa… hai vợ chồng mới lên hả?

Thái độ của Thà làm Lành yên tâm phần nào, chắc là anh chưa biết chưa hay chuyện gì đã xảy ra. Bạt vẫn tỉnh bơ nói những lời giả dối:

- Định về thăm mầy mấy lần rồi chứ nhưng lu bu quá tay. Hôm rồi tao về Mỏ Cày cả tháng nhưng lo đám tang bà già nên có đi đâu được, nay tranh thủ ghé thăm mầy. Cám ơn mầy đã giúp tao có công ăn chuyện làm.

- Đu mẹ, nay bày đặt khách sáo nữa. Ngồi đây chút cho mát rồi vô nhà. Ngồi ăn chôm chôm chơi, tao mới bẻ tức thì đó. Bà già mất hồi nào?

- Cũng vài tháng rồi.

- Tao có hay biết gì đâu? Chia buồn với mầy nhen.

- Tao về cũng không kịp nhìn má lần cuối. Nhưng thôi, chuyện qua rồi.

Lành rụt rè hỏi:

- Chị và mấy cháu có ở nhà không anh?

- Có ai đâu? Mấy đứa nhỏ riêng tư hết rồi. Mấy bữa nay con dâu út sanh, bả đi nuôi có mình tui ở nhà chèo queo đây chứ.

Vợ chồng Bạt mừng rơn trong bụng. Bạt lăng xăng:

- Nhà có rượu sẵn không mậy?

- Có chứ.

Bạt quay sang vợ:

- Bà vô bếp kiếm đồ dọn vịt quay ra, tui ví thằng Thà làm bậy vài xị chơi.

Thà khoát tay:

- Để tao. Thím biết chỗ nơi đâu mà dọn.

Họ ngồi xuống bên bàn, Lành cũng ngồi cạnh nhưng chị không dùng mà chỉ ăn chôm chôm, trong lòng hồi hộp lo lắng kỳ lạ. Lành đánh giá Thà là một người chính trực, tôn trọng tình bạn. Bạt và anh ấy chỉ quen biết nhau một năm làm lính sao có thể thân thiết với Minh là bạn thân chí cốt trước giờ? Lại nghe chuyện Bạt làm phản, nhái nhãn nhang bị phạt không chừng anh còn chửi cho chứ nói gì đến chuyện giúp. Lành có chút hối hận đã mất thời gian tới đây.

Chị đứng dậy đi vòng vòng mấy gốc cây măng cụt, nhìn lên. Măng cụt trái nhiều như vậy sao chị không có cảm giác hứng thú nhìn ngắm nó, đầu óc cứ mơ mơ màng màng không tập trung. Lành biết, nếu như Thà từ chối nói giúp thì nghĩa là tình bạn của anh và Bạt cũng coi như chấm dứt. Từ ngày làm vợ Bạt đến nay, chị chưa từng thấy anh ta có người bạn nào đúng nghĩa, bởi vì anh ta chỉ lợi dụng họ khi có cơ hội thôi chứ có quan trọng tình nghĩa gì đâu. Chị tiếc những ngày ở Bảo Lộc với bà Năm và bà Tám. Phải chi lúc đó anh ta chịu ra đầu thú chấp nhận tám năm tù, mẹ con chị đàng hoàng ở với bà Năm thì giờ nầy chắc cũng có cơ ngơi vững chắc. Bạt bày chi chuyện nhát rắn bà Năm để cuối cùng giờ muốn lên thăm con cũng phải đắn đo nhiều lần như vậy. Giờ đây, khi đã tìm được nơi mua bán ổn định, dù có mưa gió bão bùng thì mỗi tháng chị vẫn bỏ vào túi một chỉ vàng, cái ăn cái mặc của vợ chồng cũng chẳng phải lo,anh ta lại đi tham lam hai trăm ngàn đồng con cháu làm rớt để rồi bị kỳ thị, trong lòng ấp ủ nuôi mộng làm giàu để thân bại danh liệt, rơi vào tận cùng của sự thiếu thốn như hôm nay, mặt mũi nào mở miệng ra cầu xin Thà là người đã đem đến cho vợ chồng chị sự no đủ bằng quen biết của mình? Lành cứ ray rứt mãi không dám đến gần bàn nhậu của hai người đàn ông, chị phó thác cho Bạt muốn nói sao thì nói. Đến khi tiếng Thà sang sảng vang lên, chị lắng nghe rồi bước đến ngồi xuống bên bàn, đã đến lúc phải đối diện với sự thật:

- Nghe sao vô lý vậy mậy?

- Đúng là như vậy đó.

- Tao chơi với tụi nó lâu tao biết, nếu như không quá đáng không bao giờ tụi nó cạn tàu ráo máng vậy đâu.

- Đúng là lần nầy nó cạn tàu ráo máng với tao thiệt rồi.

- Sống chung một năm mà chẳng lẽ không có chút tình cảm với nhau sao lại đến nỗi như vậy? Lâu lắm rồi tao có điện thoại hỏi thăm, nghe vợ nó nói thích vợ mầy lắm mà.

- Ừ thì nó thích vợ tao vì làm công làm mọi cho nó mà. Nhưng khi đụng chạm đến quyền lợi mới biết lòng dạ con người.

Thà đăm chiêu suy nghĩ một hồi, chợt hỏi:

- Mầy có điện thoại đó không?

Bạt hồ hởi móc túi lấy điện thoại ra đưa Thà. Anh bấm số xong kê tai vào nghe vừa đưa mắt nhìn Lành. Chị xấu hổ cúi gầm mặt xuống không dám đối diện ánh mắt đó. Người bắt máy điện thoại bên kia đầu dây luôn luôn là Nga:

- Thím Minh à? Chú thím khỏe không? À, mùa nầy chôm chôm chín rộ rồi, măng cụt năm nay coi bộ cũng khá. Chưa. Chỉ còn vài cây sầu riêng để dành ăn thôi thím. Lúc nầy hàng hóa chạy đều hả? Minh đi tỉnh thường xuyên không? Mấy anh của thím cũng khỏe hết chớ? À, vợ chồng thằng Bạt lúc nầy buôn bán khá không thím?

Thà im lặng lắng nghe Nga tường thuật mọi việc một lúc lâu. Bạt phập phồng lo hết tiền trong điện thoại thì đến lúc quan trọng không nói được. Hắn nhìn mặt Thà thay đổi theo từng lời nói của Nga mà trong bụng đánh lô tô:

- Vậy sao? Bây giờ vợ chồng nó hứa với mọi người làm sao? Bao giờ sẽ giao tiền?

Thà nghe một hồi, tuyệt không nói giúp một câu rồi tắt máy điện thoại trước vẻ bồn chồn của vợ chồng bạt. Anh mím môi im lặng một lúc, Bạt sốt ruột hỏi:

- Nó nói sao mậy?

Phản ứng của Thà nằm ngoài dự tính của Bạt và Lành. Anh đứng bật dậy, lấy túi xốp đựng thịt vịt ban nãy trút ào dĩa vịt quay trở vào, trút luôn dưa leo, nước chấm, bánh mì vào túi rồi quăng xuống bàn, hét lên:

- Tụi bây mang theo cái nầy biến khỏi nhà tao. Nghĩ sao làm chuyện bẩn thỉu như vậy lại còn dám vác mặt đến đây nhờ tao nói giúp? Nói cái gì? Mầy nhìn lầm tao rồi Bạt, "Nhân phi nghĩa bất giao, của phi nghĩa bất thừa", loại người như mầy xứng đáng làm bạn với tao sao? Biến nhanh ra khỏi khu vực nầy tức thì.

Giọng Thà dứt khoát làm Lành điếng người trong nỗi tủi nhục. Bạt bất ngờ, nhưng hắn không dễ gì khuất phục trước thái độ khinh miệt của Thà:

- ĐM, miếng cơm manh áo thôi mầy. Không ai phải cắm đầu làm tôi mọi cho nó hoài, cũng phải tìm tương lai cho mình. Tao còn hai đứa con, phải tạo điều kiện cho tụi nó sống chứ. Mầy cũng làm cha người ta rồi, sống lo cho mình không quan tâm con được sao?

- Ai cấm mầy lo cho con? Ai cấm mầy tách ra làm nhang riêng? Nhưng tại sao mầy đi giành mối mang của người ơn? Tại sao đi ăn cắp nhãn độc quyền của người ta? Giải thích sao tao cũng không nghe lọt lỗ tai, mầy biến ngay cho tao nhờ. Biến mầy.

Vợ chồng Bạt đứng dậy quay lưng, Thà nạt lớn:

- Xách cái nầy theo luôn. Để đây mắc công tao đem quăng chứ chó nhà tao cũng không thèm ăn thứ đồ mua bằng tiền bất nghĩa đó. Về đi để lo chạy nợ bồi thường cho người ta. Tình bạn của tao với mầy chấm dứt kể từ hôm nay nhen mậy.

- Bạn như mầy tao đắm đách chơi.

Lành bụm miệng bạt kéo ra ra, không quên mang theo túi xốp có đựng thịt vịt quay mua để lấy lòng.

Cuộc điều đình thất bại thảm hại.

Lành nẫu ruột ra, chị biết về quê lúc nầy không miệng mồm nào nói với các em của Bạt và anh Hai của chị. Hy vọng để họ giúp đỡ chút ít chỉ là mỏng manh thôi. Lành nhớ ánh mắt khinh bỉ của Thà mà nhói trong lòng. Từ nay, phải nhớ đến nỗi nhục đó mà ráng làm người tốt. Lành chợt nghĩ, nếu như nói thật lý do để mượn tiền thì sẽ không ai chịu giúp mình, chi bằng cứ đặt điều nói trớ sang một lý do khác hợp lý hơn. Lành vội vã nói với Bạt:

- Tui thấy vầy nè ông, về mượn tiền ông nói lỡ mượn chiếc xe xịn trong hãng nhang đi mua đồ, dựng bên ngoài tiệm bị chúng chôm mất giờ phải gom tiền đền mới có thể trụ lại buôn bán. Mấy em giúp được bao nhiêu thì giúp, anh Hai tui cũng vậy. Được bao nhiêu tới ngày đó mình đưa cổ bấy nhiêu, người ta cần tiền thôi cũng không ai bỏ tù mình vì mình có thiện ý trả mà ông.

- Vậy sao hồi nãy không nói với thằng Thà vậy biết đâu vớt được nó vài chỉ?

- Anh Thà không nói dóc được vì cũng có lúc ảnh gặp họ thôi. Còn gia đình mình thì không bao giờ gặp. Vậy đi nhen ông.

- Phải đành vậy thôi chứ biết sao.

Và với kế hoạch đó, vợ chồng họ gom được của các em Bạt một cây vàng. Anh Hai và cha má Lành năm chỉ cộng với tiền của Lành nữa là vừa đủ hai cây, đổi ra được mười triệu đồng.

Còn ba ngày nữa đến hẹn tại Ủy ban, Bạt xách xe chạy nhong nhong ngoài đường thì lần nữa, hắn lại gặp được quới nhơn.

Quới nhơn của hắn là Sinh mắt khói đèn, bạn tù đã từng chia sẻ phần cơm cho hắn.

Bạt ngồi ăn cơm trong quán thì Sinh dựng chiếc xe Honda 67, phía sau chở đầy hàng hóa được ràng rịt cẩn thận bước vào quán kêu dĩa cơm thịt kho trứng. Bạt sững sờ nhìn Sinh, anh có vẻ mập mạp hơn trước và đôi mắt nhanh nhạy không còn "khói đèn" bao bọc lấy. Bạt định thần nhìn kỹ rồi buột miệng:

- Sinh khói đèn.

Sinh quay sang và mừng rỡ reo lên:

- Chú Bạt.

Hai người tay bắt mặt mừng như tri kỷ lâu năm gặp lại. Hỏi thăm nhau tíu tít, Bạt được biết Sinh sau khi ra tù thì không về ở với cậu nữa mà xin vào bán trà, cà phê cho một cơ sở chế biến trà và cà phê. Ban đầu anh thuê nhà ở trọ sau đó được chủ thương nên cấp cho một phòng, bây giờ cuộc sống ổn định. Anh chịu trách nhiệm giao hàng cho khu vực nội thành ăn lương, rảnh đi bỏ mối trà, cà phê kiếm thêm thu nhập. Có người yêu rồi sang năm sẽ cưới vì đang dành dụm tiền. Nghe Sinh nói, trong đầu Bạt lóe lên suy nghĩ, hắn cười cởi mở:

- Mừng cho mầy quá. Mình trao đổi số điện thoại đi, chiều nay mầy tranh thủ chạy lại chỗ tao chơi, gặp mầy bà xã tao mừng lắm đó. Về tao nhắc mầy với bả hoài, bả nói trên đời sao có người tốt tới như vậy.

- Được chú, chiều thế nào con cũng ghé qua. Chú cho địa chỉ con đi.

- Chắc nhen mậy? Để tao kêu bả làm món gì chú cháu mình rai rai.

Bạt kể cho Lành nghe cuộc gặp gỡ với Sinh, sẵn kể luôn quan hệ của hắn và Sinh trong tù để Lành có cái nhìn tốt về anh. Hắn hy vọng sẽ vớt của Sinh một số nữa rồi trả dần bằng cách theo Sinh đi bán trà và cà phê trong những tiệm tạp hóa trước đây là mối nhang của hắn. Dứt khoát không theo ngành nhang chết tiệt nầy nữa.

Chiều, Sinh y hẹn. Anh mang tới một thùng bia lon, mồi là con gà ram nước dừa béo ngậy.

Vừa nhìn thấy Sinh là Lành đã có cảm tình. Sinh chắc lớn hơn Trung năm, bảy tuổi gì đó, đôi mắt buồn một vẻ sâu kín mà nhìn vào ai cũng cảm thấy nao lòng. Thằng nhỏ chắc có một quá khứ tồi tệ. Chị cảm thấy mừng cho nó đang có công ăn việc làm ổn định không phải lệ thuộc cậu mợ, chị thương cho hoàn cảnh của Sinh, chịu ở tù oan uổng để trả ơn cậu mình. Còn nhỏ mà biết chuyện như vậy thế nào tương lai cũng sẽ khấm khá thôi.

Bạt dắt Sinh qua nhìn căn phòng bị niêm phong, thấy Sinh có vẻ thắc mắc, hắn giải thích:

- Do tao sơ ý làm mất chiếc xe của thằng bán nhang chung nên bị nó thưa, người ta niêm phong hàng hóa của tao lại chờ đền xong chiếc xe mới được lấy ra.

- Sao vô lý vậy chú? Niêm phong hàng hóa không cho mình đi bán thì tiền đâu mà đền?

- Bởi vậy mới nói. Mà mình thấp cổ bé miệng nói ai nghe mầy ơi. Tao với thím mầy mới về quê mượn các anh em cộng với tiền dành dụm lâu nay chỉ được một mớ thôi. Kệ bà, tới đâu tới chứ biết sao giờ. Phước bất trùng lai họa vô đơn chí là vậy. Còn ba ngày nữa tới hẹn giao tiền rồi, nếu họ thông cảm cho lấy nhang ra thì đỡ hỏa, còn không thì chắc chịu chết.

- Tới chỗ con đi chú. Con giới thiệu chú với chủ lấy cà phê đi bán. Kiếm ăn được lắm chú.

- Tao cũng mong vậy. Chứ bây giờ mặt mũi nào mà đi bán nhang nữa.

- Lại chỗ con mướn nhà luôn.

Bạt đã có kế hoạch trước nên trả lời suông óng trước sự bất ngờ của Lành:

- Chuyện nầy không được. Chủ nhà trọ là người đồng hương, kế bên nhà tao dưới quê, có tình có nghĩa lắm. Trước khi tao dọn lại đây nó lấy phòng của người ta đang thuê cho tao ở, giờ đâu bỏ nó được. Chuyện đó để từ từ tính đi. Ở đây gần chợ, tao đi bỏ cà phê, trà, bả ở nhà lấy bọc xốp bỏ vòng vòng chợ kiếm tiền cá cũng đỡ. Vả lại, tao phải ở đây để trả nợ cho người ta nữa.

- Vậy chủ phòng trọ nầy biết nhà cửa gốc gác của chú hả?

- Ừ. Hàng xóm mấy mươi năm mà.

Sinh suy nghĩ một chút rồi nói:

- Họ đền chú tất cả bao nhiêu tiền?

- Họ nói chiếc xe trị giá ba mươi triệu.

- Xe gì mà dữ thần tiền vậy ông?

- Tao có biết đâu. Họ qui ra vậy đó. Mới mua về chưa được một tuần lễ nữa.

- Thôi vầy đi, con có để dành được một số tiền định sang năm cưới vợ. Con cho chú mượn hai cây, mỗi tháng chú cố gắng trả con ít nhứt một chỉ được không? Tết chủ thưởng tiền thì chú dùng tiền thưởng đó mua vàng trả cho con, cũng được vài chỉ. Khoảng nào con cưới vợ sẽ báo trước chú, lúc đó có uy tín với chủ rồi, chú mượn chút đỉnh chủ cho liền hà, có gì con bảo lãnh cho chú. Chú thấy được không? Được mới hứa đừng hứa đại nhen chú.

Lành nghe Sinh nói mà thương đứt ruột:

- Thôi con, chuyện buôn bán nay vầy mai khác đâu biết trước mà hứa. Nếu không tròn tiền đâu con cưới vợ, lỡ dở công việc của con hết. Để chú thím tự lo đi.

Bạt kín đáo quắc mắt nhìn Lành:

- Mầy có suy nghĩ như vậy thiệt tình tao cám ơn lắm. Một chỉ hay hơn bây giờ tao không hứa trước được nhưng tao sẽ cố gắng hết khả năng mình. Mỗi tháng, chi phí sinh hoạt trong nhà bao nhiêu còn bao nhiêu tao đưa hết cho mầy. Mầy cũng yên tâm đi, tao sẽ tìm cái gì bán thêm chứ trà và cà phê chưa chắc buổi đầu mà đủ sống.

- Con bây giờ cũng không cần tiền lắm, để đây cũng cất

mà thấy chú thím chạy vạy thì thương. Mới gặp thím đây sao tự nhiên con cảm thấy thân như ruột thịt vậy, con tin chú thím không nỡ hại con.

- Trời đất ơi mầy nói gì vậy khói đèn? Người dưng nước lã mà mầy tốt với tụi tao như vậy bộ tụi tao là chó trâu gì sao không biết suy nghĩ?

- Thôi được rồi chú. Thống nhất vậy đi. Mai con đem tiền tới giúp chú thím. Còn mười triệu nữa chú tính sao?

- Năn nỉ họ cho trả chậm chứ sao giờ?

- Trả chậm rồi lấy gì trả cho con ông?

Sinh cười ha hả rồi móc túi ra, rút ra hai tờ vé số, nâng bằng hai tay đưa lên khấn:

- Hai tờ nầy con cho thím một tờ, nếu như trời giúp chú thì cho trúng. Trúng vừa đủ số tiền chú nợ người ta cũng được. Nếu ít hơn thì con bù phần của con vào. Nhưng giao kèo trước nha, phần bù là phần cho mượn nhen ông?

Mọi người cười vang. Sinh rút điện thoại ra dò số. Đúng là Bạt gặp được quới nhơn. Mỗi tờ số trúng năm triệu đồng, hai tờ vừa y hai cây vàng. Vậy là hắn nợ Sinh tổng cộng ba lượng, hắn cũng đủ ba chục triệu để trả cho Vạn Minh. Sau khi đã thanh toán sòng phẳng tiền bạc với họ xong, dứt khoát phải chửi vào mặt chúng một trận mới trút bớt cơn giận bấy lâu.

Năm ngày sau, Sinh mua đồ nhắm tới chỗ Bạt, hắn hẹn ngày mai sẽ đến gặp anh để "ra mắt" ông chủ cơ sở trà. Sinh điếng hồn khi hai căn nhà trọ của Bạt đã cửa đóng then cài, giấy niêm phong căn phòng đã gỡ bỏ. Sinh tìm gặp bà chủ mới biết vợ chồng bạt đã trả phòng trọ ngày hôm qua sau khi mướn xe tải chở toàn bộ đồ đạc nhang đèn cùng theo. Anh bấm điện thoại định gọi cho Bạt nhưng hắn ta đã khóa máy. Sinh chua chát cười.

Sinh cũng biết thêm về mọi chuyện, đau nhất là anh đã lầm tin bà chủ nhà trọ có dây mơ rễ má với cặp vợ chồng ti tiện bỉ ổi kia.

Sinh cười, cứ giữ mãi nụ cười trên môi dù trong lòng bộn bề bao nỗi căm hận. Rồi lại nghĩ, biết đâu, họ dời chỗ ở để thay đổi môi trường sống và nếp sinh hoạt cũ. Anh chờ, chờ đến hai ngày nữa để xem họ có liên lạc gì với mình không.

HẾT CHƯƠNG 21

CHƯƠNG 22

NHÌN RA CHÂN TƯỚNG

Lành ngồi cú sụ trong căn nhà mướn mới dọn tới. Đồ đạc nhang đèn còn để lung tung chưa dọn dẹp. Nguyên căn nhà cấp bốn ở vùng ngoại ô Sài Gòn với đầy đủ phòng khách, hai phòng ngủ, một nhà bếp và phòng ăn, toilet trong nhà với khoảng sân rộng. Nền lót gạch bông sáng sủa nhưng chị không cảm thấy vui. Bây giờ, nếu có ai đến ở chơi thì cũng có thể nghĩ căn nhà nầy là sở hữu của vợ chồng chị. Nhưng để làm gì chứ? Nhà cao cửa rộng đến đâu khi ra đường phải luôn tránh né sợ chạm mặt người nầy người kia thì cuộc sống còn ý nghĩa gì nữa?

Lành buồn rầu nhớ đến hôm ra trước ủy ban, năn nỉ ỉ ôi Nga bớt cho một cây vàng chỉ bồi thường năm cây. Nếu chỉ có vợ chồng Minh, Nga thì chắc chắn là chị sẽ được toại nguyện nhưng không phải Minh đi chung mà là Vũ. Anh ta nhất định không thỏa hiệp chỉ đồng ý nhận năm cây và buộc vợ chồng chị phải ký giấy nợ lại một cây hai tháng sau phải trả. Anh ta đòi Bạt pho to hộ khẩu, CMND nhờ ủy ban thị thực để lưu giữ. Lành đã bao phen toan móc ra trả hết một lần nhưng Bạt quyết định nợ lại nên chị đành nín lặng. Trên đường về, chị ấm ức hỏi:

- Ông không tự ái ha ông?

Bạt trả lời tỉnh bơ:

- Tự ái thì được gì? Để trong mình một cây vàng đúng hai tháng nữa trả cũng đâu có muộn. Ít nhất nó cũng nghĩ mình giờ trắng tay rồi nên sẽ không đề phòng. Hai tháng sau đem cây vàng nầy trả sẵn dằn mặt nó luôn. Bộ mầy nói vậy là triệt được đường sống của tao sao? Hãy đợi đấy con.

- Ông lúc nào cũng sẵn trong lòng mầm gây chiến. Tui thấy chi bằng bây giờ mình cứ thanh toán sòng phẳng với họ, sau đó bán hết ba cái nhang tồn rồi dẹp nghỉ, qua bên thằng Sinh bán trà đắp đổi qua ngày. Ông lấy thêm túi xốp về tui phân ra trăm cà ram bỏ cho mấy người bán lẻ ngoài chợ cũng có cái ăn.

- Hứ. Mần vậy thôi thà về quê gói bánh cho rồi, lên sống thành phố chi mang nhục.

- Về quê thì ông lại sợ bị ma nhát. Chứ sống kiểu như ông tui thấy hồi hộp từng ngày.

- Xuất giá tòng phu. Lấy gà theo gà, lấy chó theo chó. Lắm lời làm gì. Tui biểu gì làm ơn nghe giùm cái là được.

- Nghe lời ông cho nên phải ra nông nổi vầy nè.

Bạt thấy Lành cứ ngồi bó gối hoài không có tinh thần gì hết. Biết chị đang buồn phiền nên hắn vuốt ve:

- Thôi lo cơm nước đi bà ơi.

Lành bặm môi. Chị cố ngăn những giọt nước mắt sắp lăn xuống,mếu máo:

- Tui thương cho thằng Sinh. Người dưng nước lã mà cầm đưa mình hai cây vàng, tiền thằng nhỏ dành dụm cưới vợ. Trúng số mười triệu đưa hết cho mình mà ông nỡ nào dọn nhà đi không cho nó hay biết gì hết. Ở đời mà thất đức quá trời đất nào chứng cho ông ơi.

Bạt sừng sộ khi nghe Lành vừa nói xong:

- ĐM, bà nguyền rủa tui hả? Giờ mà gặp nó hàng tháng phải trả nợ biết mần tới bao giờ mới có dư? Chuyện ơn nghĩa từ từ tính sau đi. Lo chuyện ngày mai của mình mới là điều quan trong.

- Lỡ như ông đi bán ngoài đường gặp nó rồi ăn nói làm sao đây?

- Lỡ như cái nầy lỡ như cái kia hoài. Chuyện đó bà để tui lo. Nó không bao giờ tìm tới chỗ nầy được đâu mà bà lộn xộn quá. Nếu như bây giờ về chỗ nó mua bán, bà nhắm mỗi tháng trả nó một chỉ vàng, trả nổi hôn? Chưa nói tới mình buôn bán có khá giả lên nó đòi thêm thì bà làm sao? Dốt tính mà bày đặt…

- Tự dưng nó móc túi đưa ông hai lượng vàng có phải nó thương ông hôn? Em út ông chưa chắc gì chịu giúp ông vô điều kiện như nó. Nó không tính với mình sao mình tính với nó chi vậy ông?

- Trên đời không ai vô cớ mà giúp ai bao giờ. Nhiều khi nó nhắm vô mình cái gì đó mà mình chưa biết được, thôi thì tránh xa cho chắc ăn.

Lành phủi đít đứng dậy, khinh bỉ:

- Nói chuyện với ông mắc mệt. Ông làm gì đó thì làm, bất quá tui về quê sống lam lũ cực khổ gì cũng được miễn lương tâm không thấy cắn rứt là được.

Thấy vợ giận dỗi, Bạt xuống nước:

- Chuyện đó để từ từ tính đi bà. Lo buôn bán kiếm tiền trước cái đã.

Lành lầm lũi đi dọn dẹp, chấm dứt cuộc nói chuyện. Bạt mặc áo vào, nói với vợ:

- Bà ở nhà nấu cơm, tui chạy ra ngoài mua đồ ăn.

Xong hắn xách xe đi. Lành đưa mắt tìm cái điện thoại di động của Bạt. Chị thấy hắn để trên túi xách quần áo, bèn nhanh chóng cầm lấy và tìm số của Sinh. Chị nhẩm cho đến thuộc lòng rồi trả nó về vị trí cũ.

Lành đã quyết định rồi. Để chuộc lại lỗi lầm của chồng, chị phải tìm cách liên lạc và an ủi thằng nhỏ. Nếu ai mà đối với Bạt kiểu như vậy hắn dám đi giết người ta lắm chứ chẳng chơi. Hoạn nạn mới thấy chân tình, chân tình của Sinh như vậy chỉ có những kẻ táng tận lương tâm mới giở trò phản phúc.

Hôm sau, Bạt đi bán nốt khoảng nhang còn lại thì Lành khóa cửa nhà đi lần ra chợ nhỏ gần đó để điện thoại cho Sinh. Sinh mừng rỡ và cảm động khi nghe tiếng Lành. Chị nói với Sinh là dọn nhà về chỗ nầy chị cũng chưa biết là đâu. Chờ Bạt đi bán vài hôm cho hết mớ nhang rồi sẽ tìm đến Sinh, "Cứ yên tâm đừng lo nghĩ nhiều, chú thím không bao giờ vô ơn bạc nghĩa với con đâu". Sinh cười, "Con biết mà, lần đầu tiên gặp thím con đã tin như vậy. Thôi chú thím cứ lo giải quyết cho xong công chuyện đi, nói chú đừng tắt điện thoại để khi nào rảnh con tới chơi nghe thím"

Lành về nhà, chị không biết phải khuyên Bạt như thế nào. Hắn ta mà biết chị điện cho Sinh chắc chắn sẽ không tha cho chị. Nhưng kệ, đâu thể nào làm khổ thằng nhỏ được. Chị cũng chai sạn rồi và cũng không còn sợ gì nữa. Phải dừng anh ta lại kịp lúc chứ cứ cái đà nầy trước sau gì anh ta cũng sẽ gây ra bao nhiêu chuyện động trời nữa chẳng phải chơi.

Chiều, Bạt đi bán về. Lành dọn cơm xuống nền nhà vì chưa có bàn ghế gì. Trong bữa cơm, Lành nhỏ nhẹ nói:

- Tui điện cho thằng Sinh rồi ông. Năn nỉ nó, nói với nó chờ ông bán hết nhang rồi qua chỗ nó lấy cà phê và trà đi bỏ mối.

Bạt trợn mắt con mắt lên, dằn chén xuống gạch cái rầm:

- Gì? Bà chỉ chỗ nó luôn rồi hả?

Lành gật đầu. Bạt hất đổ mâm cơm, đứng dậy, cung tay đấm vào không khí:

- Mẹ bà có con vợ ngu thiệt tức mình. Bà làm vậy là khiến tui vào chỗ chết mà. Bà ngồi không ở nhà ngày lo có hai bữa cơm, đâu phải như tui, giang lưng trâu chạy nhong nhong ngoài đường buôn bán cực như chó, mưa nắng dãi dầu. Bà sợ làm nhang chứ gì? Kêu tui đi bán trà để bà rảnh rang chứ gì?

- Ông nói vậy mà nghe được. Chỉ là vì tui xấu hổ với thằng con nít. Nó nhỏ mà sống có tình nghĩa còn mình thọ ơn người ta lại đê tiện như vậy mặt mũi nào đứng trong trời đất nữa.

- Cha, cao cả quá hén. Có làm ra được đồng bạc nào đâu bày đặt lên giọng thầy đời.

- Phải ông đừng chứng lên giờ tui mỗi tháng vẫn có được năm trăm ngàn tiền lương. Tại ông tham cái nhỏ mà bỏ cái lớn. Ông làm bao nhiêu chuyện mà lương tâm chẳng chút cắn rứt sao?

- Im cái họng chó của mầy lại chưa? Nói một hồi tao bộp vô mặt bây giờ. Thứ đàn bà á quyền chồng có nên thân nên hình gì đó. Ở với đứa ngu như mầy đời tao coi như tàn.

- Vậy ông bỏ tui đi.

- Mầy muốn vậy lắm phải không? Mầy chán chê tao lắm phải không? Nói mẹ ra đi cho dễ tính.

- Tui không có ý gì hết đó. Chỉ là tui thương cho thằng nhỏ có tình nghĩa bị ông gạt thôi. Bằng mọi cách ông phải chịu trách nhiệm về lời hứa với nó.

- ĐM, mắc mệt.

Bạt mặc đồ vào rồi xách xe ra ngoài không thèm nói với

vợ đi đâu. Lành chán nản dọn dẹp mâm cơm văng tung tóe, không thiết đến ăn uống gì nữa.

Chập tối, Bạt về. Hắn đã có rượu trong người. Lành vẫn còn ngồi đó, ngồi trên chiếc chiếu chị trải sẵn làm chỗ ngủ tại phòng khách thay vì vào phòng ngủ. Bạt liếc nhìn vợ rồi xà xuống:

- Thôi được rồi bà. Giận quá mất khôn. Bà muốn tui về chỗ thằng Sinh lấy đồ đi bán tui cũng nghe lời bà. Nhưng để giải quyết xong hết nhang rồi có một số tiền mình tới đó mua đứt bán đoạn đem về nhà đi bán, hết tới mua nữa không cần phải lệ thuộc ai. Tui tính vậy bà chịu hôn?

- Tùy ông.

- Sao lạnh nhạt vậy? Bà phải vui vẻ ủng hộ tui chứ.

Lành không tin Bạt, không bao giờ tin hắn nữa. Bấy nhiêu đó cũng đủ mệt với con người nầy rồi. Nhưng chị cũng không có đủ dũng khí để chia tay với hắn ta vì còn hai đứa con chung. Lành chạnh lòng nhớ đến Trung. Giá nào chị cũng phải đi Bảo Lộc một chuyến.

HẾT CHƯƠNG 22

CHƯƠNG 23

THẰNG TRUNG

Mấy hôm sau, chờ cho Bạt bán hết nhang còn tồn, Lành mạnh dạn nhắc lại việc điện thoại cho Sinh để hẹn anh tới nhà. Bạt lừng khừng:

- Đâu dễ gì bán hết sạch bách nhang được bà. Cũng phải làm thêm vài thứ để bán cùng chứ.

- Ông cứ lần lựa hoài biết chừng nào mới hết nhang? Hết cái nầy ông thêm cái kia hoài cũng vậy thôi.

- Chứ còn cả đống đây để ăn hay sao?

- Cứ để đó. Bao giờ về quê đem về cho gia đình và bà con lối xóm đốt.

- Tốt quá. Nợ ngập đầu còn làm cái kiểu chảnh chó.

- Tui nói vậy đó ông nghe không nghe thì thôi. Mai tui đi Bảo Lộc, ông ở nhà tự quyết định đi.

- Ừ bà đi đi. Đi cho thoải mái tâm trí chứ lẩn quẩn trong nhà đầu óc cứ nghĩ chuyện gì đâu không chỉ tổ làm rối tui.

Vậy là hôm sau, Lành thu xếp đi Bảo Lộc một chuyến. Chị biết, nếu như Trung sống ngoan ngoãn ở đó thì chị sẽ được mọi người đón tiếp còn ngược lại thì… Lành không dám nghĩ tiếp. Chị tin Trung sẽ ngoan, nó vốn dĩ là thằng biết nghe lời, bởi vì lúc trước do thiếu thốn mới sinh ra trộm cắp vặt. Bởi vì không có cha ở cạnh nên tự ái, hễ ai nói động đến là xem như người ta xúc phạm mình. Lành bỗng nhiên thấy buồn quá đỗi. Chị cảm nhận được chồng mình không có một chút băn khoăn áy náy về những việc làm sai quấy của hắn ta. Người như vậy sao có được lòng tin tuyệt đối với đối phương mà hy vọng một bước đổi đời? Chị xấu hổ với vợ chồng Nga, xấu hổ với Thà, xấu hổ với Sinh là những người ơn mà nếu như Bạt không phản phúc thì chị và hắn sẽ có những tình bạn tuyệt vời từ những con người nầy. Nhưng tiếc để mà tiếc thôi, mọi chuyện không thể cứu vãn được nữa rồi.

Lành đến Lộc Thành vẫn còn sớm lắm. Chị nghe tim mình đập tụi thụi trong lồng ngực. Nhớ con quá nên đành phải liều thôi chứ biết đâu hai bà má vẫn còn ấn tượng xấu với chị. Nhưng người ta là bề trên chắc cũng không nhỏ nhặt vậy đâu, bằng chứng là đã chấp nhận Trung của chị rồi đó.

Lành đi bộ vào xóm của hai bà. Chị rụt rè và cố tình đi nhanh để không phải gặp người quen. Đến nhà bà Tám, Lành bối rối khi có mặt bà Năm ở đó. Chị thu hết can đảm bước vào:

- Con chào hai dì.

Hai bà châu chưn mày lại nhìn Lành cho kỹ, chừng nhớ ra, bà Năm có vẻ phật ý:

- Mẹ thằng Trung hả? Sao tới nay bây mới lên? Lên có chuyện gì hay không?

Lành lấy làm lạ, sao bà lại hỏi vậy?

- Dạ, trước con lên thăm dì Năm và dì Tám, sau thăm thằng Trung. Nó đi hơn một năm mà không có tin tức gì về làm con lo quá.

Bà Tám ngạc nhiên ngó sửng Lành:

- Ủa? Nó không có về dưới sao?

Lành hoảng hốt:

- Nó không còn ở đây nữa sao dì?

Bà Tám lắc đầu, tỏ vẻ ngao ngán:

- Nó ở đây được có sáu tháng thôi. Ban đầu cũng ngoan hiền dễ thương lắm. Sau quen nước quen cái mới cặp bồ với con người ta. Nhỏ đó cũng coi được gái và hiền nên tao làm thinh cho quen. Ai dè sau nó lân la với đám Nhâm, Lý vừa ở tù ra được mấy năm, bị ăn bùa mê thuốc lú gì mà ăn ở với con người ta xong rồi đòi chia tay, liền tức khắc đi quen đám con cháu gì của bọn đó. Hồi mới lên nhất nhất mọi chuyện đều nghe lời tao, sau khi có đám Nhâm, Lý rồi thì trấm trơ trấm trất, tối ngày ở chỗ bọn đó không. Tao rầy không được, nói cũng không nghe rồi hổng biết mắc chứng gì bữa đó về thu xếp quần áo nói với tao là bà nội bịnh nặng. Tao điện về thăm thì bả có bịnh thiệt nên để nó về không báo lại cho chỉ hay. Ai dè nghe người ta học lại là nó ngồi xe du lịch đi chung với đám đó có con bồ mới của nó nữa. Mới đây tao điện về hỏi thăm sức khỏe mẹ bây thì nghe chỉ mất rồi. Thấy vậy tao cũng không nói chi chuyện thằng Trung, để tự nó nói. Ai dè nó không có về dưới à?

Lành nghe như sét đánh bên tai. Trung đi đâu sao không về nhà? Trời ơi, dính vô cái đám Nhâm, Lý thì còn gì thằng con khờ dại của chị nữa. Không được, bằng mọi giá chị cũng phải tìm cho ra Trung. Lành vội vã hỏi:

- Nhâm, Lý còn ở đây không dì?

- Dọn đi đâu luôn rồi. Ở đây đâu có mần ăn gì được nữa mà ở. Ủa cái thằng đó không về nhà vậy nó đi đâu cà? Theo luôn bọn đó thì kể như tiêu đời.

Rồi bà chuyển giọng buồn so:

- Cũng mấy tháng sau tao mới hay tin chị Trang chết.

Tính xuống dưới đốt cho chỉ cây nhang nhưng đám con nó không cho đi xa một mình. Với lại bà Năm sau trận đó sức khỏe yếu hẳn nên tao lúc nào cũng kề cận bên bả. Tính ra con bây cái gan nó cũng bự lắm. Tao cảnh cáo với nó hoài mà nó có thèm nghe đâu. Tao kể nó nghe vụ bọn đó thuê người đánh ba nó trên đồi trà mà nó cũng làm thinh. Thằng khó dạy quá.

Trong đầu Lành bây giờ đang rối nùi không còn tâm trí để lắng nghe hai bà nói chuyện nữa. Chị đặt mấy món quà mua lên biếu hai bà rồi xin phép về ngay cho kịp chuyến xe. Bà Tám cầm lại:

- Thôi lên tới đây rồi ở lại chơi một đêm mai hãy về. Dù sao nó cũng đi gần cả năm rồi trễ một ngày có sao đâu. Mà bây giờ biết nó ở đâu mà kiếm?

- Dạ, con về nói cho ba nó hay để ảnh liệu tính coi. Bây giờ con rối hết rồi.

- Thằng chồng ra tù rồi bây giờ tụi bây làm gì?

- Con gói bánh cho ảnh đi bỏ mối dì à.

- Sao tao nghe thằng Trung nói tụi bây đi Sài Gòn kiếm công chuyện gì làm?

Lành nói dối tỉnh bơ:

- Tính vậy đó dì. Nhưng đất lạ khó sống quá, tụi con về quê cho ổn định. Dạ thôi. Con thăm thấy hai dì khỏe là mừng rồi, giờ xin phép về liền nghe dì?

Lành đi như bay ra khỏi nhà bà Năm. Khuất tầm nhìn của hai bà, chị bắt đầu khóc. Thằng Trung. Bây giờ biết nó ở đâu mà tìm đây trời? Đúng là cha nào con nấy. Ở nơi xa lạ nầy cũng không biết nghe lời người lớn, không biết phân biệt kẻ xấu người tốt thì làm sao đây? Hai con mụ Nhâm và Lý là hai đứa ác quỷ, chuyện gì mà họ không dám làm? Bắt xác thằng con của chị để làm gì đây trời ơi?

Trên xe trở về, Lành suy tính nát óc vẫn không biết cách nào tìm ra con. Chẳng lẽ vợ chồng chị bị trả báo cho tội lỗi của Bạt gây ra với bà Năm cũng tại mảnh đất Lộc Thành?

Nghe Lành thuật lại toàn bộ sự việc, Bạt phát chửi đổng lên:

- Khốn kiếp. Thằng chó chết. Chuyện gì mà phải khăn gói chạy theo hai con quỷ cái đó? Nó muốn vợ thì cũng phải được sự cho phép của cha mẹ chứ. Tao mà tìm được, tao đập gãy giò nó còn hai con mụ kia coi tao trị nó ra sao nghen.

- Trời ơi, tui lạy ông. Lo tìm con cho tui đi, bớt gây hấn lại cho tui nhờ.

- ĐM, bọn nó giở trò đó mà bà kêu tui nhịn hả? Giết hết tụi nó rồi ở tù chung thân tui cũng chịu, nói thiệt với bà à. Bộ muốn đụng tới con tui dễ lắm sao?

- Người ta đâu có trói nó bỏ lên xe? Nó ung dung đi chung một cách tự nguyện mà? Ông lo đi tìm nó giùm tui đừng tính toán gì nữa. Nó mần ăn đàng hoàng thì thôi, nếu làm chuyện phi pháp thì kêu nó tố cáo họ là đã trừng trị họ rồi.

- Đám đó mà mần ăn đàng hoàng tui làm con bà.

Đêm đó, Lành không tài nào ngủ được. Cứ nhắm mắt lại thì hình ảnh Trung lởn vởn trong đầu. Thằng thiệt là liều lĩnh. Mới từng ấy tuổi đầu biết gì là giang hồ hiểm ác lại không nghe lời người lớn, chạy theo đám tà ma quỷ quái còn gì là tương lai. Con ơi là con. Lành đau khổ nghĩ đến hậu quả xấu nhất và vái van sao đừng có chuyện gì xẩy ra. Sống bên cạnh đám Nhâm, Lý thì nguy hiểm không thể lường trước được. Mà nó đi đâu chứ? Đi đâu mà cả năm nay chớ hề một lần về thăm nhà coi ông bà cha mẹ ra sao? Chẳng lẽ nó bị lũ kia khống chế không cho ra khỏi vùng kiểm soát của chúng? Biển người mênh mông, biết con của chị đâu mà đi tìm? Lành ân hận cho quyết định của mình đã đưa Trung đi Bảo Lộc. Phải chi chị để nó ở nhà với bà Nội thì chuyện đâu đến nỗi. Cũng tại mình, mình nhỏ nhen ích kỷ không muốn dính líu tới bên chồng mới ra cớ sự. Nước mắt Lành tràn ra ướt cả gối. Chị thút thít khóc. Nghĩ lại có phải do vợ chồng mình đã làm biết bao điều không phải nên bây giờ bị trả báo chăng?

- Gì mà khóc hoài vậy bà?

- Tui lo cho thằng Trung.

- Lo thì được gì chứ? Mỗi người đều có phần số tránh cũng không được.

- Tại tui. Đang không nghĩ tới chuyện gửi nó lên Bảo Lộc chi hôn?

- Bởi vậy mới kêu là phần số. Nó khiến xui như vậy cãi cũng không được bà thấy hôn?

- Hổng lẽ mình mất con sao ông?

- Nó còn sống tự khắc có ngày quay về. Con trai mà, hư đốn chi đâu bà lo.

Lành im lặng một lúc rồi tìm cách khuyên bảo chồng:

- Tích đức cho con đi ông. Mai tìm thằng Sinh đi. Qua chỗ nó lấy hàng về bán như ông tính vậy đó cho nó yên tâm.

- Nó hết tin mình rồi. Giờ nó biết tui nói láo vụ bà chủ phòng trọ có quen biết với mình nên cũng dè chừng rồi bà ơi.

- Cái đó ông để tui lo cho. Bất quá nói tại bả sợ liên lụy nên nói vậy thôi.

- Chuyện đó từ từ tính đi.

- Không! Tính liền. Ngay sáng mai luôn. Ông cãi tui thì ông cứ ở lại đây một mình, tui về quê gói bánh bán cũng nuôi được thân. Tui không muốn làm chuyện gì khuất lấp nữa đâu. Sống đơn giản cho đầu óc nhẹ nhàng chút ông ơi.

- Bà lại muốn bỏ tui nữa rồi.

- Ông không nghe tui thì ở với ông còn ý nghĩa gì nữa.

- Được rồi, tui nghe lời bà. Mai tui điện cho thằng Sinh liền bà chịu chưa?

Đúng là Sinh mặc dù không còn tin tưởng Bạt như trước nhưng anh vẫn vui vẻ đối xử với vợ chồng họ. Anh dẫn Bạt đi gặp chủ cơ sở trà, cà phê để hắn lấy hàng. Được cái Bạt mua bằng tiền mặt nên giá cả cũng được ưu đãi. Bạt buôn bán bình thường vài tháng thì vô tình gặp lại con trai. Cuộc gặp gỡ bất ngờ giữa đô thành Sài Gòn cùng với vẻ giàu có sang trọng của Trung đã làm Hồ trở thành một kẻ táng tận lương tâm ngoài sức tưởng tượng của Lành.

HẾT CHƯƠNG 23

CHƯƠNG 24

TIẾP TAY CHO TỘI ÁC

Bạt cũng đã cố gắng tranh thủ những mối nhang cũ để giao trà, cà phê cho tiệm tạp hóa. Trên đường đi bán, hắn cũng gặp lại những người ở cơ sở nhang Vạn Minh và cũng có khi đụng mặt trong tiệm nhưng tuyệt đối chẳng có ai chào hỏi hắn mà còn làm ra vẻ không quen biết. Bạt không quan tâm đến họ có chào hỏi mình hay không. Kệ, mầy không quen còn đỡ cho tao. Nhưng hắn biết chắc là nếu còn theo con đường buôn bán nầy thì bắt buộc phải trả cho Nga một lượng vàng mà hắn đinh ninh là có thể quịt được.

Bán trà và cà phê thì cũng tạm được thôi, cũng chỉ đủ để chi phí tiền nhà trọ, điện nước và cơm ngày hai bữa. Được cái Lành cũng chịu khó đi bỏ mối túi xốp giáp chợ ngày cũng kiếm được chút đỉnh dư ra. Trước tình cảnh đó, Sinh đồng ý cho hắn chậm lại vài tháng mới bắt đầu trả góp. Lành mang ơn và thương yêu Sinh như con trong gia đình, có làm món ăn gì ngon cũng điện thoại rủ rê anh tới. Dần dà, Bạt cũng không còn e ngại hay đề phòng gì Sinh nữa.

Đúng hai tháng, hắn mang tiền đến ủy ban để gửi trả Nga, ký nhận giấy tờ đã trả hết tiền bồi thường rồi ra về. Hắn tránh chạm mặt Vũ, không giống như đã nói cứng với Lành là dạy cho họ một bài học. Bạt ổn định mối mang xong, dần dần mở rộng thị trường. Lúc nầy hắn bỗng đâm ra tiếc cho con mắt của mình. Chỉ có một mắt dễ bị kẻ thù nhận diện và mất đi vẻ thật thà trung hậu đánh lừa người khác. Nếu như có đủ hai mắt như xưa, vốn dĩ hắn là một người đẹp trai, có vẻ ngoài đàng hoàng khiến cho đối phương tín cẩn. Đàng nầy mất đi một mắt chỉ còn có một nên hay hấp háy, nét gian manh không lẫn vào đâu được tự Bạt cũng cảm nhận thấy chứ đừng nói là ai.

Một ngày định mệnh khiến xui Bạt bán gần hết hàng trên xe, hắn thong thả vừa chạy vừa ngắm phố. Định bụng sẽ kiếm gì ngon về bồi dưỡng vợ và nịnh Lành vài câu, cám ơn chị đã không bỏ rơi hắn lúc cùng cực nhất. Đảo mắt ngó quanh quẩn bỗng Bạt khựng lại, ai in như thằng Trung? Chẳng lẽ nào? Thằng con của hắn nay chưa được hai mươi tuổi còn tên nầy có vẻ khoảng hai lăm. Nhưng sao giống nó quá đỗi vậy? Càng không phải, tên nầy nhuộm tóc vàng hoe và có đeo bông. Thằng Trung thì không thể nào như vậy được. Mà cũng chưa biết chừng, nó đi theo đám Nhâm, Lý thì chuyện gì cũng có thể xẩy ra.

Bạt dán mắt vào gã thanh niên mà hắn nghi là con trai mình. Càng nhìn càng thấy đúng mà cũng càng thấy sai. Đúng mắt mũi mồm miệng là của thằng Trung nhưng sao nó đẹp trai phong độ vậy? Đúng tướng tá của Trung nhưng sao lại là một thanh niên hẳn hoi? Tên nầy ăn mặc đẹp, sang trọng, tóc vàng chóe, hai lỗ tai đeo bông, cổ chơi sợi dây chuyền vàng bằng ngón tay cái. Vàng thiệt chứ không phải đồ dỏm đâu. Nó bước đi ung dung vào một nhà hàng sang trọng sau khi đưa chiếc xe bóng mòng cho phục vụ dắt đi, phong cách sành điệu như tay ăn chơi thứ thiệt. Bạt nghe máu trong tim mình sôi lên, đúng là nó chứ chẳng ai. Một năm qua sống bên cạnh cái đám đó chắc mẻm đã dạy hư con của hắn rồi. Nếu đúng đó là Trung với bề ngoài như vậy chắc chắn Lành sẽ khóc chết.

Bạt quyết định theo dõi nó, không thể nào bỏ qua vì nếu như vuột lần nầy biết bao giờ mới có cơ hội gặp lại? Hắn vội vã gửi xe rồi đi vào nhà hàng mặc kệ quần áo xốc xếch và người đầy mồ hôi.

Bạt dễ dàng tìm ra Trung (?), gã đang loay hoay bên cạnh cô gái trẻ đẹp đứng bên quầy thu ngân, hai người có vẻ thân mật lắm. Bạt chọn bàn khuất tầm nhìn của gã nhưng hắn tiện quan sát, ngồi xuống gọi một dĩa mực nướng sa tế và vài lon bia.

Gã không ngồi bàn mà lăng xăng đầu nầy đầu nọ. Bạt kín đáo nhìn, hắn đánh giá được Trung (?) là người quen trong nhà hàng và nhất là có mối quan hệ gì đó với con nhỏ thu ngân. Càng nhìn, Bạt càng khẳng định đó chính là con trai của mình. Hôm nay, bất cứ giá nào cũng phải hỏi cho ra lẽ và lôi đầu nó về chịu tội với mẹ nó.

Bạt uống tới lon bia thứ năm thì coi mòi Trung có ý định về. Hắn bèn kêu tính tiền rồi ngồi chờ Trung đi ra. Khi Trung sắp bước ra cửa thì hắn gọi khẽ:

- Trung.

Gã giật mình quay ngoắt lại. Đúng là Trung rồi. Bạt mừng thầm. Trung cũng phát hiện ra ba mình, nó bước tới, nói nhỏ vừa đủ cho hắn nghe:

- Con chờ ba ở ngoài.

Rồi vội vã bước nhanh ra khỏi nhà hàng. Bạt cuống lên, hắn sợ Trung bỏ chạy thì chiếc xe của hắn không tài nào đuổi kịp xe Trung.

Nhưng Trung không bỏ chạy. Nó đứng chờ ba nó trước cửa nhà hàng, đưa mắt ra dấu chạy theo nó. Trung chạy thật chậm cho Bạt theo kịp.

Trung dừng xe trước một quán cà phê lớn. Cả hai gửi xe rồi tìm bàn khuất xa trung tâm quán ngồi xuống. Vừa ổn định chỗ xong, Bạt đốp liền:

- Một năm nay mầy đi đâu sao không về nhà? Mầy hay bà nội mất rồi không?

Trung hốt hoảng:

- Bà nội mất rồi sao ba?

- Mầy thiệt khốn kiếp. Tại sao đang ở Bảo Lộc mà giờ có mặt ở đây? Bà Tám đuổi mầy hả?

- Không ai đuổi con. Tại con không thích sống trên đó nữa nên nói láo với bà Tám là về quê thăm nội rồi lên Sài Gòn làm ăn.

- Làm ăn cái giống gì?

- Làm gì tạm thời ba khoan biết. Nhưng con cũng nói thiệt cho ba hay, con định mua căn nhà ở đây đó.

- Gì? Ở đây mà mầy cũng mua nhà nổi nữa sao?

- Sao lại không nổi chứ? Con bây giờ có rất nhiều tiền.

- Mầy mần cái nghề gì mà có nhiều tiền? Đừng nói làm chuyện phi pháp nhen.

- Phi pháp gì ba ơi. Chuyện gì có tiền là con làm liền. Làm vài năm sắm nhà sắm xe rồi trụ lại cũng không muộn. Con chưa được hai mươi tuổi mà ba. Sở dĩ con chưa mua là vì tuổi còn nhỏ làm gì có nhiều tiền như vậy, mà mượn người ta đứng tên thì sợ nầy sợ kia,đâu có ai đáng tin tưởng đâu ba. Con đã định đem tiền về cho ba mẹ mua chút đỉnh đất dưới quê nhưng không tách ra được một ngày để đi. Còn địa chỉ nhà mình thì biết ba mẹ bây giờ ở đâu mà gửi?

- Nhưng mà mầy mần cái nghề gì sao không nói ra cứ úp mở hoài vậy? Mầy đeo dính vô hai con mẹ Nhâm, Lý là coi bộ không làm ăn lương thiện rồi.

- Ủa? Sao ba biết con có dính líu tới hai bà đó? Ba có lên Bảo Lộc rồi hả?

- Chẳng lẽ để mầy ở nhà người ta hơn một năm trời không có tin tức gì mà ba mẹ làm thinh hay sao? Đi gặp bà Tám xong về mẹ mầy như người chết rồi. Tao nói hễ gặp mầy ở đâu là đánh ở đó. Thứ con gì không biết ông bà cha mẹ, quê hương xứ sở gì ráo trọi.

- Con có nỗi khổ mà ba.

- Nỗi khổ gì mầy nói tao nghe coi.

Trung trở bộ ngồi. Nó bình tĩnh nhìn vào mặt Bạt:

- Chuyện của con dài dòng lắm, từ từ kể. Bây giờ ba nói về ba mẹ đi. Lâu nay làm ăn ở Sài Gòn ra sao?

Bạt ngạc nhiên khi nghe giọng điệu của Trung. Nó hỏi như người lớn thứ thiệt chứ không ngây ngô như thằng bé hai mươi. Bạt im lặng một chút rồi từ từ kể cho nó nghe về mình. Đương nhiên hắn chỉ nói về những khuyết điểm của người khác tuyệt không hề nhận ra mình sai.

Trung chăm chú lắng nghe. Xong nó ôn tồn nói:

- Anh Sinh tốt thiệt. Bây giờ con cho ba tiền về trả hết một lần cho ảnh. Ba nói trúng số hay gì đó để có số tiền lớn. Để con thuê cho ba một căn nhà có kho chứa hàng, ba lấy thật nhiều trà và cà phê vào, bán được bao nhiêu thì bán, còn lại ba tấp hết vào kho chứa. Chuyện nầy đừng để mẹ con biết. Với hai bên nhà người ta chỉ nghĩ là ba mua may bán đắt thôi.

- Mầy muốn tao rửa tiền cho mầy sao?

- Không không. Nếu như ba không làm vậy thì tiền đâu ba mua nhà ở Sài Gòn? Dựa vào đồng lời cắt củm chỉ vừa đủ ăn thôi sao? Sáng ba đi bán, trưa về xe không. Chiều đi lấy đầy xe hàng về. Cứ như vậy dư là mấy hồi?

- Vậy số hàng tồn tao làm sao?

- Ba bỏ mối giá rẻ. Chủ yếu không cần lời, chỉ cần chạy

hàng. Thiếu đủ con bù tất cho ba. Từ nay có con rồi, ba cứ làm văn nghệ cho vui, cái ăn cái mặc để con lo. Nhưng ba phải nhớ, bí mật nầy chỉ có cha con mình biết thôi. Tạm thời ba đừng nói với mẹ là gặp con.Để đến lúc cần gặp thì con sẽ tìm ba mẹ.

- Mầy vẫn chưa nói cho tao biết hiện mầy đang làm gì.

- Con đang giao hàng cho hai bà Nhâm, Lý. Hàng rất mạnh, mỗi ngày đi mấy chuyến cho nên con không có thời gian về quê là vậy.

- Mà giao hàng gì? Sao không nói huỵch tẹt ra cứ úp úp mở mở hoài vậy?

- Con cũng đâu có biết hàng gì? Bả đóng thùng kín mít rồi đưa con chở đi. Thường thì là những khúc vải sịn, hoặc quần áo. Có khi là trái cây để biếu tặng ai vậy đó.

- Vậy thôi hả? Vậy sao mầy có nhiều tiền được?

- Bả cho con. Và những người làm ăn với bả cũng hào phóng lắm, nhận được hàng bao giờ cũng cầm cho con bạc triệu. Tiền con mua vàng hết.

- Nói nghe ngộ quá hén? Có khi nào trong đó đựng hàng quốc cấm hôn?

- Quốc cấm gì ba? – Trung kéo dài câu hỏi ra vẻ chế giễu – Quốc cấm mà dám đưa cho con chạy ngời ngời ngoài đường à?

- Bởi vậy mới sợ. Như ma túy chẳng hạn.

Trung thoáng biến sắc nhưng nó nhanh chóng bình tĩnh trả lời:

- Sao lại ma túy được chứ? Nếu họ buôn bán thứ đó thì ít ra trong nhóm họ cũng có người vướng vô. Con có thấy ai nghiện xì ke ma túy gì đâu ba? Mà ba cũng đừng lo cho con, con bây giờ kinh nghiệm đầy mình rồi. Luồn lách cũng là nghề của con mà.

- Vậy tụi nó có biết mầy là con tao hôn?

- Biết chứ ba. Nhưng mấy bả nói với con là trước đây ba và bả có chút hiểu lầm. Tại thương trường mà, giành lãnh thổ là chuyện bình thường thôi. Bả có lỗi với ba nên bây giờ chuộc lỗi bằng cách tạo công việc cho con kiếm tiền về báo hiếu nè.

- Vậy sao mầy chưa lần nào về hết vậy?

- Con bận chúi nhủi ba à, không tách ra được một ngày. Ba thấy con nhỏ thu ngân hồi nãy không? Nó là bồ của con, tụi con sống như vợ chồng trong một căn nhà đẹp nhưng con không có thương nó. Nó là cháu kêu bằng cô của con mẹ Nhâm, nó mê con lắm và con bị kẹt đạn nên phải ở với nó. Con nhỏ nầy nó là quỷ sống chứ không phải người ta. Chừng nào con tách họ ra được là con bỏ nó cái rụp.

- Có con cái làm sao mà bỏ?

- Con đâu có ngu mà có con với nó ba? Con mà chính thức cưới vợ là phải có ba mẹ đứng ra chủ hôn và vợ con phải hiền lành như mẹ vậy mới được. Lấy con nhỏ nầy về nó làm má cả nhà mình luôn à. Nhiều khi ghét muốn dếnh nó bạt tai nhưng sợ nó làm rùm lên mất chỗ dựa nên ráng nhịn. Nhịn riết nó muốn làm mẹ con rồi.

- Sao tao không tin hai con nhỏ Nhâm, Lý làm ăn đàng hoàng nhen mậy.

- Kệ bà họ ba ơi. Có gì con cũng lo chạy trước. Lỡ như tình trạng xấu nhất thì mình cũng có nhà có cửa cho ba mẹ dưỡng già rồi. Con còn trẻ có tù tội thì cũng có ngày ra làm lại cuộc đời. Nghĩ như vậy nên con không biết sợ gì hết.

Bạt chua chát im lặng. Hắn không biết phải khuyên con như thế nào. Thằng liều mạng quá. Lỡ như nó tiếp tay cho đám ôn thần đó buôn bán ma túy thì sao? Ở tù như chơi mà với số lượng lớn nguy cơ tử hình rất cao. Hắn lại có thể làm thinh cho con mình đi vào đường chết à? Phải nói một câu gì đó mới được. Bạt mím môi suy nghĩ một lát rồi dứt khoát:

- Dẹp chuyện làm ăn phi pháp lại đi. Tao vừa mới bị một cú xém chút tán gia bại sản rồi. Mầy bây giờ có một mớ tiền, hay là mình về quê mua miếng đất ngoài chợ rồi mở tiệm tạp hóa buôn bán gì đó sống cũng làm cha thiên hạ rồi. Sống như mầy vầy hồi hộp chết mẹ biết không?

- Bậy nà. Giờ con hưu chưa được đâu. Họ còn cần con. Con đi đâu họ cũng kiếm ra hết á. Ba đừng lo, con thủ sẵn hết rồi. Khi nào có động nhắm không tránh khỏi thì con âm thầm đi báo với chính quyền tóm cổ họ, vu cho họ là gài bẫy con đi bỏ hàng cấm chứ con chỉ biết giao quần áo vải vóc theo lời chủ thôi. Hàng cũng chính tay họ đóng chứ đâu phải con? Ba yên tâm đi. Miễn ba đừng nói với mẹ hôm nay gặp con là được.

- Đám đó biết quê quán mầy không?

- Nhờ hồi đó ba nói mình ở Giồng Trôm nên họ tưởng con ở Giồng Trôm. Có người hỏi con ở khúc nào con nói đại là gần sân banh vì con nghĩ, huyện nào mà chẳng có sân banh. Họ tin lút cán.

- Thôi bây giờ lớn rồi, tính sao được thì tính. Ráng giữ mình. Chừng nào muốn gặp mẹ mầy làm ơn nhuộm lại cái đầu cho đen, lột đôi bông ra giùm tao cái. Bả mà thấy mầy vầy chắc chết khiếp à.

- Dạ. Mai ba đi ngang qua đây, điện thoại cho con, con đưa vàng cho ba về trả anh Sinh đi. Nhớ nói trúng số nhen. Xong rồi ba đi dọ coi căn nhà nào vừa với túi tiền mà mua. Mua nhưng khoan dọn về nhen ba. Chờ một thời gian nữa đã. Và ba cũng nhớ đừng liên hệ với con thường. Khi nào cần gặp thì con sẽ điện cho ba. Sau nầy có thêm tiền, ba mẹ muốn về quê mua đất cất nhà buôn bán gì đó thì làm. Ráng nuôi thằng

Quân ăn học nữa nó lên đây cũng có chỗ ở.

Chia tay Trung, Bạt bần thần trong người.Lớp mừng lớp lo. Mừng là vì thằng nhỏ bây giờ bản lĩnh ngoài dự đoán của hắn, mừng vì có số tiền của nó thì vợ chồng hắn từ nay khỏi phải lo cái ăn cái mặc. Lo vì sợ nó bị đám Nhâm, Lý dụ dỗ bán ma túy là coi như tính mạng bị đe dọa bất cứ lúc nào. Dù Trung không nói ra nhưng Bạt cũng biết nó đang dính vào một đường dây mua bán nguy hiểm chết người. Nhưng làm cách nào để thoát ra? Hắn tin là Trung đủ sức đối phó với vấn đề nầy mà quên rằng thằng bé chỉ mới hai mươi tuổi đầu, chỉ là quân cờ trong tay bọn người nham hiểm mà thôi.

Hôm sau, y hẹn, Trung đưa cho Bạt năm mươi lượng vàng SJC được gói cẩn thận bọc trong một túi mủ ni lông. Bạt sướng tê cầm vàng trên tay không đắn đo ngần ngại xem nguồn gốc từ đâu mà có. Hắn vào tiệm vàng bán năm lượng rồi chạy loanh quanh ăn uống no say chờ đến giờ xổ số một lát mới cắm đầu chạy về nhà. Hắn dựng xe nhanh chóng và quăng xấp tiền trước mặt Lành đóng cho trọn vở kịch mà Trung dàn dựng:

- Tiền nè bà. Đi mua vàng trả cho thằng Sinh đi.

Lành ngơ ngác nhìn xấp tiền dày cộm:

- Ở đâu mà nhiều vậy ông?

- Tui trúng số đó.

- Ẩu. Trúng bao nhiêu?

- Một tờ năm triệu, năm tờ. Trừ tiền thuế 10% còn nhiêu đó.

- Mua một lần năm tờ vé số luôn?

- Rồi sao ha? Miễn trúng là được rồi.

Lâu nay Lành không giữ tiền buôn bán của Bạt. Tới tháng hắn đưa chị một khoản đủ để chi phí tiền nhà cửa, điện nước, gạo muối còn đồ ăn tự chị bán bọc xốp mà mua. Lành chỉ thấy Bạt đều dặn đi bán mỗi ngày chứ cũng không biết anh ta lời lỗ bao nhiêu. Nay được số tiền lớn như vậy chị hoàn toàn tin rằng anh ta trúng số nên không hoạnh họe hỏi han gì thêm.

Trong khi Lành tất tả đi mua ba lượng vàng về để trả Sinh thì Bạt tìm chỗ giấu biệt bốn mươi lăm cây còn lại.

Sau khi đã trả Sinh khoản nợ đó rồi, thái độ của Bạt đối với Sinh cũng không còn mặn nồng như trước. Mỗi khi gặp Sinh ở xưởng cà phê hắn cũng không thèm lăng xăng chào hỏi anh như lúc xưa. Chỉ có Lành thỉnh thoảng kêu hắn rủ Sinh tới chơi thì hắn gạt ngang:

- Mình với nó cũng không còn nợ nần gì nữa, quan hệ chi cho mắc công.

Lành bất bình:

- Hết nợ rồi nhưng dù sao mình cũng đã mang ơn người ta. Ông cứ suy nghĩ vậy hèn gì không có bạn bè gì hết.

- Thôi mệt nhen. Bà muốn thì khi nào không có tui ở nhà kêu nó lại, còn tui, làm biếng tiếp nó lắm.

- Ông đừng ỷ có mấy đồng bạc rồi phủi hết ơn nghĩa với người ta. Chuyện ngày mai hôm nay không biết trước đâu.

Lành nhắm khuyên nhủ hắn không được nên cũng làm thinh. Chị mua một lượng vàng cất còn bao nhiêu đưa hết cho Bạt để hắn làm vốn mua hàng dự trữ.

Trung thực hiện đúng lời hứa, mướn cho Bạt một căn nhà kho. Mỗi ngày Bạt chất đầy trà, cà phê vào hai giỏ lớn đem đi bán. Bán bằng giá xuất xưởng nên rất đắc hàng. Còn bao nhiêu hắn đem về kho chứa hết. Chiều lại hắn đến xưởng lấy đầy hai giỏ đem về nhà và cứ như vậy. Ai cũng khen hắn giỏi, có giang mua bán vì ngày nào cũng hết hai giỏ đầy.

Cứ vài ba ngày Trung đưa cho Bạt một số tiền. Bạt cũng ý thức được rằng mình làm như vậy là tiếp tay con rửa những đồng tiền không trong sạch mà nó có từ nguồn thu bí ẩn. Nhưng tiền bạc làm hắn chóa mắt và tin tưởng Trung sẽ đủ bản lĩnh để đối phó dù gặp bất kỳ trở ngại nào.

Bạt bắt đầu hưởng thụ cuộc sống. Trà ngon, cà phê đặc biệt, ăn uống sang chảnh, buôn bán không cần lời vẫn có tiền phung phí. Kho chứa của hắn ngày càng nhiều hàng thì tiền bạc của hắn cũng ngày càng dầy lên. Hắn bắt đầu dòm ngó giá cả nhà đất ở Sài Gòn.

Phần Lành, chị ngưỡng mộ tài mua bán của chồng. Lúc nầy mỗi ngày Bạt đều đưa cho chị hai trăm ngàn tiền lời. Lành tích lũy đủ chỉ vàng bèn vội vã đi mua. Chị hoàn toàn không hề nghĩ tới chồng mình đang tiếp tay đẩy con ruột vào đầm lầy không thể rút chân ra.

HẾT CHƯƠNG 24

CHƯƠNG 25

GẶP LẠI CON TRAI

Có tiền rồi, Bạt không hàng ngày ra chợ lớn lấy bọc xốp về cho vợ bán lẻ nữa mà kêu hẳn một xe tải nhỏ 1000kg đủ loại về chứa trong nhà. Mỗi bao là hai mươi lăm ký, Lành phân ra từng ký bỏ vào túi ni lông gọn gàng. Chị quan hệ quản lý chợ thuê được một cái sạp ngoài chợ sau đó lấy thêm túi mủ ni lông, túi kiếng về bỏ thêm. Ban đầu bán cũng chậm sau dần dà có mối quen cũng đủ chi phí trong nhà. Lành hài lòng, mãn nguyện với cuộc sống hiện tại. Chị dự định niên học tới sẽ đem Quân lên cho nó tiếp tục đi học vì bây giờ kinh tế cũng coi như được ổn đinh. Trong lòng chị chỉ có một day dứt duy nhất là sự bặt vô âm tính của Trung.

Bạt cũng mua được miếng đất ở ngoại ô với giá bốn mươi lượng vàng, diện tích hai trăm tám mươi mét vuông. Ngày hắn dắt vợ đi làm giấy tờ đất, Lành chỉ biết há hốc miệng ra mà ngạc nhiên và vui mừng. Chị cứ ngỡ đồng tiền mua đất nầy là do Bạt đã buôn bán cực khổ dành dụm được nên có vẻ trân trọng hắn hơn trước càng làm hắn dương dương tự đắc.

Trung vẫn thường xuyên tăng cường tiền bạc cho cha. Hắn cất giữ đó để dành xây nhà.

Bạt càng ngày càng sa đà vào sự lười biếng. Hắn ít khi đi bỏ hàng. Lành ra chợ rồi hắn nằm nhà ăn ngủ hoặc nói đi bán cũng xách xe chạy vòng vòng, đem hàng vào kho dẹp rồi kiếm nhà hàng nào tấp vô ăn uống thỏa thuê. Nếu như có đi thì cũng bỏ với giá rẻ mạt hơn giá xuất xưởng. Thỉnh thoảng hắn vào kho đốt một số trà, cà phê rồi cho vào nhiều túi xốp đen nhỏ đi quăng vào những thùng rác lề đường bởi vì hắn sợ có ngày nào đó Trung đến tham quan kho mà thấy hàng tồn nhiều quá sẽ nhận ra hắn đang ngồi mát ăn bát vàng, cho nên trong kho cũng chỉ có một số hàng trượng trưng.

Rồi có một ngày Trung đòi về thăm mẹ. Cha con thống nhất với nhau dàn dựng một vở kịch để diễn cho Lành xem. Đầu tiên, Trung nhuộm lại tóc cho đen nhánh, lột đôi bông tai ra, mặc bộ đồ đơn giản bình thường như một thiếu niên mới lớn. Trung hẹn Bạt rồi chạy xe theo sau đến gần khu vực nhà thì tìm chỗ gửi xe để Bạt chở về gặp mẹ.

Hôm đó là sáng chủ nhật. Bạt điện thoại về cho vợ (lúc nầy Lành cũng có điện thoại di động riêng rồi) kêu nghỉ bán, đóng cửa sạp mua đồ ăn về nhà đón khách quí. Lành thờ ơ với vị khách quí của Bạt vì chị biết, hắn chưa từng coi trọng ai nếu như không đem đến cho hắn lợi ích. Nhưng vì là lịnh của chồng nên chị cũng về nhà chuẩn bị bữa cơm.

Bạt để Trung vào nhà trước tạo cho Lành sự bất ngờ. Lành sững sờ nhìn Trung, đứa con trai mà chị đêm thương ngày nhớ bỗng xuất hiện bằng xương bằng thịt trước mặt mình. Chị buông rổ rau cải trên tay và ôm chầm lấy nó, nghẹn ngào:

- Trời ơi con tui. Bao lâu nay con ở đâu? Mẹ nhớ con mà không biết làm sao tìm.

Trung đưa hai tay ôm choàng lấy mẹ. Tình cảm của nó đối với mẹ nó lớn hơn gấp ngàn lần đối với ba vì nó đã từng sống và chứng kiến mẹ mình cơ cực như thế nào, che chở nó như thế nào. Nhìn mẹ khóc như mưa bấc Trung cũng không cầm được nước mắt. Nó xảo trá lưu manh là vậy, lăn lóc bon chen không sợ trời sợ đất là vậy mà đứng trước mặt mẹ lại cảm thấy nhỏ bé vụng về. Trung bần thần chưa biết phải nói gì với mẹ thì Bạt bước vào. Lành vui mừng gạt nước mắt nhìn chồng:

- Ông nói khách quí là thằng Trung đây hả?

- Ừ.

- Trời. Tìm được con thì nói cho tui mừng, bày đặt khách nầy khách kia. Nếu ông nói sớm thì tui sẽ làm vài món nó thích ăn rồi.

- Mắc mệt hôn. Gặp được nó rồi thì sẽ gặp hoài chứ bộ một lần thôi sao mà bà lo quá.

Lành buông Trung ra, cười tươi tắn:

- Cũng phải. Mà bấy lâu nay con làm gì ở đâu? Sao không về nhà?

- Con đi theo hai bà Nhâm, Lý vô Sài Gòn, thiệt tình cũng muốn trụ chỗ nầy nhưng coi mòi hai bà đó làm ăn không chân chính nên con bỏ họ. Con cũng có ý định về quê nhưng ba mẹ đi hết rồi con ở với ai? Ở với nội thì thế nào cũng bị nội la tại sao lại bỏ bà Tám nên con cứ đắn đo hoài. Sau đó con xin vô làm công nhân ở khu chế xuất Linh Trung. Làm công nhân rồi thì không có thời gian đi lung tung nữa.

- Thiệt tình…,rồi làm sao con gặp ba?

- Chủ nhật tuần trước, con đi ăn cơm thì gặp ba cũng ăn cơm chung quán. Ba chửi thiếu điều muốn đánh con ngoài đường. Con nói để tuần nầy đến thăm mẹ.

Lành liếc ngang Bạt:

- Vậy mà ông về cũng không nói lại với tui.

- Nói rồi lỡ như nó không tới lại bị bà giãy chết nữa.

Trung vuốt ve mẹ:

- Thôi mẹ bỏ qua hết cho con đi, đừng hỏi chuyện cũ

nữa. Con là con trai mà có hư hỏng gì đâu mẹ sợ. Từ nay thỉnh thoảng con lại thăm ba mẹ là được rồi.

- Thỉnh thoảng gì? Dọn về đây ở luôn đi. Khỏi làm công nhân công nhiếc gì hết, ở nhà phụ mẹ đi giao hàng cũng kiếm được ngày ba bữa cơm.

Trung cười khà khà:

- Mẹ nói chơi không. Giờ con có công ăn chuyện làm ổn định vậy bỏ uổng lắm. Mà con ở tuốt Thủ Đức mỗi ngày đi làm xong chạy về nhà tiền xăng cũng hết chưa nói không có thời gian đi về.

Lành ngó sang Bạt đang ngồi nhổ râu tư lự cạnh bên:

- Ông tính sao ông?

Bạt đứng dậy đi lại phía bếp:

- Tính gì nữa giờ? Tui nói với nó rồi nhưng nói thích làm công nhân thì cứ để nó làm công nhân. Lớn rồi tự quyết định cuộc đời mình chứ ba mẹ đâu có sống hoài mà lo cho nó được.

Trung nói thêm vô:

- Với lại phòng trọ con cũng thuê rồi, gần chỗ đó con cũng tiện đi làm lắm. Mẹ để con tự do vài năm kiếm cục bạc rồi trở về báo hiếu nhen?

Trung cười ma mãnh và Lành cũng cười:

- Mẹ không cần con báo hiếu gì hết, miễn là con sống đàng hoàng, yên bình là mẹ vui rồi. Niên học nầy mẹ định đem thằng Quân lên đây học cho gia đình mình sum họp.

- Tốt quá mẹ. Cứ vậy đi. Mỗi tháng con về hai lần. Cứ lãnh lương xong là con về liền. Tiền ăn học của thằng Quân mẹ để con lo.

- Thôi con cứ cất để dành sau nầy cưới vợ. Ba mẹ lúc

nầy làm ăn cũng được, cũng có để dành một mớ.

Trung móc bóp ra một xấp tiền đưa Lành:

- Tiền nầy con dành dụm lâu nay. Mẹ giữ đi.

- Mẹ không giữ đâu. Con mần cực khổ giữ trong mình cho ham.

- Con đâu bỏ kè kè trong mình được mẹ. Coi như con gửi mẹ vậy. Mẹ mua vàng cất giúp con. Trong thẻ ATM con cũng còn một số đủ chi xài rồi.

- Ừ thì mẹ giữ cho con để dành sau nầy cưới vợ. Chiều nay con chở mẹ lại phòng trọ của con coi có thiếu đủ gì mẹ sắm sửa cho.

Trung hết hồn:

- Thôi mẹ ơi. Đi chi cho cực vậy? Để con tới lui được rồi.

- Ủa lãng ha? Mẹ tới phòng trọ thăm con rồi sao ha?

- Hi hi, có sao đâu. Nhưng để chủ nhật tuần sau đi mẹ. Chỗ con ở bầy hầy lắm, chờ con dọn dẹp cái đã. Tuần sau ba điện cho con rồi chở mẹ lên chơi.

Trung đột ngột dặn:

- Điện thoại con, khi nào có gì con điện. Bình thường ba mẹ đừng điện nhen. Con đi làm công ty không cho nghe điện thoại đó. Có gì bị đuổi việc xấu hổ lắm à.

Lành cười, âu yếm nhìn đứa con trai. Có biết bao điều muốn hỏi nó nhưng chị không vội vì sợ gây khó thì nó ngại không dám tới lui gia đình. Chị vui mừng khi biết nó có cuộc sống ổn định và việc làm lương thiện. Ừ thì cứ vậy đi, cứ để nó làm công nhân trong khoảng thời gian mới lớn để có bạn bè đồng nghiệp, coi bộ nó cũng hài lòng với công việc của mình vậy là chị yên tâm. Trong lúc vừa làm cơm chị vừa hỏi Trung:

- Có để ý đứa nào chưa con?

Trung cười kha kha:

- Có mẹ.

- Vậy hả? Tới đâu rồi?

- Con mới để ý người ta hà mẹ ơi.

- Chủ nhật tuần sau mẹ lên chỉ cô đó cho mẹ dòm cái nhen.

Trung liếc qua Bạt, Bạt quay mặt đi:

- Được rồi. Nhưng mẹ đừng hỏi gì người ta nhen. Đừng có ham dâu mà làm rùm con bỏ chỗ đó đi à.

- Mầy làm như tao khùng.

Ba người họ ăn cơm cười nói vui vẻ. Lành vui thật sự vì gặp lại con. Bạt vui vì vì từ nay muốn gặp Trung không còn thậm thò thậm thụt nữa, Trung vui vì cũng đã lâu rồi chưa được ăn cơm chung với ba mẹ mình. Trong bữa cơm, Lành chứ chăm bẳm nhìn Trung hoài. Bất ngờ chị nói với chồng:

- Hay mình dọn lên ở gần nó đi ông?

Bạt giật mình:

- Bậy bạ. Phòng nó mướn nhỏ xíu sao ở đủ? Ví lại bà còn cái sạp ở đây đang buôn bán ngon lành tính chuyện đi đâu. Con cái lớn rồi nó phải có không gian riêng của nó mình đừng can thiệp quá sâu vào.

- Nhưng tui chỉ muốn ở gần con tui thôi.

- Bà bây giờ mua bán ổn định, nó cũng có việc làm đàng hoàng vậy là mừng rồi. Con mình thì trước sau cũng con mình chạy đi đâu mà lo?

Bạt đưa Trung ra chỗ gửi xe. Cha con vào quán nước bàn

tiếp kế hoạch đối phó lành. Trung nói:

- Thật ra con có thuê một phòng trọ trên Thủ Đức ba à. Thuê rồi đóng cửa bỏ đó thỉnh thoảng chạy về nghỉ ngơi trốn con vợ ôn thần nên có chỗ đón mẹ. Chỗ nầy hoàn toàn bí mật với mấy người họ đó ba.

- Vậy tốt quá rồi. Chứ mẹ mầy mà biết mầy làm ăn kiểu nầy chắc bả lôi đầu mầy về quê quá. Coi kiếm đủ tiền rồi rút lui mầy ơi, tao cũng hồi hộp quá.

- Bây giờ thì chưa được. Chờ thời gian nữa.

- Sợ tụi nó bị bể ở rồi khai ra tùm lum dính líu tới thì phiền phức lắm.

- Ba biết con buôn bán gì sao mà sợ dính líu?

- Nghe kiểu đó là tao biết chúng nó làm ăn phi pháp rồi. Không bán xì ke tao thua mầy.

- Thì ba cứ coi như không hay biết gì đi.

- Xài tiền của mầy mà không hay biết sao được mậy? Lỡ có chuyện gì mẹ mầy dám giết tao lắm chứ chẳng chơi. Ngưng được thì ngưng đi con ơi.

- Chuyện đó nói sau đi ba. Con có phòng trọ rồi ba trả căn nhà kho lại cho người ta đi, đem hàng về chỗ đó cất. Con cũng không ở thường xuyên mướn hai ba chỗ lãng phí.

- Không được đâu. Mẹ mầy hay tới lui lộ chuyện hết. Tiền nhà kho để ba tự trả, Chắc cũng phải mướn một phòng trọ khác để dành chứa hàng chứ nhà kho lớn vậy mình cũng đâu có bao nhiêu đồ đâu mà chứa.

Bạt nói vậy vì hắn sợ trả nhà kho mà đem trà, cà phê về phòng trọ của Trung sẽ nhanh chóng lòi lưng sự biếng nhác của hắn. Và chỗ đó tum húm như vậy làm sao hắn có thể đốt bỏ bớt hàng bởi lo Trung phát hiện ra?

Trung chưa từng nói với ai về chỗ gần khu chế xuất Linh Trung từ lâu nó có thuê một phòng trọ. Và tại đây, thằng con trai hai mươi tuổi đã bắt đầu biết tình yêu là gì. Và chính tình yêu tinh khiết ở đứa con gái quê mùa chơn chất đó sau nầy lại là khắc tinh của Hồ, khi hắn trở thành một kẻ táng tận lương tâm.

HẾT CHƯƠNG 25

CHAO ĐỘNG

Từ khi gặp lại con trai, Lành vui mừng hớn hở. Chị cảm thấy mình có động lực sống khi gia đình bốn người, ngoại trừ thằng Quân đang học lớp mười một mà sắp tới chị sẽ đem nó lên tiếp tục học mười hai, thì ba người còn lại đều có việc làm ổn định và tự nuôi bản thân. Mục tiêu của vợ chồng chị bây giờ là kiếm tiền cất nhà trên mảnh đất đã mua để còn lo cưới vợ cho Trung nữa. Hình dung ra căn nhà đầy đủ tiện nghi và gia đình sum họp Lành cảm thấy vui nức lòng.

Chị ngưỡng mộ chồng, ngưỡng mộ khả năng buôn bán của Bạt. Hễ thấy hắn xách xe đi là chắc chắn sẽ hết hàng. Bạt làm ra tiền một cách dễ dàng và chị cứ việc dành dụm rồi đi mua vàng đến độ chủ tiệm vàng nhẵn mặt. Thỉnh thoảng chị cũng mua ở tiệm khác vì sợ người ta đồn đãi.

Trung, từ ngày đến thăm mẹ về trong lòng lại có chút lưỡng lự khi tiếp tục sống với đám người mà nó ngày đêm tiếp xúc. Trung không nhuộm lại tóc vàng cũng không đeo bông. Nó biết rõ mình đang làm gì và sẽ nhận hậu quả ra sao nếu như hành tung bị bại lộ. Báo đài cứ ra rả nói về tội phạm và hình phạt cho những kẻ buôn bán hàng trắng đâu phải nó không biết. Ban đầu Trung chỉ nghĩ đơn giản là mình đi giao hàng cho họ thôi, bên trong là những gì nó không cần chú ý tới để nếu như bị bắt quả tang thì sẽ ngây thơ mà chối phăng coi như mình là nạn nhân của họ. Nó sẽ thông qua đó kiếm một số tiền và khi cảm thấy đủ rồi sẽ tìm cách tố cáo bọn họ. Trước đây Trung có tiền nhưng không có chỗ cất giấu, bây giờ có ba nó rồi thì nó yên tâm hơn, bởi khi khám xét chỗ ở sẽ không tìm được tiền bạc gì. Mà nói cho cùng, nếu như nó có sa vào tù tội thì với số tiền đó ba mẹ và em nó cũng có thể sống thoải mái về sau.

Nhưng Trung lại lo sốt vó khi mẹ nó đòi xem mắt con bồ của nó. Nó nhớ tới con vợ hờ Thiên Trang, là cháu chít gì đó của con mẹ Nhâm. Hư hỏng đâu từ hồi mười lăm mười sáu tuổi, mụ Nhâm cứ gán ép cho nó. Ban đầu nó ngu khờ thấy gái đẹp thì khoái nên về sống chung với ả như vợ chồng. Ở hơn tháng ả lòi ra bản chất xấu xa để tiện làm nó căm ghét không muốn đứng gần. Thiên Trang cùng tuổi với Trung nhưng già dặn và cáo. Nhà hàng, khách sạn hai mụ Nhâm, Lý mở ra để quản lý cho có hình thức, chủ yếu là nơi giao dịch mua bán ma túy. Nó ỷ mình là người nhà của bà ta nên lúc nào cũng làm ra vẻ sang chảnh, chê Trung là dân nhà quê, coi nó như tấm bình phong để đi mưa về gió với các đại gia khác. Ừ thì ả cũng đẹp vì lúc nào cũng phấn son lòe loẹt, hiếm khi Trung nhìn được khuôn mặt mộc của ả. Ban đầu, Trung cũng muốn chứng tỏ mình là dân biết chơi nên đi nhuộm tóc, xỏ lỗ tai đeo bông như những tay choai choai bấy giờ, để ả không còn chê nó cù lần nầy cù lần nọ. Câu cửa miệng của ả là "Tui mà bỏ anh là có khối thằng bu theo". Trời! Sao mà nó ghét con quỷ cái nầy đến vậy không biết, ghét tới không muốn dòm mặt mà vẫn phải ở chung nhà và đưa đón ả đi làm mỗi ngày nghĩ có oan uổng không?

Nhưng từ khi gặp mẹ, Trung bắt đầu có suy nghĩ khác. Nhất là khi mướn xong căn nhà trọ ở khu công nhân thì nó lại muốn có một cô vợ công nhân, tính tình hiền lành đơn giản để sau khi nó rửa tay gác kiếm sẽ cùng nhau gầy dựng một gia đình hạnh phúc. Cứ nghĩ đến mẹ nó nhìn thấy Thiên Trang sẽ chết khiếp và chắc chắn con quỷ cái đó sẽ coi khinh ba mẹ nó là nó muốn tránh thật xa cái đám đó. Trung chỉ muốn ba mẹ mình gặp Lan thôi. Lan mới chính thực là người mà Trung thích, thích và sự kính trọng đi đôi nên đối với Trung, Lan vừa xa vời vừa gần gũi. Bởi vậy, Trung không nhuộm lại tóc vàng cũng không thèm đeo bông, mà mặc lại những bộ đồ đứng đắn chẳng hoa hòe hoa sói như trước. Sự thay đổi của nó không lọt qua khỏi mắt của Thiên Trang. Ả nhìn Trung từ đầu đến chân, hất hàm hỏi:

- Ê, anh để y vậy thì đừng đi chung với tôi, xấu mặt lắm.

- Sợ xấu thì đừng có đi chung.

- Bộ tui ham đi chung với anh lắm sao? Tại bà Nhâm ép chứ tui chán cái bộ mặt của anh tới cổ rồi. Lầm lầm lì lì.

- Bản chất của tui sao thì tui để vậy thôi.

- Dẹp mẹ cái bản chất của anh đi, đồ nhà quê. Muốn tui bỏ anh không?

- Thì cô cứ tự nhiên. Chứ sống cảnh vợ tạm chồng hờ vầy tui cũng chán lắm rồi.

- Chứ anh muốn sao? Muốn cưới tui làm vợ hợp pháp hả? Mơ đi cưng, buồn cười. Tui mà gắn bó cuộc đời với anh thà tui tự tử chết còn sướng hơn.

Trung ghét, không thèm trả treo với ả nữa. Chỉ có cách chọc cho ả nổi khùng lên tự bỏ nó là nó nguyện ăn chay một tháng rồi. Trung nằm lăn ra xô pha, nhắm mắt lại khinh bỉ. Thiên Trang liếc ngang thấy thái độ của Trung làm ả tức điên, quay phắt vào nhà lấy chìa khóa xe bỏ ra ngoài. Trước khi đi còn buông lại một câu:

- Cứt loại ba mà tưởng sô cô la loại một. Thoát khỏi mầy tao vật heo ăn mừng.

Trung nằm lại, vừa căm ghét vừa mắc cười. Thì ra, nó cũng không ưa gì mình.

Trung nhớ lại lần đầu tiên nó gặp và quen biết Lan. Đó cũng là một ngày chủ nhật đẹp trời.

Trung mua con vịt quay thiệt lớn và năm ổ bánh mì đem lên nhà trọ ở Thủ Đức. Hôm nay chủ nhật, ba và mẹ nó sẽ lên thăm. Trung mua thêm chục chén đĩa bằng nhựa dùng một lần rồi bỏ. Định bụng khi ba mẹ tới sẽ chạy ra chợ Linh Trung mua vài trái sầu riêng cho mẹ ăn thì ba nó điện thoại nói hôm nay mẹ nó phải giao hai ba mối hàng nên không đi được. Trung nằm dài ra chiếu, buồn cũng có mà vui cũng có. Vậy thì nó sẽ đến với ba mẹ. Thật ra Trung cũng không muốn lui tới thường xuyên khu vực mẹ nó ở vì sợ sau nầy đổ bể ra ba mẹ nó sẽ bị liên lụy. Thà gặp gỡ ở chỗ khác. Nó cũng nói với ba nó là lúc nầy bận quá nên muốn gặp nó thì cứ lên nhà trọ, ba nó xem ra cũng hiểu chuyện nên không bao giờ kêu nó về. Với bản tính hiếu thảo của Trung, nó hoàn toàn không nghĩ là ba nó cũng sợ liên lụy thì số tiền mua đất sẽ bị luật pháp moi móc ra. Trung vui vì hôm nay mẹ nó không lên, vậy là nó sẽ không phải nêu lý do vì sao cô bạn công nhân của nó không đến ra mắt. Thật ra, Trung có quen biết cô công nhân nào đâu?

Nằm một hồi cũng chán, Trung đứng dậy chuẩn bị về. Nó cầm túi vịt quay và đồ đem lên máng vào xe, định sẽ về nhà mẹ. Trong khi loay hoay chưa kịp khóa cửa phòng thì nó thấy hai cô gái có vẻ là công nhân đi ngang qua mặt nó còn gật đầu chào và nở nụ cười. Trung bàng hoàng. Cô gái mặc bộ đồ màu hồng phấn có nụ cười lúm đồng tiền má phải y chang mẹ nó. Nụ cười làm khuôn mặt vốn dễ nhìn trở nên sáng rực thêm hơn. Trung bần thần một chút rồi quyết định làm quen:

- Hai đứa ở trọ đây à?

- Dạ.

- Hôm nay chủ nhật không về nhà sao?

Cô gái mà Trung nhắm vào lên tiếng:

- Hôm nay em có bạn đến chơi nên không về, ở lại hai đứa nấu gì ăn cho vui.

- Vậy chỉ có một mình em ở đây sao?

- Dạ. Bạn em làm bên khu chế xuất Tân Thuận. Anh cũng mới dọn về hả?

- Dọn về gần cả tháng rồi nhưng anh cũng ít ở đây lắm. Khi nào đi công tác hai ba ngày mới tạt qua ngủ lại. Anh tên Trung, còn hai em?

- Em tên Lan – Lan chỉ vào cô gái bên cạnh- Còn đây là Hương, bạn cùng quê và cùng học chung với em từ nhỏ cho đến lớn.

Hương gật đầu chào Trung lần nữa. Trung đánh giá hai cô nầy có thể ngang bằng với tuổi của nó. Nó bạo dạn:

- Là vầy: hôm nay anh có hẹn ba mẹ anh lên chơi nhưng giờ chót mẹ anh bận chuyện đột xuất. Anh có mua con vịt quay, hai đứa cho anh hùn với nhen.

Cô nầy nhìn cô kia, cười chúm chím. Hương vui vẻ:

- Ô kê liền. Chỉ sợ anh lỗ thôi.

- Không lỗ đâu, anh ăn bạo lắm đó nha.

Trung mừng rỡ đưa túi cho Lan. Hai cô đi về phòng cách phòng của Trung hai căn. Lan hào phóng:

- Mời anh vào phòng em chơi.

- Vào trước đi. Anh đi mua thêm một số trái cây về la sét.

- Em có mua rồi.

- Anh mua thêm.

Rồi, không đợi hai cô trả lời, Trung nổ máy xe chạy đi không kịp khóa cửa phòng.

Trung đi rồi, Lan và Hương vào trong bày biện đồ ăn ra. Hôm nay hai đứa định nấu món lẩu mắm hải sản. Họ mua cái gì cũng ít vì con gái mà, có ăn bao nhiêu chủ yếu là vui. Nhưng có Trung thì chắc nồi lẩu nầy sẽ hơi…thiếu. Lan cười khi nghĩ đến đó còn Hương cứ nhìn Lan chăm chăm, trêu chọc:

- Có anh hàng xóm đẹp trai kế bên tha hồ mà điệu đàng nhen.

- Bậy bạ cô nương. Dọn về cả tháng mà tao có gặp lần nào đâu? Cũng không biết gì về người ta.

- Không biết thì hỏi cho biết. Nhìn bề ngoài coi cũng là người đàng hoàng. Mầy từng tuyên bố là sẽ chọn ai có bề ngoài đứng đắn, công ăn việc làm ổn định, biết thương yêu chăm sóc gia đình sao? Đâu cần ngang hàng trình độ với mình?

- Biết thương yêu chăm sóc gia đình phải có quá trình sống gần mới hiểu được. Còn khi mới quen ai cũng sẽ hứa như vậy mầy ơi.

- Tìm hiểu ảnh thử coi.

- Trời! Mầy làm như ế tới nơi vậy, mới gặp lần đầu mà.

- Tao ở xa chứ ở gần là ảnh cũng mệt với tao à. Có điều, hình như ảnh kết mầy liền sau cái nhìn đầu tiên, tao thấy ảnh nhìn mầy như trời trồng vậy đó.

Lan đánh vào vai Hương, cười khì:

- Cái con điên. Mầy bị bịnh ảo tưởng hả mậy?

Trung về. Xách vào bốn trái sầu riêng cỡ lớn, trong đó hai trái đã được tách sẵn. Lan kêu lên:

- Trời, anh mua chi xa xỉ vậy?

- Ăn liền một trái, la sét một trái,Hương đem về một còn để lại Lan một.

- Ngoại trừ khi mua làm quà, tụi em ít khi nào dám mua cả trái sầu riêng để ăn.

- Anh biết, biết mấy cô trùm sò nên hôm nay mới mua cho hai cô ăn một bữa đó.

Lan và Hương rửa tay xà xuống bên cạnh Trung. Trung tách trái sầu riêng ra cho mỗi cô cầm một múi nhâm nhi. Vẻ mặt hưởng thụ của họ làm Trung thấy phấn chấn. Càng nhìn hai cô công nhân chơn chất nầy Trung càng thêm chán ghét vẻ điệu đà của con quỷ cái Thiên Trang.

Hương vừa xuýt xoa khen Trung biết lựa sầu riêng hạt lép và dầy cơm vừa hỏi:

- Anh làm ở đâu anh Trung?

Đã chuẩn bị sẵn nên Trung trả lời suôn óng:

- Anh làm ở khu công nghiệp Nhơn Trạch, Đồng Nai.

Hai cô gái ngạc nhiên, chau mày nhìn nhau:

- Làm ở Đồng Nai mà mướn phòng ở đây?

- Vì nhiệm vụ của anh là chuyên đi giao hàng ở khu vực thành phố. Có khi hai ba ngày mới về nên mướn chỗ nầy để nghỉ ngơi. Công ty trả tiền mà em. Tính ra, nếu anh ngủ khách sạn một tháng năm bảy lần cũng nhiều tiền gấp đôi ở đây. Mướn như vầy anh dư tiền ra đãi hai đứa ăn sầu riêng mệt nghỉ.

Lan, Hương tin liền. Trung lại hỏi:

- Hương làm bên Tân Thuận còn Lan?

- Em làm ở Linh Trung.

Hương xen vô:

- Làm trong bộ phận nhân sự nhen anh. Vậy mà em kêu nó đưa em vô công ty nó hoài mà nó không cho.

Lan đánh vào vai Hương:

- Nó giỡn đó anh. Nó cũng làm sếp bên đó nên em năn nỉ qua làm chung hoài đâu chịu.

Trung thắc mắc:

- Còn trẻ vậy mà làm sếp là sao ta?

- Trẻ gì anh? Tụi em hai mươi lăm tuổi hết rồi đó. Tính tuổi âm lịch cũng hai mươi sáu rồi nhỏ nhít gì nữa? Tốt nghiệp đại học ra hai mươi hai, công tác ba năm rồi chứ bộ.

Trung phát rét. Hai mươi lăm tuổi? Tốt nghiệp đại học? Thôi chết. Nó là cây đinh gì với hai con nhỏ nầy đây trời? Ủa mà hai mươi lăm sao gặp mình liền a thần phù kêu anh vậy ha? Lớn hơn mình tới năm tuổi lận mà? Trung bình tĩnh lại. Ừ, nếu như mình không nói chưa chắc ai nghĩ mình mới hai mươi, vẻ chai sạn bên ngoài khiến ai nhìn vào cũng nghĩ nó phải trên hai mươi lăm tuổi. Nhưng Trung chỉ học tới lớp bảy thôi so với đứa có trình độ đại học như Lan thì lấy gì mà so? Thôi kệ, cứ tới đâu thì hay tới đó vậy. Không phải sách vở phim ảnh đều nói "Tình yêu không phân biệt tuổi tác, trình độ, giai cấp sao"? Mình cứ có thật nhiều tiền bảo bọc cho cuộc sống của nó thì cũng là một ưu điểm khó tìm rồi. Tiền thì Trung không thiếu, và sau nầy nó cũng sẽ biết cách làm cho đồng tiền nhơ bẩn thành trong sạch và sẽ đẻ thêm những đồng tiền trong sạch khác.

Trung ngồi quan sát hai cô gái xúm xít nấu đồ ăn, tiếng cười giòn giã làm cho cô nào cũng có khuôn mặt tươi roi rói. Ôi, khuôn mặt đẹp không chút son phấn làm trái tim thằng con trai mới lớn như nó bị rúng động. Trung chợt nhớ nó chưa một lần thấy mặt mộc của Thiên Trang. Nếu như con quỷ cái đó mà rửa sạch phấn son trên mặt thì chẳng biết da dẻ nó như thế nào nữa.

Nghĩ vậy nên Trung vui vẻ, bô lô ba la nói cười, pha trò khiến hai cô gái cười rộn rã. Họ trao đổi số điện thoại cho nhau. Hương nói khi nào cô đến thì sẽ điện cho Trung còn Lan thì cứ nhìn Trung cười chúm chím, hứa là hễ lúc nào Trung có nghỉ lại nhà trọ thì cô sẽ cùng đi cà phê ăn uống với Trung. Lan hỏi:

- Còn anh? Anh bao nhiêu tuổi rồi?

- Lớn hơn hai đứa một tuổi. Xưng anh được không?

Bỗng nhiên, Hương nhìn Trung trân trối. Ánh mắt của Hương làm Trung thấy ngại ngùng bối rối. Hương khều Lan:

- Tao nhìn một hồi sao thấy anh Trung giống thằng Khiêm quá Lan.

Lan cũng nhìn thẳng vào Trung:

- Ừ, có nét giống. Nhất là kiểu nói chuyện.

Trung thắc mắc, nhướng mày:

- Khiêm nào?

- Là thằng bạn học và chơi chung với tụi em hồi nhỏ. Nó đẹp trai và có duyên như anh vậy. Học rất giỏi. Sau khi vào đại học ở trọ với một đám bạn xấu rồi tập tành hút xách cuối cùng bị vướng vào ma túy. Cai nghiện mấy lần không xong mới chết cách đây khoảng một năm. Tiếc gì đâu. Ai bày chi cái vụ xì ke ma túy hại đời biết bao nhiêu người. Ba Khiêm mất sớm, một mình mẹ nó gánh gồng nuôi con học tới đại học, nợ nần vay mượn cho nó đóng học phí nó dùng vào việc hút xách hết. Cuối cùng chết bỏ mẹ nó một mình trên đời không người thân thích và một đống nợ. Bây giờ bà ốm trơ xương.

Hương bồi thêm:

- Cái đám người bán ma túy thật là mất hết nhân tính. Trời cao có mắt, trước sau gì chúng cũng bị sa vào địa ngục trần gian. Mất thằng bạn thân, tụi em buồn quá trời luôn anh biết không?

Trung thốn. Có cảm tưởng như hai cô gái đang vả vào mặt nó mấy bạt tai. Điều hai cô vừa nói ra không phải là Trung không biết nhưng trước giờ nó cứ nghĩ là do bản thân kẻ đó không tự chủ được mình muốn thử sức thì đành chịu thôi.

Chia tay hai cô gái, trong lòng Trung tràn ngập niềm vui. Từ lúc bước chân lên đất Sài Gòn nầy, đây là lần đầu tiên nó sống thật với chính mình trước mặt người lạ. Nó cảm thấy nếu như ở bên cạnh những con người chân chất nầy thì đời chẳng có gì phải dề phòng. Nếu không có tình yêu thì cũng sẽ có tình bạn với họ. Và đây cũng là lần đầu tiên Trung muốn rửa tay gác kiếm trở về cuộc sống bình thường với những con người bình thường. Nó sẽ tránh giao du với đám khốn kiếp chỉ biết có tiền mặc kệ cảm nhận của người khác và nó bỗng lạnh mình khi nhận ra mình đang đi vào con đường đó càng lúc càng xa. Không được, phải tìm cách thoát ra thôi. Phải thoát ra. Trong đầu Trung vạch một kế hoạch thoát thân. Sau khi nó đã chinh phục được Lan và nhận thấy cô ấy đã thật sự yêu mình, Trung sẽ nói với Lan và mẹ là nó đi công tác xa tạm thời không liên lạc một hai năm, nó sẽ bỏ đến đầu thú công an tố cáo đám Nhâm Lý và chỉ điểm sào huyệt của bọn chúng. Nó sẽ được khoan hồng mà giảm tội, có thể chỉ nhận vài năm tù. Ra tù rồi, nó sẽ trở về con người thật của chính mình và nối lại tơ duyên với Lan nếu như cô ấy vẫn còn chờ đợi.

Trung đã quyết định vậy. Nó cảm thấy mình có động lực hơn. Ngồi nhìn và nói chuyện với Hương, Lan, Trung vui vẻ và tự nhiên không một chút gò bó đề phòng. Tâm trạng mà từ lúc dấn thân vào con đường nầy nó chưa hề có. Vậy thì tại sao lại xa rời những con người thánh thiện sống an nhiên với đồng tiền do chính sức mình làm ra lại vướng vào bầy ô hợp kinh doanh trên nỗi đau khổ của đồng loại? Trung rùng mình, lâu nay nó đã tiếp tay cho bọn ác đẩy không biết bao nhiêu người vào chỗ chết ngấm ngầm mà cứ ung dung vì đồng tiền làm mờ mắt. Nếu hôm nay không nghe hai cô gái kể lại chuyện thằng bạn thân của họ chắc nó chưa thấy tội ác của mình đã gián tiếp gây ra.

Bắt đầu từ ngày mai, nó sẽ tự thú với ba nó và xin ông một lời khuyên. Ít nhiều ba nó cũng đã nghi ngờ việc làm của nó nhưng vẫn chưa nói cho mẹ nó biết. Trung hoàn toàn không thể ngờ rằng ba nó lại là một tên đê tiện đã không những không cứu nó mà còn chính tay đẩy nó trượt thẳng vào vũng sình lầy trong khi nghiệp chướng chưa sâu.

HẾT CHƯƠNG 26

CHƯƠNG 27

NGHIỆP CHƯỚNG

Mấy hôm sau, Trung cố tình tránh né Nhâm, Lý và Thiên Trang. Nó tắt điện thoại rồi lên nhà trọ ngủ suốt ngày chờ chiều Lan về cùng đi ăn uống. Khi đã khá thân nhau, Trung giữ chìa khóa phòng Lan để đi chợ nấu cơm chiều cho hai đứa ăn sau khi Lan tan sở làm. Nó nói với Lan là giao hàng chờ thanh toán tiền nên phải ở lại thành phố một tuần. Trung tránh nói về công việc của mình và Lan cũng không hỏi gì nhiều. Sau bữa cơm, họ ngồi nói với nhau đủ thứ chuyện trên đời. Lan kể về gia đình cô, một gia đình bình thường có nếp sống cũng bình thường như bao nhiêu gia đình lương thiện khác. Lan còn đủ ba mẹ và hai đứa em trai. Đứa kế bên đang học đại học nông lâm, đứa út học lớp 12. Trung ngưỡng mộ gia đình Lan. Nó cũng kể về gia đình nó. Ba mẹ nó đang ở Sài Gòn, ba nó đi bỏ sỉ cà phê, trà cho các tiệm tạp hóa, mẹ nó có sạp bán túi xốp và túi mủ các loại ở chợ, nó còn đứa em trai đang học lớp 12 ở với ông bà ngoại đã già yếu dưới quê. Ừ thì Nó chưa từng thi đại học vì tốt nghiệp cấp ba xong thì đi làm. Ừ thì gia đình nó cũng bình thường như bao gia đình bình thường khác. Tự thâm tâm, Trung rất muốn điều đó là sự thật. Nhưng sự thật nầy muốn thực hiện thì nó phải vô cùng bản lãnh và dứt khoát mới được.

Một tuần trôi qua, tình cảm của Trung và Lan dù chưa ai

nói ra nhưng có vẻ khá là sâu nặng. Càng gần gũi Lan, Trung càng cảm thấy chán chường Trang. Thâm tâm nó quyết định rời bỏ con nhỏ đó như rời bỏ chốn u ám làm nhơ uế tuổi trẻ trong sạch của nó. Trung biết, con đường nầy là do chính nó bước vào, nhưng nếu không có bọn ma quỷ đó thì đứa nhà quê như nó sao biết thế nào là xì ke ma túy mà đi giao dịch buôn bán? Lần nầy nó trở về gặp lại bọn họ, thế nào họ cũng chửi té tát vô mặt nó vì cái tội dám tắt điện thoại cả tuần. Trung biết, từ nay chúng sẽ ra sức giám sát nó, theo dõi nó và sự đi đứng của nó không còn thoải mái như trước đây.

Trung biết mình đã thích Lan rồi và Lan cũng mặc nhiên chấp nhận sự đeo đuổi của nó. Chưa bao giờ Trung nghĩ mình sẽ có vợ, sẽ trói buộc cuộc đời với đứa con gái nào trước khi gặp Lan. Bây giờ, nó thèm được cưới vợ, thèm có cuộc sống bình thường như cha mẹ nó, nó sẽ cưới Lan. Trung không có trình độ để đi làm như Lan thì nó sẽ đi buôn bán như ba nó hoặc sẽ mở sạp như mẹ nó. Số tiền nó kiếm được bấy lâu sẽ đủ để nó hoàn lương làm lại cuộc đời, một cuộc đời không phải ngày đêm sống trong lo lắng sợ sệt.

Trung về nhà. Nó mở cửa bước vào. Lạnh tanh không có hơi người. Nó biết con quỷ cái đó nhân lúc nó vắng mặt đã đi tìm trai khác. Không phải Trang sợ Trung mà là nó sợ Nhâm, ả sợ Nhâm rút hết mọi quyền lực trong tay thì làm sao mà chảnh chó nữa được.

Trung mở điện thoại, cả trăm tin nhắn và hàng trăm cuộc gọi nhỡ, toàn là của Nhâm, Lý và những số lạ chắc là hai mụ mượn máy ai đó để gọi. Trung chưa kịp suy nghĩ gì thì điện thoại đổ chuông, nó bắt máy:

- A lô.

Giọng mụ Lý ngọt ngất làm nó giật mình:

- Trung hả? Mấy hôm nay con đi đâu vậy? Làm cô lo

muốn chết. Có chuyện gì vậy con? Bây giờ con ở đâu?

Trung đề phòng:

- Con đang trên đường về nhà. Chừng gặp con nói lý do tại sao cả tuần nay vắng mặt.

- Bây giờ cô không có ở Sài Gòn. Có chuyện gì con nói ra đây đi. Thiên Trang chọc giận con hả?

- Không có. Con đi nhậu trong quán, một đám đánh lộn có dao mác bị công an tóm cổ. Con ngồi gần nên bị vạ lây, ngồi khám một tuần. Sau điều tra ra biết con không liên quan nên mới thả hồi sáng nầy.

- Trời đất ơi, sao con không điện thoại về hai cô đi bảo lãnh cho con?

- Họ đâu có cho điện thoại?

- Tội nghiệp vậy? Thôi con nghỉ ngơi đi. Tối nay hai cô về, sáng mai có việc giao con. Để rồi hai cô sẽ bồi dưỡng cho con sau. À, nghe dặn nè, con Trang nó làm gì thây kệ cha nó con đừng bận tâm, đừng vì nó mà bỏ hai cô nhen. Để rồi cô sẽ kiếm chỗ tốt hơn cho con ở. Nếu như con chán nó rồi thì cô cũng không bắt ép con đâu.

Lý cúp máy. Trung thở phào nhẹ nhõm. Bà ta tin hay không thì tùy, nhưng chắc chắn mụ ta cũng đánh hơi được quan hệ ngày một xấu của nó và Trang. Bọn họ cũng thừa thông minh để biết nếu như cứ cố tình gán ghép ép buộc Trung làm vợ tạm chồng hờ với Trang chỉ tổ làm cho nó bất nhẫn không có lợi ích gì cho họ. Bây giờ trước mắt là nó phải bằng mọi cách thoát ra khỏi sự quản lý của bọn họ. Nhưng Sài Gòn tai mắt của họ đầy dẫy, không khéo lại còn làm liên lụy ba mẹ nó và Lan chứ chẳng chơi.

Chưa bao giờ đầu óc Trung căng thẳng như bây giờ.

Nhưng sáng hôm sau, Trung gặp Nhâm, Lý tại nhà riêng của họ. Nhìn hai bộ mặt trét đầy son phấn nó cảm thấy khiếp sợ. Nhâm an ủi và cho nó một số tiền để ăn uống bồi dưỡng sau khi ở tù ra, rồi giao nó đến địa điểm Y vận chuyển một thùng hàng về địa điểm X. Nó riu ríu vâng lời.

Thực hiện phi vụ đó trót lọt, Trung có một số tiền lớn và nó an ủi mình đây sẽ là lần cuối cùng. Tiền nầy nó sẽ không đưa cho ba nó mà giữ lại phòng thân trong quá trình chạy trốn.

May mắn cho nó là hai hôm sau, Nhâm, Lý đi du lịch một vòng đất nước Việt Nam, từ Nam ra Trung, từ Trung ra Bắc, tuyên bố ngưng giao dịch trong thời gian một tháng. Nó biết bọn họ đi tìm và mở rộng thêm lãnh địa nhưng vẫn vui mừng khấp khởi trong lòng. Vậy là nó có thời gian bên cạnh Lan một tháng.

Khi hai người đàn bà làm vấy bẩn cuộc đời Trung đi rồi, nó a thần phù chạy bay lên Thủ Đức, trong lòng vẽ lên bao cảnh hạnh phúc và nó quyết định lần nầy sẽ tỏ tình với Lan.

Nhưng chạy một đỗi, trung phát hiện có người đang theo dõi mình. Thằng nhỏ hồn phách rụng rời. Thì ra mặc dù đi xa, hai con mụ kia vẫn cho tay chân theo dõi nó, có lẽ họ không tin những gì Trung nói vừa qua. Thôi chết. Nếu như sơ hở để họ phát hiện ra Lan chắc chắn sẽ gây phiền phức cho cô ấy hoặc phát hiện ra ba mẹ nó cũng không được. Trung tấp vào một quán cà phê võng, kêu ly cà phê rồi nằm đó, làm bộ lim dim ngủ để theo dõi tên lạ mặt cũng bước vào quán chọn một chỗ ngồi cách xa nhưng vẫn quan sát được nhất cử nhất động của nó.

Và Trung ngủ được một giấc khá lâu. Nó giật mình dậy đưa mắt tìm tên kia thì không còn thấy hắn nữa. Trung trả tiền nước rồi xách chiếc 67, thay vì đi tiếp, nó quay trở lại thì nhận ra tên kia vẫn còn đi theo sau nó. Lần nầy hắn đeo khẩu trang nhưng Trung vẫn nhận ra chiếc xe.

Trung ghé vào quán cơm ven đường, kêu cơm rồi chậm rãi ăn. Tên nọ đứng cách xa quán một chút đưa mắt nhìn về phía nó. Trung thất vọng. Vậy là hôm nay đành bỏ cuộc rồi. Phải về với con quỷ Thiên Trang trong khi nó có cả ngàn chuyện để nói với Lan.

Đang ngồi ăn cơm, nó nghe đứa con gái bàn kế bên bắt điện thoại lên a lô rồi hết hồn hỏi " Đang ở bệnh viện nào?". Xong cuống cuồng trả tiền cơm rồi chạy ra lấy xe phóng như bay trở về Thủ Đức. Trung bỗng lóe lên suy nghĩ, phải, nó có cách cắt đuôi thằng chó săn nầy rồi.

Nó trả tiền cơm. Chạy xe qua mặt tên nọ chừng vài mét, ngừng lại làm như điện thoại reo. Trung bắt điện thoại và làm giống y bộ điệu của cô gái lúc nãy: "đang ở bệnh viện nào?", xong nó chạy một hơi vào bệnh viện Chợ Rẫy. Trung gửi xe phía ngoài nhà dân rồi xăm xăm đi vào cổng bệnh viện.

Trung ngoáI lại nhìn. Tên nọ ghé vào quán cà phê ngồi chờ. Chắc hắn ta chỉ quan tâm chiếc xe của Trung thôi. Chiếc xe còn đấy có nghĩa là Trung vẫn còn ở trong bệnh viện thăm ai đó. Khi đã cảm thấy an toàn, Trung vòng ra cửa sau bệnh viện kêu Honda ôm đi về nhà trọ.

Trung ở suốt nhà trọ đến một tuần. Nó nói với Lan tuần sau sẽ nghỉ phép năm mười ngày. Khi Nhâm điện thoại cho nó thì nó nói về đi Đà Lạt chơi. Nhâm dặn dò nó đừng về chỗ cũ và Trung hứa. Trang chưa từng gọi cho Trung một cú điện thoại nào. Trung buồn cười, chắc nó cũng chán chê mình như mình chán chê nó vậy thôi.

Cảm thấy Lan có vẻ lưu luyến khi chia tay, Trung ngập ngừng hỏi:

- Em có người yêu chưa Lan?

Lan lắc đầu, cúi mặt xuống. Trung lại hỏi:

- Em xinh đẹp lại có điều kiện vậy chắc tại do quá kén chọn?

- Không phải. Chỉ vì em chưa tìm được đối tượng thích hợp với mình. Và bây giờ em cũng còn phải phụ ba mẹ nuôi thằng em học đại học. Sau khi nó ra trường mới tính chuyện của em.

- Nếu vậy, em có bằng lòng để anh theo đuổi không?

Lan ngước đôi mắt trong veo nhìn Trung, không trả lời. Trung hồi hộp nói tiếp:

- Anh từng tuổi nầy chưa từng có bạn gái, chưa từng thương yêu ai. Nhưng từ khi gặp em thì bị em hớp hồn từ nụ cười đầu tiên vì em có đồng tiền bên má phải giống hệt mẹ anh. Anh mặc cảm vì trình độ không bằng em nhưng nếu em cho anh cơ hội thì anh bảo đảm chúng ta sẽ rất là hạnh phúc. Anh sẽ thương yêu em cả đời nầy kiếp nầy.

- Khoan nói vội anh. Duyên nợ mà, nếu phải thì dù có xa xôi ngàn dặm cũng sẽ tìm gặp nhau. Không phải trời đã xui khiến mình quen biết nhau đó sao? Chúng mình hãy cho nhau thời gian nha, cứ duy trì mối quan hệ nầy đợi khi tình cảm chín muồi rồi tính nha anh? Trước mắt em phải lo cho thằng em ra trường, sau đó nó sẽ lo cho thằng út.

- Ôi, anh đâu có ngăn cản em chuyện đó. Chỉ cần em chấp nhận cho anh theo đuổi là anh đã hạnh phúc lắm rồi.

Lan chúm chím mỉm cười:

- Chứ không phải bây giờ anh đang theo đuổi em đó sao?

Trung vui mừng quá đỗi, nó bạo dạn nắm lấy bàn tay nhỏ nhắn của Lan:

- Hứa rồi đó nghe. Nói thật với em, từ ngày quen biết em, anh cảm thấy cuộc đời có ý nghĩa làm sao. Tối ngày tranh thủ công ty đến công tác ở thành phố để được gặp em. Đi riết rồi mấy đứa làm chung nó cũng phát hiện ra. Ngày mai chủ nhật, ba mẹ anh sẽ lên chơi, mẹ anh lúc nào cũng đòi coi mặt con dâu. Em giả đóng làm bạn gái anh nhen, bảo đảm gặp em mẹ anh sẽ thích ngay.

Lan phật ý, nũng nịu:

- Giả đò hả?

- Nếu được thật thì anh vật heo ăn mừng.

Cả hai cùng cười. Trung cảm thấy cuộc đời đáng yêu làm sao. Ngày mai, nó sẽ tìm cơ hội nói kế hoạch thoát thân với ba nó.

oOo

Vừa gặp mặt Lan là Lành đã thấy ưa rồi. Con nhỏ coi hiền hậu và duyên dáng sao đâu. Chị và Lan lui cui chuẩn bị bữa ăn ở phòng trọ của Lan. Căn phòng nhỏ xíu mà nó bày biện thật ngăn nắp. Lan cũng tự nhiên với Lành như người nhà. Nhưng đối với Bạt nó có phần dè dặt, Lành cảm nhận được như vậy. Cũng phải thôi, đa số con dâu thường không hay gần gũi cha chồng huống hồ chi ba của Trung lại là một người xét nét khó chịu. Linh cảm cho chị biết, nếu như Trung lấy được Lan làm vợ, Lan sẽ là người vợ hiền dâu thảo như chị vậy. Lành sẽ sung sướng và hãnh diện dẫn con dâu đi khoe khắp xóm làng. Ai có ngờ một thằng nhóc học mới lớp bảy lại cưới được con vợ có trình độ đại học lại là sếp của một bộ phận công ty. Thằng con nầy của chị coi vậy mà giỏi thiệt.

Trong khi hai người phụ nữ lúi húi làm cơm thì Trung tranh thủ rủ ba nó đi uống cà phê để bàn công chuyện.

Bạt hỏi sao lâu nay nó không liên lạc về nhà cũng không

có gửi tiền bạc gì cho hắn. Trung kể là Nhâm, Lý đi du lịch cả tháng nên nó không có mua bán gì. Nó chán con vợ hờ nên lên đây ở chơi vài bữa. Trung ngạc nhiên khi nghe ba nó nói:

- Mầy mê con nhỏ nầy nên bỏ công bỏ chuyện hết chứ gì? Chắc cũng lo cung phụng cho nó ăn mập thây rồi đâu còn nhớ tới ba mẹ và em út nữa.

Trung thò lõ mắt nhìn ba nó:

- Ba nói kỳ vậy ba? Lan không bao giờ đòi hỏi con về tiền bạc. Bản thân nó cũng sống thoải mái lắm rồi. Tụi con đi ăn uống với nhau cũng nay đứa nầy mai đứa kia chi trả. Ba đừng đánh giá thấp nó vậy chứ ba.

- Mầy không lo cho nó ăn ngập mặt dễ gì nó chịu quen với thằng học chưa hết cấp hai như mầy?

- Cái nầy thì nó không biết, nó tưởng con tốt nghiệp cấp ba rồi.

- Nói chung, tao thấy con nhỏ nầy nó gian gian sao đó.

- Ba nói vậy con buồn quá ba. Hôm nay định bàn với ba một chuyện mà ba làm con mất hứng hết.

- Chuyện gì?

Bỗng chuông điện thoại reo. Trung nhìn thấy số lạ, định không nghe thì Bạt giục:

- Nghe đi. Nghe coi có chuyện gì.

Trung nghe máy, mặt nó khẩn trương, nghe xong nó trả lời dứt khoát:

- Không được. Tui không biết mấy vụ nầy mà cũng không muốn qua mặt hai bà Nhâm, Lý nữa. Ông chờ hai bả về đi hãy bàn.

Người bên kia đầu dây còn nói gì nữa. Bạt chú ý theo dõi

sắc mặt của Trung, chừng nghe nó trả lời:

- Tui nói tui không làm và tui không dám làm. Hai bả mà biết là giết tui. Ông tìm người khác đi.

Bạt giật máy trên tay Trung, nói với người bên kia:

- Tui làm. Tui là chú ruột của nó. Để tui làm. Cho tui cách thức liên lạc đi.

Bạt lắng nghe rồi trả lời:

- Được. Liên lạc sau.

Trung điếng người, nó kêu lên:

- Trời ơi, ba biết làm là làm gì hôn ba?

- Tao là ba mầy mà. Mầy làm gì tao không biết sao?

- Ba biết sao không ngăn cản con? Con muốn thoát ra thì ba lại dính vào. Chết như chơi ba ơi.

- Tranh thủ lúc mấy con mẻ không có ở nhà mình hốt một cú rồi giải nghệ cũng được.

- Ba không hiểu rồi. Vướng vào là không dễ thoát ra đâu.

- Trứng mà khôn hơn vịt hả? Tao cho mầy biết, hai con mụ đó nghe nói tên tao còn sợ mầy lo gì?

Trung nước mắt ràn rụa, nó cảm thấy tương lai tối sầm một màu đen ma quái.

HẾT CHƯƠNG 27

CHƯƠNG 28

TÁNG TẬN LƯƠNG TÂM

Bạt lấy điện thoại của mình ra, lưu số vừa gọi cho Trung rồi đứng dậy kêu Trung tính tiền về. Thằng nhỏ còn ngồi cú sự buồn rầu thì hắn nhỏ nhẹ nói:

- Mầy yên tâm đi. Tao làm cha chẳng lẽ đi hại mầy sao? Chỉ là kiếm một số tiền về quê mua đất cát an dưỡng tuổi già thôi. Đất trên nầy cất nhà xong cũng sẽ trả lại cho mầy. Ba mẹ lớn tuổi rồi không thích bon chen tranh đua ở Sài Gòn nữa. Ba hứa với con, làm vài chuyến trót lọt chừng hai con mẹ kia về là mình rút êm. Con muốn tiếp tục hay bỏ trốn là quyền của con ba không có ý kiến.

- Tại sao ba lại muốn dính vô mấy cái vụ nầy trong khi con đã lo sợ muốn thoát ra mà không biết làm sao đây?

Bạt ngồi xuống, vỗ về:

- Trong khi đám kia không có ở đây thì mình tranh thủ thôi. Tụi nó về bất quá con chỉ là thằng giao hàng, nó muốn cho bao nhiêu thì cho sao bằng bây giờ mình hốt trọn gói gấp mấy chục lần nó cho? Con đi giao khơi khơi còn tiền như vậy nếu như trực tiếp mua bán thì lợi nhuận kinh khủng biết chưa?

- Nhưng đây là giết người – Trung rít lên.

- Giết ai? Ai kêu chúng nó ngu tự chui đầu vào lưới chứ mình có bắt ép nó đâu? Mình không làm người khác cũng làm hà.

- Ba về bàn với mẹ đi. Nếu như mẹ đồng ý thì ba làm gì làm.

Bạt đứng phắt dậy, giận dữ:

- Cái nầy tao cấm mầy. Mẹ mầy bị bịnh tim đó. Mầy mà hé lộ cho bả biết là giết bả nghe chưa?

- Vậy sao ba còn làm?

- Thôi mầy im đi, mệt quá, nói nhiều cũng không hiểu. Tao làm tao chịu không ảnh hưởng mầy đâu mà lo.

- Ba nói với họ ba là chú con rồi còn chối cãi được sao?

- Tao có cách của tao. Miễn sao không liên quan mầy là được rồi. Bây giờ mầy cứ việc im lặng cho tao nhờ. Và mầy coi như không hề biết chuyện gì xẩy ra là được. Thôi về.

Trung thất thểu theo Bạt về nhà. Đôi mắt nó buồn như mới vừa trải qua một biến cố dữ dội trong đời. Trung dù bản lãnh tới đâu thì nó cũng chỉ là một thằng bé hai mươi tuổi mới lớn lên, sao có thể qua mắt được mẹ nó và Lan, đã lăn lóc bao nhiêu năm ngoài đời tiếp xúc với đủ loại người tốt xấu đan xen. Lan lẳng lặng quan sát còn Lành thì cứ ngó con trai chăm bẳm:

- Chuyện gì mới ra ngoài một chút mà về mặt mày bí xị vậy con?

Bạt liếc qua Trung. Nó ngồi phịch xuống gạch, chán nản trả lời mẹ:

- Đâu có gì mẹ ơi.

Trong lòng hai người phụ nữ cứ nghĩ là Bạt phản đối mối quan hệ của Trung và Lan cho nên Lành quả quyết:

- Không có gì phải buồn con à. Mẹ chấm cháu Lan rồi.

Khi nào hai đứa thấy được thì báo cho ba mẹ hay, ba mẹ sẽ tiến tới liền. Về phía ba mẹ không có gì trục trặc hết đó. Cưới xong cất nhà cho ở riêng liền không phải làm dâu làm con chi hết.

Bạt chau mày ngó Lành:

- Vậy tui với bà ở đâu?

- Tụi mình vẫn ở chỗ cũ buôn bán, sau nầy có tuổi rồi thì về quê dưỡng già.

Bạt lại nhìn Trung, đắc ý:

- Ba nói mẹ con lúc nào cũng muốn về quê hết thấy chưa? Cho nên ba mẹ muốn nhanh chóng kiếm tiền để mua thêm đất mới về quê được.

Trung làu bàu:

- Tiền trong sạch không thể nhanh chóng mà kiếm được. Ba mẹ còn trẻ, từ từ làm, tích lũy thì cũng sẽ có mà.

Bạt hiểu thằng con muốn móc ngoéo mình nhưng cũng không thèm đôi co. Bữa cơm lẽ ra vui vẻ nhưng trong lòng Trung nặng trĩu.

Bạt thay sim mới rồi điện thoại cho tên Lù Tẩy. Hắn ta chắc tàu gì đây mới có cái tên ngộ vậy. Bạt nói với Lù Tẩy là hắn muốn hợp tác giao dịch mua bán với Lù nhưng Lù không tin buộc lòng Bạt phải khai thật là chú ruột của Trung. Lù vẫn đề phòng nên điện thoại hỏi lại Trung. Trung kêu Lù từ chối Bạt và tuyên bố nó sẽ không chịu trách nhiệm gì về ông ta. Chỉ bao nhiêu đó thôi đủ để Lù Tẩy xác nhận nhân thân Bạt và hắn bằng lòng giao dịch với Bạt. Lù hẹn gặp mặt nhưng Bạt từ chối lý do vì giấu không cho Trung biết. Trao đổi một hồi Bạt phát hiện thì ra Lù cũng không muốn xuất đầu lộ diện mà chỉ thử lòng hắn thôi. Được đà, Bạt dứt khoát:

- Tui cũng lật ngửa bài với ông. Thật ra tui không muốn

biết mặt ông cũng như không muốn cho ông biết mặt tui, bởi vì mình chỉ làm vài vụ đến khi nào hai con mẹ Nhâm, Lý về thì ngừng. Tui không muốn thằng cháu mình bị ảnh hưởng gì hết, chuyện tui và ông hợp tác thì cũng chỉ hai thằng mình biết thôi.

- Làm sao tao tin mầy? Lỡ như giữa chừng mầy trở chứng đi tố cáo thì tao làm sao?

- Ông không có đàn em à? Tui tố cáo ông thằng cháu của tui sống yên ổn với ông không? Mà tui có biết mặt mày hay địa bàn của ông đâu mà tố cáo? Không khéo công an nó lượm thì tui ở tù mọt gông à? Tui không cho ông biết mặt cũng vì lẽ đó. Sau nầy thằng nào rủi ro thì thằng đó chịu, không đổ thừa ai.

- Mầy rủi ro thì chỉ ở tù thôi còn tao mất sạch.

- Ở tù rồi tiền đó họ cho ông đem về nhà hả? Mắc cười. Tui nói vậy thôi còn quyết định là do ông.

- Tao báo cho mầy biết, tao không phải thiện nam tín nữ gì đâu, ai phản tao là chỉ có con đường chết.

- Biết…cái nghề nầy một khi đã dám vướng vô thì phải chấp nhận thôi.

- Rồi mầy làm cách nào nhận và giao hàng?

- Tui có cách của tui. Tui sẽ cho một đứa không biết gì tới nhận hàng và cho đứa khác giao hàng. Tuyệt không tin tưởng đứa nào hết. Mấy thằng nầy là những đứa đàng hoàng không có tiền sử tiền án gì ráo, sẽ không bị ai nghi ngờ đâu, ông yên tâm.

- Được! Tao tin mầy một chuyến. Nhưng mầy nên nhớ thằng cháu mầy nằm trong tay tao. Có chuyện gì thì lo dọn xác nó đi.

- Ông lắm lời quá. Tui biết ông cũng tranh thủ hai con mẹ kia không có ở đây nên vớt một mớ. Tụi mình là cá mè một lứa nên tin tưởng nhau. Sau nầy có cơ hội hợp tác thì không phải lệ thuộc vào mấy mụ đàn bà.

- Được. Vậy tối nay mầy cho người đến địa chỉ A gặp con Nhiên, nó sẽ giao một thùng vải trong đó có hàng, nội trong đêm mầy phải đem được đến địa chỉ B gặp bà Thủy, giao hàng và lấy tiền chênh lệch, còn tiền hàng là tao sẽ tự lấy. Xong xuôi thì điện cho tao.

Giao dịch xong, Bạt về nhà ngủ một giấc, thức dậy hắn nói với Lành đi lấy trà và cà phê có thể tối mới về vì định rủ Sinh ăn nhậu một bữa. Lành hơi ngạc nhiên nhưng cũng mừng thầm.

Hắn rủ Sinh đi nhậu thiệt.

Bạt chọn quán nhậu gần địa điểm nhận hàng của Lù Tẩy, trên xe hắn ràng rịt đầy ắp hai giỏ trà, cà phê và một mớ túi xốp đựng thêm trà. Hắn đã tính toán kỹ lưỡng đâu ra đó. Xe chở đầy vậy thì không có cách nào chở thêm nên sau khi vui vẻ nhậu với Sinh và nói toàn chuyện tình cảm với cậu bé mà hắn nghĩ không có khả năng làm hại mình, Bạt bèn móc điện thoại ra giả bộ như có người gọi tới:

- A lô. Chết cha rồi. Xe tao chở đầy nhóc hết làm sao chở thêm? Thôi để tao đem hàng về nhà rồi trở ra lấy được hôn? Vậy hả? Mấy giờ đóng cửa? Vậy sao kịp? Khoan khoan, để tao tính coi.

Sinh thấy hắn khẩn trương nên hỏi:

- Chuyện gì vậy chú?

Bạt chặc lưỡi:

- Cái bà hàng xóm nhờ chở giùm thùng vải bả gửi đằng A đem đến đằng B giùm mà hồi này đi ngang tao quên mất tiêu. Giờ đằng A kêu lại lấy giao chứ để đằng B họ về. Xe tao bây giờ chở thêm gì được nữa? Làm vậy kỳ với bà hàng xóm dữ à nhen.

- Có gì đâu chú. Cũng gần mà, chú ngồi đây con đi lấy cho.

- Mầy lấy rồi tao cũng đâu đem giao được? Hay là vầy, tao chạy theo chỉ chỗ cho mầy lấy rồi hai chú cháu mình cùng đi giao luôn, mầy giúp tao nhen?

- Chuyện nhỏ mà chú.

Bạt thành công trót lọt phi vụ ngày hôm đó với số tiền mà có nằm mơ hắn cũng không nghĩ ra.

Hắn lân la làm quen với một tay Honda ôm, rủ rê cà phê và đãi anh ta nhậu. Chỉ vài bận thì trở nên thân tình. Tên Thực lại vô tình tiếp tay cho hắn thực hiện phi vụ thứ hai y như cách hắn dụ Sinh.

Trúng đậm mấy vụ, tiền không có chỗ cất vì quá nhiều mà không tiện giao ra cho Lành. Bạt mua vàng thủ trong mình một mớ, một mớ giấu kín trong nhà kho. Hắn định dừng lại nhưng Nhâm, Lý vẫn chưa về thì tội gì ngưng? Hiếm khi mới có cơ hội như vậy nên Bạt quyết định chơi vài cú nữa. Nếu xui rủi bị bắt ai lãnh đạn thì lãnh chứ hắn có liên quan gì? Thằng Honda ôm thì dễ xử vì nó không biết cái chi về hắn hết. Thằng Sinh thì hiền và khờ như đất, nó không nỡ tố cáo hắn mà sẽ chỉ chỗ giao nhận thôi, ai lãnh thì lãnh còn thằng Trung thì sẽ cao bay xa chạy tới một nơi không ai biết nó mà sống. Có tiền mà, đi đâu cũng không sợ đói khát. Con Nhâm con Lý muốn tìm thằng Trung hay tìm vợ chồng hắn cũng không phải là chuyện dễ dàng.

Tất nhiên những phi vụ nầy hắn không hề nói lại cho Trung nghe. Khi gặp Trung, Bạt thề bán mạng là dù nói vậy nhưng hắn và Lù Tẩy chưa từng giao dịch. Vì thế, lúc Trung nghe điện thoại của Nhâm báo là sẽ ở chơi thêm vài tháng nữa thì nó quá sức vui mừng. Nó sẽ có nhiều thời gian bên cạnh Lan hơn. Cũng chính trong thời gian nầy, mối tình của hai trẻ được hình thành, cứ ngỡ là sẽ viên mãn nếu như Bạt đừng quá sức tham lam.

Hắn biết Nhâm, Lý chưa về sớm được nên thông báo với Lù Tẩy. Lù Tẩy tiếp tục giao việc cho hắn.

Bạt biết không thể dùng hoài một cách với một người, cho nên hắn nhờ Thục làm lần thứ ba rồi mới dám quanh lại Sinh. Và hôm ấy hắn cũng rủ rê Sinh đi ăn nhậu rồi nhờ đến điểm C lấy hàng đến giao điểm D. Lần nầy là quần áo may sẵn. Ngoài thùng cạc tông được dán bằng băng keo kín mít còn có một túi xốp loại 40 đựng thêm một số đồ ngụy trang bên ngoài. Sinh hoàn toàn không nghi ngờ gì nên ung dung chạy xe bon bon theo Bạt đến điểm giao.

Rủi ro sao, một chiếc Honda chở mấy tấm tol thiếc chạy ngang, lạng lách thế nào mà vạch thẳng một đường ngang hông thùng cạc tông. Một số quần áo rơi xuống. Thùng cạc tông còn vướng vào sợi dây ràng được buộc quàng cẩn thận nên không đổ. Bạt điếng người nhìn Sinh bình tĩnh cúi xuống nhặt đồ lên rồi bỏ vào thùng. Khi Sinh sắp xếp quần áo cẩn thận chuẩn bị ràng lại thì lòi ra mấy bịch bột trắng, Sinh tức khắc hiểu ngay. Anh quắc mắt nhìn Bạt:

- Chú quá đáng lắm. Chú bắt tui tiếp tay với chú hả?

- Bậy mầy. Tao có biết gì đâu?

- Chú không biết sao? Vậy theo tui vô công an thì chú sẽ biết.

Bạt đâm hoảng:

- Mầy nỡ lòng nào tố cáo tao sao Sinh?

- Chú làm ra chuyện táng tận lương tâm vầy mà không tố cáo được sao? Chú biết, bán ba cái thứ nầy là đẩy biết bao con người tới bước đường cùng, tàn phá biết bao gia đình lâm vào cảnh tán gia bại sản, gây ra bao cái chết thê thảm cho lớp thanh niên trẻ. Chú làm giàu trên nỗi đau của người khác thứ hỏi lương tâm chú để đâu? Chú cũng có con cái, lỡ như nó sa chân vào cảnh nghiện ngập chú chịu đựng nổi không? Tốt nhất, bây giờ chú theo tui đi tự thú, khai ra đồng bọn hy vọng chú sẽ được khoan hồng.

- Tao không có dính vô mấy cái vụ nầy. Là tao làm giùm cho thằng Trung thôi.

Sinh quắt mắt nhìn Bạt, anh thở hắt ra:

- Còn đốn mạt hơn. Chú biết thằng nhỏ đi sai đường không những không kéo nó trở về mà còn tiếp tay cho nó gây tội ác. Tội chú càng lớn hơn khi làm cha mà đồng lõa với con. Đến nước nầy rồi tui khuyên chú nên gánh lấy hết trách nhiệm để thằng nhỏ còn đường lui mà làm lại cuộc đời. Chú đi theo tui tới công an, bằng không tui gọi 113.

Lần đầu tiên trong đời Bạt biết sợ. Hắn đánh giá sai lòng tốt của Sinh khi nghĩ anh sẽ bao che cho hắn khi bị phác giác. Bây giờ phải làm sao đây? Hắn không thể ở tù được. Với số lượng như vậy khả năng tử hình rất cao hoặc chí ít cũng tù chung thân hay hai ba mươi năm thì cuộc đời xem như bỏ đi trong tù. Hắn đã lớn tuổi, đã từng ở tù và chịu đói khát do sức ăn khủng khiếp cho nên hắn sợ phải cả đời trong đó. Bạt chợt nghĩ, thằng Trung hiền lành, nếu nó ở tù có thể sẽ được giảm án và nhất là ở trong tù nó sẽ cam phận mà được người ta thương. Cũng phải, nó mới hai mươi tuổi, ở tù hai mươi năm ra thì vẫn còn kịp có vợ có con. Nhưng bây giờ nếu như bị thằng Sinh lôi vô công an là xem như không còn cơ hội gặp riêng Trung để thuyết phục nó. Huống chi nếu như Lành biết thì đời nào để thằng nhỏ chịu hy sinh trả hiếu?

Phải tìm cách gì đó thoát khỏi Sinh dù chỉ trong một thời gian vài tiếng đồng hồ để hắn gặp Trung.

HẾT TẬP 28

TẬN CÙNG CỦA SỰ MAN RỢ

Bạt nhìn trân trân vào mặt Sinh, đánh liều thử một ván cuối, hắn cười cầu tài, nhỏ nhẹ nhưng trịnh trọng nói với Sinh:

- Tới nước nầy tao phải đành thú thiệt với mầy. Đây chỉ là kế hoạch của tao và thằng Trung. Sự thật thì lâu nay thằng Trung nó dính líu tới hai con mụ Nhâm Lý, đám nầy có thù với tao lúc tao còn ở Lâm Đồng Đà Lạt, do tao chỉ điểm ổ thầu đề của nó làm nó bị bắt giam hết mấy năm nên nó tìm con tao để lợi dụng trả thù. Trung bị bọn chúng sai đi giao hàng mà Trung cũng không biết, chỉ tưởng chúng làm ăn lương thiện. Ai dè đâu cuối cùng cũng phát hiện ra. Thằng Trung sợ trối chết nhưng không biết cách nào thoát khỏi bọn chúng nên thú thật với tao. Tao và nó lập mưu dụ bọn chúng ra để báo với công an đó chứ không phải ham hố gì ba cái tiền bạc bất nhân thất đức đó đâu.

Sinh cười khẩy:

- Chú tưởng nói vậy là tui tin hả? Nếu như muốn dụ bọn họ sao chú lại làm nhiều lần chứ? Bộ chú tưởng tui khờ dễ dụ sao?

- Nhiều lần gì? Chỉ có hai lần thôi. Lần đầu trót lọt là do tao muốn coi thử có đúng là chúng không gạt mình không.

Chứ nếu chưa chi hết mà báo công an rủi như chúng không tin mình, không đưa ma túy mà đưa thứ bột gì đó có phải công cốc mà còn bị chúng trả thù không? Nếu muốn làm ăn với chúng sao tao chẳng tự làm mà lôi mầy vô để chi? Tao dù có hèn kém cách mấy cũng đâu có trả ơn người đã cưu mang mình như vậy mậy? Bởi tao nghĩ trước sau cũng nhờ mầy giúp một tay nên mới trực tiếp nhờ mầy vận chuyển giùm nhưng lúc nào tao cũng kè kè kế bên đó không phải sao? Hễ có người ra nhận hàng là tao lập tức báo 113 liền chứ có để im ru đâu.

- Cha xạo vừa phải thôi. Chúng ra nhận hàng lòi bản mặt tui ra, có gì chúng tìm tui chứ có tìm ông đâu? Lúc đó ông gọi 113 họ đến kịp sao?

- Nếu như mầy không tin tao, bây giờ tao với mầy vô đồn công an gần nhất để báo án hoặc là cùng tao đi gặp thằng Trung, mầy nghĩ sao?

- Vô đồn công an báo án đi. Tui cũng không muốn dính vô mấy vụ nầy. Đây là hành động giết người không thấy máu đó nghen ông.

- Được. Thì đi báo án. Nhưng tao chỉ sợ họ tạm giữ tao lại không kịp thông báo với thằng Trung thôi.

- Có gì tui báo cho.

- Còn thím mầy?

- Thím có biết không?

- Đương nhiên là không. Bả biết là chết liền. Ngay cả vụ thằng Trung bả còn không biết.

Sinh ngần ngừ. Bạt được đà, tấn công tiếp:

- Với lại vầy nè Sinh, tao muốn chính thằng Trung đi tố cáo. Coi như nó tự thú là gài bẫy bọn chúng để bắt quả tang tại trận, như vậy việc đầu thú của nó mới có ý nghĩa. Chứ nếu như tao vào cuộc thì tội của thằng Trung vẫn coi như tòng phạm với bọn chúng thôi. Mục đích của tao là muốn cứu thằng nhỏ. Nó mới hai mươi tuổi mà dại khờ quá đỗi.

- Ý ông muốn thoát ra khỏi vụ nầy chứ gì?

- Mầy có ác cảm với tao phải không? Tao làm cha mà để con mình đi sai đường, tao sẵn sàng nhận quả báo thôi nhưng cho dù tao có nhận thì Trung phải làm sao? Cuối cùng nó cũng bị đám tay chân của bọn chúng thanh trừ. Tao ở tù cũng không yên tâm, thím mầy chắc lo rầu mà chết. Còn bây giờ nếu như nó đi tự thú, trước hết bảo vệ được gia đình mà còn bảo vệ được nó. Năm mười năm tù ra ngoài nó còn thời gian làm lại cuộc đời, không bị ai khống chế nữa mầy nghĩ là lợi hay hại? Trước đây tao phạm tội ngộ sát trả giá tám năm tù rồi cũng đường hoàng sống như bây giờ, chứ mỗi khi nằm đêm nhớ tới hoàn cảnh của Trung tao không thể nào chợp mắt được. Đành rằng tội ai nấy chịu nhưng nó cứ theo đà nầy hoài, chói mắt với ba đồng tiền nhơ bẩn có ngày nó tự chủ động buôn bán thì bị tử hình như chơi, gia đình tao sẽ bị bôi đen, xã hội lên án nó, thằng Quân em nó lớn lên làm sao làm người hả Sinh? Tao tính nát nước hết mới liều mạng, ép thằng Trung đi theo con đường nầy để hoàn lương.

Sinh có vẻ tư lự. Anh lắng nghe Bạt trình bày và thấy ông ta hoàn toàn có lý. Là cha mẹ thì mọi thứ đều lo nghĩ cho con. Thằng Trung cũng bậy bạ hết chỗ nói. Giờ chỉ còn một con đường duy nhất là tố cáo bọn chúng và ra đầu thú để hưởng sự khoan hồng của luật pháp mà thôi.

Thái độ của Sinh làm Bạt hy vọng. Hắn cũng thầm nể mình, bất ngờ thôi mà đưa ra một lý do thuyết phục như vậy nói sao Sinh không tin? Thật ra, đó cũng sẽ là lý do hắn đã chuẩn bị từ lâu dùng để thuyết phục Trung lỡ như việc mua bán nầy bị bại lộ. Chỉ có như vậy mới cứu hắn thoát khỏi tù tội chứ nếu không thì chắc chắn với tội danh nầy hắn sẽ mục xương trong đó. Bạt rùng mình. Không dám nghĩ tiếp.

Sinh suy nghĩ một hồi rồi nói:

- Bây giờ mà để ông vô công an tự thú cũng kẹt cho thằng Trung. Nhưng nếu cứ ôm cái nầy chờ gặp Trung thì cũng nguy hiểm quá. Tui lo giữa chừng bị phát hiện công an tóm trước khi tự thú là chết không kịp ngáp. Hay là ông điện kêu thằng Trung tới đây liền, tui với ông vô quán cà phê chờ nó.

Bạt thốn. Đâu thể để cho Sinh gặp Trung lúc nầy được. Trung mà biết hắn đang giao dịch làm ăn với Lù Tẩy thế nào cũng phản ứng với hắn thì lộ hết chuyện còn gì? Nhưng làm cách nào để điệu hổ ly sơn đây? Nhất thời Bạt chưa kịp nghĩ ra. May mắn thay cho hắn, Sinh có điện thoại của chủ gọi về gấp. Hắn đang mở cờ trong bụng nhưng Sinh cũng không tha, anh mở điện thoại ra, nghiêm khắc nhìn Bạt:

- Bây giờ tui trả thứ nầy cho ông, nhưng tui sẽ quay phim thu âm lại gương mặt và lời nói của ông để làm bằng chứng. Nội nhật hôm nay ông phải để thằng Trung tới đầu thú liền. Qua ngày mai nếu không nghe được kết quả là tui sẽ báo công an, dẫn họ tới nhà ông, ông mà bỏ trốn sẽ có lịnh truy nã toàn quốc đó.

- Mầy muốn tao nói gì?

- Nói những điều ông nói hồi nãy với tui.

- Được. Tao không phải lừa mầy thì việc gì mà không dám?

Sinh mở video, bấm máy, quay ngay mặt Bạt, anh nói trước:

- Ở đâu ông có số ma túy nầy?

Bạt bình tĩnh trả lời:

- Là tao với thằng Trung gạt thằng Lù Tẩy để dụ nó ra

tay mà báo với công an.

- Làm sao ông quen với Lù Tẩy?

- Tao không quen. Lù Tẩy là đàn em của Nhâm, Lý, nó tranh thủ lúc Nhâm, Lý không có ở nhà mua bán riêng cho mình, cố tình lôi kéo thằng Trung vô.

- Thằng Trung thì liên quan gì Lù Tẩy? Có quen biết sao mà lôi kéo?

- Cả năm nay (Hồ cố tình bớt thời gian lại) Trung bị hai con mẹ Nhâm, Lý lợi dụng đi giao hàng cho chúng dưới dạng giao quần áo. Trung không hề hay biết nên chúng tin tưởng. Cuối cùng mới đây Trung phát hiện ra, nó sợ quá xin nghỉ nhưng hai con mẹ đó hăm nếu như nó nghỉ thì sẽ thủ tiêu nó. Trung mới hai mươi tuổi, dân nhà quê nên có biết gì, sợ quá mới nói với tao. Tao cũng sợ nhưng không thể để con mình sa đà vô chuyện đó, tiếp tay chúng gây tội ác nên mới lên kế hoạch bắt quả tang để cho thằng Trung đi tự thú nhận sự khoan hồng của luật pháp và tiêu diệt trọn ổ của bọn chúng.

- Ông làm mấy lần rồi?

- Đây là lần thứ hai và cũng là lần định cho thằng Trung đi giao nộp cho công an.

- Tại sao lần đầu không báo liền?

- Lần đầu sợ nó không tin mình, nó giao cái gì không phải hàng trắng để dụ mình thì chết.

- Lần đó nó cho ông bao nhiêu tiền?

- Đi giao thôi nên nó cho hai chỉ vàng.

- Vậy khi Trung đi tự thú có đem giao nộp hai chỉ vàng đó không?

- Đương nhiên rồi.

- Được. Tui tin ông vì tui tin vợ ông. Vậy ông kêu Trung đi báo công an đi. Nếu như ngày mai tui chưa có tin gì thì chính tui sẽ báo công an đó. Chừng đó họ phát lịnh truy nã cha con ông nếu như bỏ trốn.

Sinh tắt video. Anh tháo hàng xuống giao trả cho Bạt rồi lên xe về. Bạt mừng trong bụng nhưng ruột rối tung. Cũng may hắn chỉ khai có hai chỉ vàng, vậy là phải mất hai chỉ giao nộp rồi. Giờ phải gặp Trung giải quyết nội trong hôm nay chứ lỡ Lù Tẩy phát hiện sớm hơn vì hàng chưa tới tay người nhận thì cha con hắn chỉ có con đường chết.

Vấn đề bây giờ là phải nói thế nào cho Trung nghe lọt lỗ tai mà đi đầu thú đây? Từ lâu nó đã muốn hoàn lương, đã ngăn cản không cho hắn dính vào vụ mua bán với Lù Tẩy, nay nếu nói với nó như nói với Sinh thì nó có dễ tin như Sinh không khi biết hắn đã trót lọt ba vụ? Mà bây giờ nó lại sinh ra mê con nhỏ Lan đó nữa, chắc gì chịu đi đầu thú để bị nhận án tù còn bị con người yêu xa lánh? Bạt chặc lưỡi, nhưng cũng không thể liều mà giao chuyến hàng nầy, hắn không thể bỏ trốn nữa, Lành cũng sẽ không chấp nhận còn hận hắn tới xương. Đành phải khai thiệt với Trung và dùng tình cảm cha con mà lay động sự hiếu thảo của nó. Trung sẽ không thể bỏ mặc ba mẹ mình không lo.

Chỉ còn có cách đó. Bạt ràng rịt cẩn thận hàng hóa của Lù Tẩy rồi chạy xe đến kho bốc giở xuống. Xong hắn điện thoại cho Trung. Đúng y như hắn đoán, Trung đang ở nhà trọ Thủ Đức, chắc là đến với con Lan rồi. Hắn dặn nó ở đó chờ mình lên. Trung hỏi có việc gì gấp không, Bạt nói gặp sẽ biết và hãy tìm cách đuổi khéo Lan đi nếu nó có ở nhà. Trung trả lời giờ nầy Lan còn đi làm chưa về, Bạt yên tâm.

Trung đang làm cơm ở phòng trọ của Lan chờ cô về để hai người ăn cơm chung. Đối với Trung, những ngày Nhâm, Lý vắng nhà là những ngày hạnh phúc nhất của nó. Nó vái van trời đất cho hai con mụ đó gặp nạn ngoài đường để suốt đời đừng trở về nữa thì nó sẽ vĩnh viễn được giải phóng, sẽ không còn bị ràng buộc và cũng chẳng còn ai khống chế nó, Trung sẽ trở về cuộc sống lương thiện và nó sẽ cưới Lan, sẽ làm ăn đàng hoàng tạo dựng một gia đình hạnh phúc cho riêng nó. Chỉ nghĩ vậy thôi là Trung cảm thấy vui mặc dù nó biết đó chỉ là hão huyền. Nhưng dù bất cứ thế nào nó cũng sẽ bảo vệ Lan, khi Nhâm, Lý trở về, nó sẽ nói rời bỏ họ, cho dù phải trả giá nó cũng sẵn sàng. Trung đã tính toán rồi, nhân lúc nhà hàng đông khách, nó sẽ trình bày với họ, nếu họ phản ứng Trung sẽ la lên, ắt có người can thiệp. Cùng lắm nó sẽ dựng lên một màn kịch bị Nhâm, Lý lợi dụng và nó phát hiện ra để tố cáo bọn họ. Nếu phải đi tù vài năm Trung cũng chấp nhận.

Trung yêu Lan rồi. Trong những ngày nầy, ngoại trừ thời gian Lan đi làm, Trung và Lan một bước không rời. Trung thành thực kể cho Lan nghe mình chỉ học tới cấp 2, vì nhà nghèo quá nên ba mẹ nó phải lên thành phố để tìm cách sinh nhai. Nó nghỉ học làm công nhân để nuôi thằng em hiện đang học lớp 11. Bây giờ ba mẹ nó buôn bán phát đạt, nó cũng là công nhân lâu năm nên được giám đốc tin tưởng giao việc quan trọng, vì không có bằng cấp nên không có chức vụ trong công ty. Lan thông cảm và chấp nhận Trung vô điều kiện. Hai người rất hợp ý nhau. Trung đinh ninh nó sẽ cưới được Lan và chắc chắn hai đứa sẽ có cuộc sống lứa đôi hạnh phúc. Và vì tương lai của niềm hy vọng nầy, Trung luôn nghĩ cách thoát khỏi vực sâu mà mình đã dại dột rơi xuống.

Bạt đến thì Trung đã làm cơm xong. Nó khóa cửa phòng Lan rồi về phòng nó tiếp ba. Bạt thấy chướng mắt nên mỉa mai:

- Mầy lậm con nhỏ đó tới vậy hả? Cho mầy biết, tao cưới mẹ mầy mấy chục năm nay chưa từng nấu bữa cơm nhen mậy. Thậm chí bây giờ mẹ mầy suốt ngày ngồi ngoài sạp chứ trưa chiều cũng phải tranh thủ về lo cơm nước cho tao. Có đâu như mầy, chưa chi đã lộ bản mặt làm mọi vợ.

Trung cười hề hề:

- Nó mắc đi làm, con ở không làm gì. Mới mà ba, phải nịnh nó chút chứ.

- Nịnh vợ thì thiếu gì cách. Mần mọi cho nó riết nó được đà.

- Thôi kệ đi ba. Có chuyện gì mà ba kiếm con gấp vậy?

Bạt bối rối một thoáng, phải nhanh lên kẻo con kia về là hư bột hư đường hết ráo:

- Chừng nào nó về?

- Có khi trưa về, có khi không.

- Vậy mầy nấu cơm chi sớm vậy?

- Con ăn nữa mà ba.

- Ra tiệm ăn cha nó cho xong.

- Mà có chuyện gì ba nói đi. Quan tâm chi mấy chuyện nhỏ nhặt đó?

- Tao nghĩ không ra, tính từ khi mầy quen con nhỏ nầy cũng đâu được bao lâu, làm gì có tình cảm sâu nặng chứ?

- Kệ con đi. Ba muốn nói gì nói đi để Lan về là không nói được đó.

Bạt đứng dậy chốt cửa, ngập ngừng rồi nói nhanh:

- Mầy phải cứu ba mới được.

- Vụ gì vậy ba?

- Tao giao hàng cho Lù Tẩy bị thằng Sinh phát hiện nó đòi đem tao vô công an.

- Trời đất ơi! Con nói với ba rồi. Dính vô Lù Tẩy làm gì?

Bạt nhỏ giọng khi thấy sắc mặt Trung tái mét:

- Nhỏ tiếng chút mậy. Tao muốn kiếm một mớ trước khi đem mầy về đường ngay nẻo thẳng.

- Đem về bằng cách nào khi mà chính bản thân ba lại sa vào vũng bùn rồi.

- Bình tĩnh nghe tao nói nè.

- Ba hại con rồi, hại luôn cả mẹ nữa.

- Thật ra tao cũng muốn diệt khẩu thằng Sinh nhưng thằng đó không đơn giản…

Bạt chưa dứt lời Trung đã gạt phăng:

- Diệt khẩu gì chứ? Tại sao ba có những ý nghĩ kinh khủng như vậy? Bây giờ ba tính sao?

Bạt kể tất cả cho Trung nghe không giấu giếm thứ gì. Nghe xong, nước mắt thằng bé chảy dài. Nó hy vọng những giọt nước mắt của mình sẽ thấm vào tim ba nó nhưng hình như không có. Trung tấm tức khóc:

- Không phải ba muốn đem con về đường ngay nẻo thẳng mà là ba muốn làm giàu cho bản thân mình. Nếu như hôm nay không bị anh Sinh phát hiện liệu ba có dừng tay lại không? Đến chừng hai bà Nhâm, Lý về họ sẽ nhanh chóng tìm ra ba, chừng đó lại gây khó khăn cho con. Ba ơi bao nhiêu tiền mới đủ hả ba? Con đang lo sợ, đang muốn rửa tay gác kiếm dù nhận hậu quả như thế nào. Con yêu Lan và muốn lập gia đình với nó. Lan mà biết con gián tiếp gây ra bao nhiêu cái chết cho người vô tội thì nó có đồng ý lấy con không ba? Nó biết con có người cha như ba thì sẽ ra sao?

Bạt nổi nóng, lớn tiếng mắng:

- Mầy quan trọng nó nghĩ sao chứ không quan trọng sự sống chết của ba mẹ mầy hả?

- Con đã cản ngăn ba rồi sao ba không chịu nghe con?

Thấy Trung có vẻ chống đối, Bạt đâm lo, hắn dịu xuống:

- Chứ không phải mầy đã nói chấp nhận hậu quả để làm lại cuộc đời sao? Đây không phải là dịp tốt à?

- Đúng. Con chấp nhận hậu quả nhưng nếu như tố cáo thì con sẽ tố cáo hai bà Nhâm, Lý chứ không phải là Lù Tẩy. Thứ nhất, con không qua lại với hắn trước giờ. Thứ hai, Lù Tẩy chỉ là tay con của Nhâm, Lý thôi. Hốt Nhâm, Lý thì Lù Tẩy cũng sẽ đi đứt. Nhưng nếu hốt Lù Tẩy thì Nhâm, Lý chẳng xi nhê gì, họ hoàn toàn có thể thoát thân. Cho dù con có ở tù, hai bả có bị Lù Tẩy khai ra thì trước khi bị tử hình đàn em của hai bả cũng xử con và gia đình mình.

- Mà bây giờ mầy có tố cáo cũng tố cáo Lù Tẩy chứ đâu phải họ, họ cũng đâu có ảnh hưởng gì tại sao lại trả thù mầy?

- Trong giới nầy ba nghĩ họ có lương tâm sao? Họ nghĩ là con tố cáo Lù Tẩy để lập công với họ sao? Nếu vậy sao con không điện báo cho họ trước?

- Nghĩa là bây giờ mầy bỏ mặc tao nên nói nhiều như vậy chứ gì?

Trung im lặng. Nó khoanh hai tay lên gối, úp mặt xuống, khóc:

- Ba làm khổ con.

- Trước sau gì mầy cũng phải đi con đường nầy để hoàn lương. Sớm một ngày đỡ một ngày. Tuổi còn trẻ ra tù có thể làm lại cuộc đời. Tài sản mầy để lại ba hứa sẽ không đụng đến để sau nầy ra có cái mà sống. Ba mẹ sẽ không bỏ con đâu. Ba đi tù thay con cũng không sao nhưng rồi con cũng không thể trắng án được. Con cứ suy nghĩ đi. Hai cha con cùng vào tù thì mẹ và em con sẽ ra sao chứ? Nếu thương con Lan, cứ để nó chờ, trước mắt nói con đi xuất khẩu lao động ở đâu xa, hết hạn xin ở lại tiếp. Sau khi ra tù nếu nó còn chờ thì con tự do tính ba mẹ sẽ không can thiệp.

Bên ngoài cửa, Lan đứng lắng nghe rất lâu. Cô bậm môi thở hắt ra một hơi dài rồi quay trở về công ty trước khi cha con Bạt hay biết.

Trung im lặng không nói gì nữa. Nó không sợ tù tội. Dấn thân vào con đường nầy thì tù tội là chuyện trước sau. Nhưng nếu bị kêu án mười, hai mươi năm thì sao? Dân trong nghề nên Trung biết, chỉ cần mua bán trên ba trăm gam chất ma túy rắn là tử hình như chơi. Nó không chủ mưu nhưng tiếp tay thì mười quyển lịch là giá chót. Vài năm có thể nói dối với Lan là đi công tác chứ mười, hai chục năm thì đi đâu? Lan mà biết Trung giúp người ta vận chuyển ma túy chắc sẽ thù nó chứ nói gì chờ đợi. Trung nhớ Lan có bạn ghiền ma túy mà chết, họ thù những kẻ gây ra những cái chết đó, nay biết Trung là một trong những kẻ ấy thì nó còn hy vọng gì ở cô nữa?

Nhưng cũng không thể để ba nó vướng vào tù tội được. Đúng, nó còn trẻ, thời gian còn nhiều, có thể ra ngoài làm lại cuộc đời. Và chuyện nầy đầu đuôi cũng do nó mà ra, nó phải gánh lấy hậu quả. Trung không còn giận ba nó nữa nhưng sự khinh thường lấn áp sự yêu thương kính trọng trước đây. Trung hoàn toàn không ngờ ba mình lại là hạng người như vậy. Chắc là mẹ nó đã từng chịu biết bao tủi nhục với con người nầy. Nó đã từng nghe bà Tám kể về hành vi của ba nó đối với bà Năm. Nó ân hận không biết bao nhiêu lần khi không nghe lời bà Tám mà dính vào hai mụ Nhâm, Lý để bây giờ tiến thoái lưỡng nan. Đành thôi. Gieo nhân nào gặt quả nấy, nó phải trả giá cho chính sai lầm của mình.

Trung ngước lên, đôi mắt đỏ nhìn Bạt:

- Được rồi ba. Con nghe lời ba, nhưng ba hãy để cho con ăn với Lan bữa cơm cuối cùng từ giã nó. Vì nếu đầu thú xong sẽ bị tạm giam ngay không được ra ngoài nữa đâu. Đó là cách chính quyền bảo vệ mình bởi nếu ra ngoài sẽ bị trả thù liền.

- Không được. Phải đi liền, nếu không, Lù Tẩy hay được là chết. Nếu bên nhận hàng báo qua chưa nhận được là nó biết liền.

- Trời ơi! Lần cuối cùng cũng không được gặp mẹ nữa sao?

- Gặp cũng vậy không gặp cũng vậy. Ba sẽ lựa lời nói với mẹ con. Nếu không ai nói mẹ mầy cả đời nầy cũng sẽ chẳng biết mầy phạm tội ở tù, sẽ chỉ tưởng mầy đi hợp tác lao động thôi.

- Hợp tác lao động cũng không có thời gian ăn với mẹ bữa cơm sao?

- Trong vòng ngày nay thôi.

- Ba điện cho hắn ta đi. Nói hôm nay có chuyện gấp chiều tối mới giao hàng được. Con sẽ về thăm mẹ, sau đó ăn cơm với Lan xong mới đi tự thú. Không thì ba tự lo.

- Trời. Nói sao với thằng Sinh?

- Anh Sinh gia hạn mình tới ngày mai mà.

- Được rồi. Để tao điện.

Và hắn bấm máy điện cho Lù Tẩy, bên kia đầu dây tiếng Lù Tẩy chửi nhoi trời:

- ĐM, tới giờ mới chịu nói. Mầy mà trở quẻ tao luộc chín múp đó con. Trước chín giờ đêm nay người ta chưa nhận hàng mầy lo hốt xác thằng Trung đi.

Bạt cúp máy, Trung cười chua chát:

- Thấy chưa ba? Có phải ba hại chết con không? Con vô tù rồi ba cũng nên dẫn mẹ đi xứ khác chứ ở đây coi chừng hai mụ Nhâm Lý đó.

Bạt thật sự thương thằng con. Hắn ta đau lòng khi nhìn Trung trong hoàn cảnh nầy, nhưng phải như vậy nếu như nó muốn hoàn lương. Lần đầu tiên Bạt cảm thấy mình xấu xa khi ít nhiều cũng là nguyên nhân gây ra cảnh chia cắt tình mẹ con và tình yêu của nó. Thôi con, ráng vào tù cải tạo tốt để nhanh chóng ra ngoài, sau nầy ba sẽ bù đắp cho con tất cả dù phải hy sinh tấm thân già. Bạt nghĩ như vậy và hắn hứa với lương tâm mình như vậy.

HẾT CHƯƠNG 29

CHƯƠNG 30

KẾ HOẠCH TRẢ ĐŨA

Trung gọi điện cho Lan, nói nó đi công việc một lát chiều về cùng ăn cơm với nhau. Lan ngoan ngoãn dặn dò Trung đi sớm về sớm cô chờ cơm. Trung cúp máy, ánh mắt buồn hiu hắt cùng bạt về thăm mẹ.

Được bạt báo trước, Lành đóng cửa sớm để về chuẩn bị bữa ăn cho con. Nghe nói nó sắp đi hợp tác lao động ở Nhật chị cũng mừng. Có dịp cho con ra ngoài nhìn ngắm xã hội và nhất là được sang xứ người vài năm sẽ có nhiều kinh nghiệm hơn. Lành không hiểu biết nhiều nên hoàn toàn không nghĩ tới chuyện muốn đi hợp tác lao động thì thủ tục phải như thế nào. Nghe vậy là mừng, là mãn nguyện rồi.

Gặp Trung, chị hân hoan nhìn con, khen ngợi, dặn dò không ngớt lời. Trung chỉ nói được mấy câu: "Con lớn rồi, mẹ đừng lo gì, ở nhà nhớ giữ gìn sức khỏe chờ con về. Mẹ nhớ cho thằng Quân học tới nơi tới chốn, sau đó có việc làm đàng hoàng, ổn định nhen mẹ. Nhớ theo dõi mọi sinh hoạt của nó đừng bỏ bê nó một mình muốn làm gì thì làm. Con đi vài năm rồi trở về ở cạnh mẹ, chăm sóc mẹ suốt đời.".

Lành vui ra mặt, cảm động vuốt tóc Trung, đứa con mà chị thương yêu vô cùng vô tận.

Trong bữa cơm, Trung rất ít nói, nó cứ lưu luyến, trìu

mến nhìn mẹ. Lành động lòng:

- Sắp đi rồi nên không muốn xa mẹ phải không? Hay là đừng đi con. Ở nhà làm việc như vầy cũng ổn rồi, có cần giàu sang gì nữa đâu.

- Không được mẹ à. Công ty cử đi thì phải đi thôi.

Bạt xen vào:

- Đừng cản con tiến thân bà ơi.

Trung ngước mặt nhìn Bạt, chua chát:

- Tiến thân hả ba?

Bạt cảm thấy ái ngại nên im lặng. Khi chào từ giã mẹ ra về, Trung ôm chặt lấy Lành, hai dòng nước mắt tuôn chảy không kiềm lại được. Cứ nghĩ không gặp lại mẹ mười năm, hai mươi năm là nó buồn. Hai mươi năm, thời gian quá dài, biết bao đổi thay trong ngần ấy năm, liệu nó có còn cơ hội chăm sóc mẹ mình nữa hay không?

Lành thì nghĩ thằng nhỏ bịn rịn với mẹ nên vừa thương vừa thấy hạnh phúc. Chị dặn dò khi nào đi nhớ cho chị hay để chuẩn bị cho nó một số vật dụng cần thiết. Chị sẽ đích thân tiễn nó ra phi trường, chính mắt nhìn thấy nó lên máy bay (?) mới yên tâm. Trung lại khóc. Tâm tình hôm nay của nó mềm yếu vô cùng.

Đưa Trung ra cửa, khuất tầm mắt của Lành, Bạt đòi cùng Trung về Thủ Đức. Trung hằn học:

- Chừng nào con điện thì ba tới nhà kho chờ con. Con không muốn ba quấy rầy cuộc nói chuyện của con với Lan đâu.

Nói xong nó lên xe đề máy chạy đi. Bạt đứng nhìn theo, trăm mối ngổn ngang trong lòng, bỗng cảm thấy sợ phải đối diện với Trung, sợ phải nhìn sâu vào đôi mắt nó. Đành chờ nó điện thoại thôi.

Trung đến Thủ Đức. Nó nhìn đồng hồ, bốn giờ bốn mươi phút, chắc Lan đã đi làm về. Nó không biết phải nói sao với Lan. Xuất khẩu lao động gì chứ? Nó không thể đặt chuyện nói láo với người nó yêu. Vả lại, nó có biết gì về chuyện đó đâu mà nói? Đang đi làm ở Nhơn Trạch, Đồng Nai giờ đi xuất khẩu lao động bên Nhật. Lan là người dễ gạt sao? Kệ, tới đâu thì tới, đây có thể là lần cuối cùng được ngồi cạnh Lan thì thôi hãy trân trọng bữa cơm hôm nay. Có thể, nó sẽ nói hết với Lan tất cả. Xa thì cũng sẽ xa, chỉ hy vọng sau nầy nó ra tù Lan vẫn xem nó là bạn dù cô đã có gia đình là nó được an ủi rồi.

Lan hâm đồ ăn ban sáng Trung nấu lại. Cô hiểu tất cả. Hiểu Trung đã từng gián tiếp vận chuyển ma túy cho hai người đàn bà có tên là Nhâm và Lý. Hiểu Trung không liên quan gì đến người tên Lù Tẩy. Hiểu anh ta rất muốn quay về cuộc sống bình thường, hiểu anh yêu cô. Lan cũng hiểu luôn ba Trung là loại người chẳng ra gì, vì tiền có thể bán rẻ con mình. Lan đã suy nghĩ suốt buổi chiều. Cô rất có cảm tình với Trung, sẵn sàng cho anh cơ hội đeo đuổi, nhưng tình cảm đó chưa đủ lớn để chấp nhận một người mà đôi tay đã nhúng thật sâu vào bùn nhơ. Trung phải trả giá cho việc làm của mình, đó là điều đương nhiên. Nhưng cô cũng sẽ không ngoảnh mặt quay lưng với anh, cô sẽ động viên, sẽ ủng hộ anh đi tự thú để có cơ hội làm người tốt sau nầy. Cô cũng sẽ không hứa hẹn hay cho anh hy vọng rằng mình sẽ chờ đợi. Trong lòng Lan vạch ra một kế hoạch trả đũa người cha mất nhân tính của Trung. Hắn ta không thể ung dung sống nhởn nhơ để con vào vòng lao lý thay cho mình được.

Nghe tiếng xe đậu ngoài cửa, Lan cố tạo ra vẻ mặt vui mừng hớn hở chào đón người yêu. Cô mở banh cửa phòng, vừa thấy mặt Trung đã cười tươi:

- Đúng giờ hết sức vậy đó. Em vừa mới về đây.

Trung dựng xe, cảm thấy bối rối và ti tiện trước Lan. Nó

không biết phải đối diện với cô như thế nào. Trong khi Lan lăng xăng dọn cơm lên thì Trung ngồi bịch xuống gạch, dù cố gắng tạo ra vẻ bình thường nhưng không thể giấu được tâm sự đang trĩu nặng trong lòng. Lan nhìn thấy hết nhưng cô bỗng sợ, sợ Trung thành thật nói ra hết với mình, chừng đó cô không biết phải phản ứng ra sao. Thà là anh cứ giấu kín để trong cô, anh mãi mãi là một kẻ bỉ ổi, tiếp tay bọn ác gây ra bao nhiêu cái chết, bao nhiêu cảnh tang thương cho bao nhiêu gia đình, như vậy cô sẽ dễ xử hơn. Lan sẽ không hỏi gì hết, xem như không quan tâm đến trạng thái vui buồn của Trung. Cô vẫn hí hửng với anh như thường ngày.

Cả hai cùng ngồi vào bàn ăn. Trung vừa bị mẹ ép ăn cơm ở nhà, nó không còn bụng dạ đâu mà ăn nữa. Lúc nãy ở nhà mẹ nó cũng đã nuốt vội như nuốt sạn vào lòng. Trung nghĩ, đây sẽ là lần cuối cùng bên nhau, thôi hãy cứ vui được bao nhiêu thì vui. Nhưng rồi nó lại nghĩ: nếu đã là lần cuối cùng sao mình không thành thật một lần để xem Lan nghĩ sao về mình? Nếu Lan khinh thường chối bỏ mình thì càng có động cơ để mình rời xa. Và nếu như Lan thông cảm và động viên thì việc vào tù của mình lại càng có ý nghĩa hơn.

Nghĩ như vậy Trung nhanh chóng ăn cơm cho xong. Lan thấy Trung hời hợt trong vụ ăn uống nên không còn thấy ngon miệng nữa. Cô dẹp cơm rồi ngồi xuống cạnh anh:

- Trước khi lại đây anh đã đi đâu vậy?

- Anh về nhà mẹ.

- Nhà mẹ ở chỗ nào anh? Cứ nghe anh nói vậy nhưng em chưa từng biết ba mẹ anh ở chỗ nào, quận mấy, đường gì.

- Trước không biết giờ đừng biết nữa em.

- Tại sao vậy?

Trung cúi gầm mặt xuống:

- Tuyệt giao với anh đi.

Lan giả bộ ngơ ngác:

- Tại sao?

- Anh không xứng đáng với em đâu.

- Bây giờ mà nói chuyện đó.

- Vì anh đã phạm lỗi tày trời.

- Giết người à?

- Còn hơn là giết người.

- Nói tầm bậy tầm bạ gì vậy anh?

Trung ngẩng mặt lên, nắm tay Lan, nhìn thẳng vào mắt cô:

- Hôm nay anh sẽ nói tất cả sự thật về anh cho em nghe. Nói ra không phải để em thương hại hay chia sẻ gì với anh. mà là vì anh xem em như người bạn thân thiết, muốn nghe ở em một lời khuyên. Sau khi nghe câu chuyện về anh rồi, biết chắc em sẽ không còn tình cảm với anh nữa nhưng anh xin em, hãy tin rằng anh đã ân hận rất nhiều bắt đầu từ ngày quen biết em. Dẫu sao thì hôm nay cũng sẽ là lần cuối cùng mình ngồi cạnh nhau như vầy. Hãy lắng nghe anh.

- Khó xử cho anh như vậy hay là thôi, đừng nói ra anh à. Lúc nào em cũng xem anh là bạn quí. Nếu có thời gian bên nhau lâu, em nghĩ chắc là em sẽ yêu anh.

- Anh bây giờ không có tư cách nói tiếng yêu nữa rồi.

- Phạm tội gì ghê gớm vậy? Mua bán xì ke ma túy à?

- Theo em chuyện mua bán ma túy là ghê gớm nhất phải không?

- Đúng vậy.

Lan mím môi, đôi mắt hằn học nhìn Trung. Trung bỗng cảm thấy chùng lòng. Có nên nói ra không? Nó quyết định nói ra.

Và Trung kể cho Lan nghe tất cả về gia đình nó. Về ba nó ngộ sát người, bị tù tám năm. Nó mới học xong lớp 9 (thật ra là lớp 7) thì lên Lâm Đồng, sau đó bị Nhâm, Lý lợi dụng giao hàng trắng. Ba nó biết chuyện nên cố tình gài bẫy bắt quả tang cho nó lập công đi tự thú. Lan lẳng lặng ngồi nghe, cảm thấy thương Trung nhiều hơn giận. Thương ở chỗ dù biết ba mình chẳng ra gì mà vẫn bảo vệ ông ta. Lan sẽ tha thứ cho Trung nhưng phải trừng trị Bạt. Cô nắm tay Trung:

- Em hiểu rồi. Anh cứ đi tự thú để làm lại cuộc đời. Chuyện ở nhà em hứa sẽ tới lui thăm mẹ anh, an ủi bà, sẽ giấu bà việc anh ở tù được ngày nào hay ngày ấy. Anh cứ cho em địa chỉ đi, để em liên lạc với ba anh mà đi thăm anh.

Trung ngạc nhiên nhìn Lan, nó lắp bắp:

- Em…em nói thật sao?

- Nói thật. Em không hứa sẽ chờ đợi anh về nhưng em hứa sẽ là em gái tốt của anh, xem ba mẹ anh như ba mẹ mình. Thỉnh thoảng sẽ đến thăm mẹ. Nếu anh ra tù mà em vẫn chưa thương ai thì mình sẽ có cơ hội.

Trung vui mừng không thể tưởng tượng. Nó ôm Lan vào lòng. Lan ngoan ngoãn nép trong tay Trung. Cô bặm môi. Cứ yên tâm đi Trung, mẹ anh em sẽ chăm sóc nhưng ba anh em sẽ trừng trị. Ông ta gieo nhân nào sẽ gặt quả nấy mà thôi.

Để Trung an lòng, cô nói thêm:

- Nếu như không thay đổi được quá khứ thì mình sẽ thay đổi tương lai bắt đầu từ hiện tại anh à.

Trung yên lòng. Nó xiết chặt Lan trong vòng tay. Lần gặp gỡ cuối cùng thật có ý nghĩa và quyết định nói ra sự thật cũng là quyết định sáng suốt. Trí óc non nớt của thằng bé hai mươi tuổi dù đã từng lăn lóc nơi hiểm nguy nhưng vẫn chưa hiểu thấu rằng đằng sau của sự thật luôn tồn tại một bộ mặt hắc ám khác.

Đúng tám giờ tối, Bạt dẫn Trung đến đồn công an quận X để báo án tự thú.

Đại úy Nguyễn Huy Cẩn, đội điều tra ma túy trực tiếp phỏng vấn Trung. Sau khi nghe Trung trình bày rạch ròi mọi việc, Cẩn tháo gỡ hàng ra kiểm tra. Bên trong toàn là bột năng bọc trong túi nilon loại nửa ký. Ông lục soát một chút thì lòi ra một số tép heroin được bọc cẩn thận trong lớp áo quần trá hình. Sau một hồi suy nghĩ, Cẩn nói:

- Chú tin con. Nhưng Lù Tẩy nầy chưa có tiếng trên giang hồ trong khi Nhâm, Lý thuộc dạng trùm ma túy. Bắt nó sẽ bứt dây động rừng tới Nhâm, Lý. Bây giờ chú cho con về. Chừng nào Nhâm, Lý về thì chúng ta sẽ giăng lưới hốt trọn ổ.

- Vậy số hàng nầy sao chú?

- Số hàng nầy cũng không đáng là bao. Con có thể đem giao cho nó. Tiền thu được nhớ nộp lại cho ban chuyên án sau nầy trình lên Tòa nghe không?

Trung dạ. Ngay lúc đó Trung có điện thoại, nó rút máy nhìn vào rồi nói với Cẩn:

- Điện thoại bà Nhâm.

- Con nghe đi. Mở loa lớn lên.

Trung răm rắp làm theo.

- Alo, Trung hả con?

- Dạ.

- Giờ con đang ở đâu vậy?

- Con ở quán cà phê.

- Lát về liền nha. Hai cô về rồi nè. Có quà cho con và cũng có việc cho con làm nữa.

Cẩn gật đầu. Trung tiếp:

- Dạ, lát con về liền.

- Ừ, tranh thủ trước chín giờ nghen con.

- Dạ.

Trung tắt điện thoại. Cẩn sảng khoái vỗ tay xuống bàn:

- Rất tốt. Thời cơ đã đến. Con đem hàng về giao đi, liên lạc điện thoại với chú nhen con. Bắt trọn ổ Nhâm, Lý chú sẽ xin tòa án khoan hồng giảm nhẹ tội cho con. Bây giờ, chú dặn con những điều nầy, phải nghe cho thật kỹ. Và điện thoại của con có định vị không?

- Dạ có. Nhưng con tắt rồi, sợ bọn họ theo dõi.

- Mở ra đi kết nối với máy chú để chú bảo vệ con.

Cẩn ân cần dặn dò Trung tỉ mỉ kế hoạch bắt Nhâm, Lý. Trung lắng nghe và nhớ không sót một câu.

Trung mừng muốn khóc. Biết vậy, nó đã làm việc nầy từ lâu.

Bạt thấy Trung ung dung từ đồn công an ra ngoài mà còn mang theo thùng hàng hóa thì hết sức kinh ngạc nhưng rất mừng. Hắn hỏi dồn:

- Sao con?

Trung chẳng nói gì về chuyện lập kế hoạch bắt Nhâm, Lý mà nói vỏn vẹn với Bạt:

- Ba đem hàng hóa nầy giao cho Lù Tẩy đi. Nhớ tiền thu được phải đưa con để con giao nộp công an đó. Không được xài đâu.

- Mà sao họ cho con về?

- Từ từ nói sau đi ba, không được biết nhiều thêm nữa đâu. Đi nhanh lên, quá chín giờ con bị nguy hiểm đó. Đi đi ba.

Ràng thùng đồ cho Bạt xong, Trung lên xe đi gặp ngay hai mụ Nhâm, Lý vừa đi du lịch về. Cả tháng nay nó không có về nhà, nhỏ Trang tha hồ mà tâu rỗi. Kệ. Sẽ sớm kết thúc thôi. Rồi nó sẽ được thoát khỏi nanh vuốt của hai con đàn bà ghê gớm đó. Vái trời cho mấy mụ bị tử hình mới xứng đáng với tội danh của hai mụ.

Trung hy vọng lắm. Hy vọng nó chỉ bị tù vài năm, tối đa là năm năm, sau đó nó sẽ làm lại cuộc đời và cuộc đời nó cũng hy vọng có Lan song hành.

Trung ghi khắc lời dặn dò của đại úy Cẩn. Nó nhanh chóng đến nhà hàng gặp Nhâm Lý. Điện thoại trong túi nó để sẵn số của Cẩn, chỉ cần bấm lên là bên kia Cẩn sẽ nghe trọn cuộc giao dịch.. Hai mụ đang chờ nó ở đó. Vừa trông thấy Trung, Nhâm vồn vã:

- Mới về hả con? Nghe nói trong thời gian cô không có nhà, con Trang nó ghẹo gan con hả? Hai cô tính rồi, xong vụ nầy, cô cho phép con sống riêng với nó. Cô cũng biết lâu nay nó lấn áp con lắm. Để rồi cô sẽ tìm cho con căn nhà, sau nầy có vừa bụng con nào thì rước nó về ở cô không ngăn cản. Nhưng trước mắt bây giờ con đi giao cho cô lô hàng mới đem về, hàng nầy cô mua tặng bạn. Xong quay lại đây lấy quà hai cô cho con, nhen.

Trung nghĩ đã đến lúc, nó vờ khum xuống gãi chân để bấm điện thoại gọi. Khi chắc chắn Cẩn đã bắt máy, Trung hỏi:

- Hai cô mới về sao không nghỉ ngơi mà bắt tay vào việc liền vậy?

- Thứ nhất, họ đói hàng lắm rồi. Thứ hai, sẵn có quà cô mua cho họ nên đem đi luôn thể. Công an có vịn thì chỉ thấy quà cáp thôi. Nếu không lục tung lên cũng khó mà phát hiện.

- Hay chuyến nầy cô giao đứa nào đi đi cô. Con đang xui xẻo.

- Bậy bậy. Đứa nào chuyện nấy hết rồi. Hàng nầy quan trọng nên cô chỉ tin mình con thôi.

Trung cố tình câu giờ để Cẩn sắp xếp người giả dạng dân thường tới nhà hàng bắt quả tang tại trận. Nó hỏi:

- Bây giờ hàng để đâu cô?

- Trên lầu. Con kiếm gì ăn rồi đi giao cho cô nhen.

- Hàng nhiều lỡ có chuyện gì sao cô?

- Chuyện gì là chuyện gì? Nói bậy bạ không hà.

Trung ngần ngừ một chút rồi kêu dĩa mì xào hải sản. Nó bụng dạ đâu nữa mà ăn, nhưng cũng ráng gắp vài miếng mực nhai chầm chậm. Đến khi Trung thấy xuất hiện ba người lạ vào quán kêu mì xào hải sản như nó thì nó biết người của Cẩn đã đến rồi. Trung gõ đũa lên dĩa hai cái và thấy bên kia cũng gõ lại. Họ im lặng ăn cho xong phần ăn rồi đưa mắt nhìn Trung. Nó hiểu ý đứng dậy và lên lầu. Nhâm, Lý đã đi trước đó. Điện thoại Trung đã kết nối định vị với máy của Cẩn.

Nhâm chỉ thùng đồ đã được đóng kín, đưa cho Trung địa chỉ người nhận. Đang lui cui thì ba người lúc nãy xông lên. Đám nhân viên chạy theo tri hô nhưng đã muộn. Một người trưng tờ giấy ra, nói:

- Đây là lệnh khám xét.

Hai mụ mặt xanh như chàm. Lúng ta lúng túng, Lý vội vã lột sợi dây chuyền bằng bạch kim ra dúi vào tay người vừa đưa lịnh khám xét nhưng bị anh gạt phăng:

- Công an bao vây nhà hàng rồi, một người cũng không thoát.

Hai mụ đàn bà nhìn Trung, thằng bé cũng làm ra vẻ lo sợ:

- Bây giờ làm sao cô ơi?

Nhâm, Lý chưa kịp phản ứng gì thì hai tay đã bị tra vào còng. Trung cũng không ngoại lệ. Trong nhà hàng còn có năm người nữa bị bắt, trong đó có Thiên Trang.

Đường dây mua bán ma túy lớn nhất khu vực bị triệt phá, Lù Tẩy cũng bị khai ra.

Chiếu theo luật hình sự điều 251: Nhâm, Lý bị tịch thu hết toàn bộ tài sản, ra tòa với mức án tử hình. Lù Tẩy bị tù chung thân. Thiên Trang giao dịch ma túy tại nhà hàng (điều nầy Trung không biết) bị tù hai mươi năm. Trung nhiều lần tiếp tay cho Nhâm, Lý nhưng vì đã tố giác và tự thú nên kêu án bảy năm tù.

Vậy là xong tuổi trẻ của đứa bé mới hai mươi tuổi. Vậy là Trung chính thức đi "xuất khẩu lao động" mà không kịp từ giã mẹ. Ngày Tòa kêu án, chỉ có Bạt và Lan đến. Thương Trung lắm nhưng nhìn thấy Bạt ruột gan Lan sôi lên. Là ông. Là chính ông đã gây ra tình huống nầy, bây giờ Trung trả giá cho lỗi lầm của mình cũng đúng nhưng ông thì lại vô can hỏi trời có mắt hay không?.

Khi công an giải Trung ra khỏi phiên tòa để thi hành án giam, nó đưa mắt nhìn Lan. Cô vẫy tay chào trấn an nó, ánh mắt như ngầm nói: Yên tâm đi Trung, em sẽ bên cạnh mẹ anh, sẽ quan tâm tới bà thay cho anh. Hãy ráng cải tạo tốt để được khoan hồng lần nữa mà ra tù sớm hơn. Trung trìu mến gật đầu rồi quay đi. Nó không nhìn Bạt.

Lan tiến gần lại Bạt đang sửa soạn lên xe về. Trong suốt quá trình xét xử vụ án, cô luôn quan sát Bạt và cảm nhận được hắn ta không thấp tha thấp thỏm lo sợ Trung bị kêu án tù lâu. Thái độ bình tĩnh của hắn không phải là yên tâm vì con trai mình đã biết tìm nẻo quay về mà rõ ràng là yên tâm vì từ nay, hắn có thể ung dung vô can trong vụ việc nầy càng làm cho Lan chán ghét.

- Con chào bác.

Bạt đã thấy Lan từ đầu buổi xét xử. Thoạt tiên hắn nghĩ con nhỏ nầy cũng có tình nghĩa, sau lại nghĩ chắc nó đến để coi Trung bị bao nhiêu năm tù. Chắc chắn vậy rồi. Và trong những ngày chung đụng đó không chừng đã giữ trong mình giọt máu của Trung nữa chứ chẳng chơi. Bạt tiếc, sao trước đó không hỏi Trung cho ra lẽ. Nếu Lan có thai với Trung thì chắc Lành sẽ không bỏ mặc, nhưng sao lạ, hắn vẫn cảm thấy không hợp nhãn với con nhỏ nầy, vậy mà sao thằng Trung nó yêu được?

- Có chuyện gì hả?

Bạt lạnh nhạt hỏi.

HẾT CHƯƠNG 30

<h2>CHƯƠNG 31</h2>

ĐỀN TỘI

Lan mặc kệ thái độ của Bạt, trong lòng cô đã có chủ kiến nên cố tạo ra bộ mặt lễ phép:

- Con biết chuyện anh Trung hết rồi. Con có hứa sẽ thường xuyên tới lui chơi và an ủi bác gái. Bác cho con địa chỉ nhà đi ạ.

- Trung nó gửi gắm cô mà không cho cô địa chỉ nhà sao?

- Ảnh cũng đâu ngờ bị bắt sớm vậy. Khi trình diện xong, công an thả ra ngoài làm nội gián, ảnh tưởng ít gì cũng cả tuần sau mới có vụ giao dịch. Ai dè hai người đàn bà đó mới vừa đi du lịch về lại bắt tay làm liền nên lần cuối ảnh cũng không kịp gặp con.

Lan nói dối, Trung đã đưa cô địa chỉ. Cô chỉ muốn thử bạt mà thôi. Nhưng hắn lại làm cho cô chán ghét thêm:

- Cám ơn cô đã có lòng. Dù gì thằng Trung cũng bị bảy năm tù, cô không nên hy sinh tuổi xuân mà chờ đợi nó. Cô cũng không cần phải tới lui với gia đình tui làm gì mắc công liên lụy. Mẹ nó không biết chuyện nó bị tù tội đâu. Cô tới lui nếu lỡ lời thì chết.

- Nhưng con đã hứa với anh Trung rồi.

- Lời hứa gió bay mà cô.

- Với bác thì đúng nhưng với con thì không. Một khi con đã hứa thì như đinh đóng cột. Nhưng nếu bác không cho phép thì khi đi thăm Trung con sẽ nói với ảnh là bác cấm cản, đồng nghĩa với việc cấm cản sau nầy khi anh ấy ra tù con cũng không được phép lại gần. Vậy thôi.

Bạt quắc mắt, rít lên:

- Cô đe dọa tui hả?

- Con đâu dám. Đó là thành thật. Vì con đã hứa với Trung nhưng không biết chỗ nơi thì làm sao thực hiện lời hứa được? Bác sợ gì chứ? Con chỉ tới chơi với bác gái thôi mà có gì đâu bác phải đề phòng?

- Được rồi. Cãi tay đôi với cô cũng không ích lợi gì.

Bạt đọc số điện thoại của Lành cho Lan lưu vào máy rồi bỏ về. Lan nhìn theo, lòng trào dâng một nỗi căm ghét càng lúc càng nhiều.

Sau đó, Lan buồn bã khi nhận ra mình rất nhớ Trung. Nhớ từ ánh mắt, nụ cười và giọng nói. Lan biết Trung yêu cô, nhưng anh không bao giờ sàm sỡ với cô, lúc nào cũng trân trọng nâng niu. Nhìn mẹ của Trung, cô biết nếu như mình về làm dâu cho gia đình đó, cô sẽ được mẹ chồng thương và chồng bảo vệ. Lan muốn quên Trung lắm, muốn kết thúc mối quan hệ mà cô cho rằng chưa đủ sâu đậm để từ nay gạt bỏ tên Trung ra khỏi cuộc đời. Nhưng Lan không làm được. Cô nhớ ánh mắt tha thiết của Trung khi tự thú với cô và khi nhìn cô lúc anh bị giải đi. Lan biết cả đời nầy cô sẽ bị ám ảnh bởi đôi mắt đó. Bảy năm. Bảy năm không dài cũng không quá ngắn cho sự chờ đợi. Cô hoàn toàn có thể chờ đợi Trung nhưng nhớ tới người cha tội lỗi của anh Lan không kềm được nỗi oán hận.

Rồi Lan cũng tìm đến chỗ bán của mẹ Trung. Gặp lại Lan, Lành mừng rỡ. Chị đinh ninh Trung đi xuất khẩu lao động nên an ủi Lan và động viên cô hãy chờ nó về. Sau thời gian lao động bên Nhật, Trung sẽ có tương lai tươi sáng hơn. Lan ậm ừ cho qua chuyện mà trong lòng bùi ngùi thương cho bà mẹ bị chồng con qua mặt. Lan nghĩ, ông ta có thể ung dung mà sống sao? Hết thời hạn hai năm sẽ nói sao với vợ?

Từ chỗ Lành về, Lan đắn đo mãi. Nửa muốn mặc kệ hắn ta nửa muốn cho hắn một bài học. Cuối cùng cô quyết định, sẽ trị hắn. Nhưng cô cũng sẽ không quá nặng tay. Nếu như hắn có ý chí kiên định mà vượt qua thì Lan sẽ hoàn toàn vứt bỏ mọi thù hận. Và dù cho thật sự yêu Trung, Lan cũng cứ để mặc dòng đời đưa đẩy không hứa hẹn một điều gì bởi mọi thứ vẫn còn ở phía trước.

Lan đến tiệm trà của Tuyền, bạn thời đại học với cô. Tuyền quê ở Thái Nguyên, nhà có xưởng xấy ép trà. Tuyền lấy hàng từ Thái Nguyên chuyển đến để bán. Lan vẫn thường mua về cho ba cô uống. Hôm nay, Lan mua một ký trà nén loại bịch nửa ký và nửa ký trà rời. Đem về cho ba mình một bịch, còn trà rời cô pha chế lại theo công thức của riêng mình.

Hai tuần sau nhân ngày chủ nhật, Lan điện thoại cho Lành và nói sẽ đến thăm chị. Lành vui mừng về nhà chuẩn bị bữa cơm đãi Lan. Lúc đó Bạt đã đi bán.

Bạt ít khi đi bán hơn trước. Hắn lấy hàng cầm chừng rồi bán trà, cà phê tồn trong kho. Hắn dự định khi còn chút đỉnh sẽ chở về nhà và trả kho hàng lại vì từ nay không còn khoản trợ cấp dồi dào từ Trung nữa. Tiền lời Bạt bán đủ sống một mình, mọi sinh hoạt trong nhà đều do Lành làm ra từ sạp ngoài chợ. Tiền bạc Bạt vẫn thủ lại đó để xài riêng, hắn ỷ y Lành có thể cáng đáng mọi chi phí. Hắn bắt đầu phạm dần vào tiền vốn để cung cấp cho cái miệng vốn từ lâu đã quen ăn uống no say toàn là sơn hào hải vị. Khi nằm đêm, đầu óc hoàn toàn tỉnh táo, Bạt cũng lo lắng một mai hắn không còn tiền dự trữ nữa thì sẽ sống ra sao? Bảy năm, Trung ra tù lấy gì trả lại cho nó? Rồi thằng Quân sẽ lên Sài Gòn học, chi phí đâu phải là ít? Đành rằng Lành có thể nuôi con nhưng nếu như hắn chỉ dựa vào bán cà phê và trà thì bản thân mình nuôi cũng không nổi chứ đừng mong cưu mang được ai. Bạt chán nản, mệt mỏi. Tiếc những ngày hoàng kim đã qua. Nghĩ rồi giận thằng Sinh, phải chi nó đừng có quyết liệt như vậy thì dù hắn không còn làm ăn với Lù Tẩy thì vẫn còn thằng Trung, tiền bạc mỗi ngày một dầy lên chứ có đâu mà quá mỏng như sắp tới?

Rồi hắn lo sợ sinh ra tật mê vé số. Hắn mua vé số như điên hy vọng sẽ danh chính ngôn thuận mà đổi đời. Có điều, chưa bao giờ được trúng dù là chỉ hai số đuôi.

Nhưng khi đói, Bạt lại quên hết. Hắn chỉ lo phục vụ cho cái bụng của mình được no đủ. Ra đường hắn ăn uống phủ phê, về nhà cũng ăn với vợ như thường ngày. Cuộc đời hắn vẫn còn phong lưu chán.

Lành đón Lan trong vui mừng hồ hởi làm Lan thật sự thấy cảm động. Mục đích cô đến để trấn an mẹ của Trung nhưng hiện tại là mẹ Trung đang an ủi vỗ về cô. Lành nói bất cứ lúc nào nếu Lan thấy nhớ Trung thì cứ đến đây. Chị mặc định Lan như là con dâu tương lai của mình rồi nên chuyện gì cũng tíu tít kể. Lan mua cho chị trái cây, đem cho Bạt lọai trà rất ngon mà cô nói nhà của bạn cô ở ngoài Thái Nguyên gửi vào bán. Lành biết Bạt trước giờ không thích uống trà nhưng chị vẫn nhận tấm lòng của con dâu tương lai.

Bạt về thấy Lan, có vẻ không được vui nhưng trước mặt vợ vẫn nói nói cười cười. Lan nấu nước, châm bình trà rời rồi rót ra tách mời Bạt:

- Bác uống thử trà nhà bạn con tự ướp và xấy. Trà Thái Nguyên nổi tiếng ngon nhưng trà nầy thuộc dạng đặc biệt, càng ngon hơn. Bác uống trà rời trước, còn bịch trà nén uống sau vì để bao lâu cũng không mất mùi vị.

Bạt hờ hững nhìn chỗ khác:

- Tao ít khi uống trà.

- Có tuổi rồi bác, uống trà là thú vui tao nhã. Ba con lúc nào cũng có bình trà nóng ở nhà, có khách là uống.

- Tao đâu rảnh rang như ba bây được mà tìm thú vui tao nhã?

Lành thấy Bạt đối đáp với Lan có vẻ ác cảm nên ngại ngùng xen vô:

- Ông ngộ ha. Công con nhỏ khệ nệ đem trà ngon qua biếu ông, rồi đích thân nấu nước pha trà cho ông, không uống thì thôi mắc mỏ làm gì mất cái tình.

Lan cười hiền lành:

- Không sao đâu bác gái. Chỉ sợ bác trai uống xong hai bịch trà nầy liền kiếm con nhờ mua đó thôi. Ba con cũng uống trà nầy không hà, trà khác ba nói không đủ đô.

Tới đây thì Bạt có vẻ hiếu kỳ, hắn làm bộ làm tịch:

- Nói như bây làm như trà nầy uống té vàng té bạc gì vậy.

Nhưng hắn cũng bưng tách trà uống thử một ngụm. "Đúng là phàm phu tục tử". Lan nghĩ vậy khi thấy hắn chép nghe chạch chạch trong miệng ra bộ thưởng thức.

Mà Bạt cũng thật sự ngạc nhiên vì mùi vị của tách trà. Ngon sao? Hắn cũng không biết thế nào là trà ngon, nhưng công nhận vừa nuốt khỏi cuống họng là vị chát xen lẫn vị ngọt cứ lưu giữ trong miệng, cảm giác lâng lâng dễ chịu kỳ lạ. Bạt nâng lên uống cạn tách trà rồi tiện tay rót thêm một tách nữa. Lành thấy vậy bèn hỏi:

- Ngon hả ông?

- Cũng hổng biết sao nhưng nó khác mùi vị của Gia Bảo lắm.

- Thì mỗi hãng trà đều có mùi đặc trưng độc quyền mà ông. Đâu, đưa tui làm bậy một ngụm coi.

Lan vội vã ngăn lại:

- Bác gái không nên uống. Trà dù ngon nhưng cũng rất nóng và nhất là uống vào dễ mất ngủ, con có mua cho bác gái trà tim sen, bác uống tốt cho sức khỏe mà cũng ngủ ngon. Bác bỏ vào ly lần vài cọng thôi, đậy nắp kín cho ra trà rồi uống. Trà tim sen uống ngon mà hiền. Tụi con làm việc cũng hay uống. Còn trà Thái Nguyên cho bác trai uống lâu ngày sinh ra ghiền. Nhưng ghiền trà cũng là một thú vui tao nhã không hại cho sức khỏe đâu bác.

- Vậy hả. Con thiệt là chu đáo ghê.

- Bác trai mỗi sáng uống vài ly, trưa vài ly, chiều vài ly riết rồi ghiền lúc nào không hay cho coi.

Bạt bĩu môi:

- Tao mà dễ gì ghiền. Không có gì khiến tao ghiền được. Đưa xì ke chưa chắc ghiền à con.

Lành hứ ngang:

- Ông tài lắm. Nói chuyện đâm trên không.

Khi thấy Bạt uống xong tách thứ hai, Lan đứng dậy xin phép về:

- Khi nào bác trai uống hết trà thì điện cho con, con đem xuống chứ trà nầy cũng khó mua lắm.

- Cả ký uống biết chừng nào cho hết.

- Thì con dặn hờ vậy thôi.

Lành vui vẻ tiễn Lan ra cửa, khen:

- Con nhỏ chu đáo hết sức. Thằng Trung tu mấy kiếp mới quen biết con.

Lan ra về, chua chát trong lòng. Khoan vội mừng đã bác. Trung thật bất hạnh khi quen biết con, bởi vì chính con sẽ đẩy gia đình bác xuống vực sâu ngàn trượng để trả thù tên đàn ông khốn kiếp đã tiếp tay gieo rắc tai họa cho xã hội mà không hề xấu hổ lương tâm. Nếu như gia đình bác bị liên lụy là bởi vì con không thể tách bác ra khỏi hắn ta. Khi uống xong nửa ký trà nầy thì sự thật sẽ được phơi bày. Nếu như hắn có nghị lực thì sẽ vượt qua chỉ trong vài ngày, còn nếu hắn chỉ là một kẻ tham ăn tục uống thì hắn phải trả giá cho hành động táng tận lương tâm của hắn. Hy vọng mọi việc sẽ kết thúc sớm để bác và em Quân không bị tổn thất gì nhiều.

Lan về rồi, Lành trở ra chợ mở cửa sạp buôn bán tiếp. Bạt nằm trên võng đong đưa. Hắn nghĩ đến Lan. Con nhỏ nầy bản mặt thấy ghét nhưng coi bộ có tình nghĩa. Thằng Trung ở tù bảy năm nếu nó chờ đợi thì hết tuổi xuân còn gì. Chi bằng nhân cơ hội nầy bỏ quách thằng nhỏ cho xong. Tính ra thằng Trung có học lực bao nhiêu để xứng đáng với nó mà hy vọng thành vợ chồng? Hay là con nhỏ nầy vốn vô duyên, chưa từng có người đeo đuổi nên mới mê thằng Trung như vậy? Giờ nó vướng vào tù tội mắc gì không mặc kệ lại tới lui thăm viếng cha mẹ Trung là nghĩa làm sao? Hay nó biết Trung buôn bán ma túy thế nào cũng có nhiều tiền nên cố tình tiếp cận?

Cũng phải. Và chắc chắn như vậy. Nếu không tội tình gì tốn tiền thăm viếng cha mẹ nó chứ? Phải cảnh giác con nầy mới được. Nó biết chuyện thằng Trung ở tù trong khi Lành cứ nghĩ Trung đi hợp tác lao động, nó biết mình đang ra sức giấu nhẹm chuyện nầy hổng chừng làm áp lực với mình để moi tiền chứ hổng chơi. Đừng giỡn mặt chứ con, nhè ông mà con định nhát ma sao? Nhưng trước mắt thì cứ kệ đi, coi nó giở trò gì.

Rồi bỗng Bạt nhớ lại cảm giác khi uống bình trà lúc nãy. Trước giờ hắn không có thói quen uống trà, kể cả khi ở Lâm Đồng toàn trà ngon hoặc trà đọt xanh rất tốt cho sức khỏe hắn cũng chẳng màng nên không nghĩ trên đời có thứ trà ngon như Lan vừa mới đem lại. Bần thần một hồi Bạt quyết định pha thêm một bình nữa, sau đó ngồi nhấp từng ngụm thưởng thức. Đúng là càng uống càng thấy ngon, càng thấy say. Cha của con nhỏ nầy thật có gu thưởng thức trà.

Uống xong bình trà cho đến nước giảo, Bạt cảm thấy người lâng lâng, lim dim buồn ngủ. Hắn leo lên võng đánh một giấc đến khi Lành gọi dậy ăn cơm thì trời đã tối. Tắm gội xong, hắn chơi thêm một bình trà nữa, cảm thấy trong người hưng phấn, Bạt lôi Lành vào phòng, hùng hục như trâu làm Lành cảm thấy bất ngờ và kinh sợ. Xong việc, hắn nằm lăn ra, sảng khoái chưa từng thấy.

Sáng nào Bạt cũng xách xe ra ngoài đi bán, nhưng hắn chỉ bán một lát thôi rồi kiếm chỗ ăn cơm. Người mệt mỏi lười biếng chỉ mong về nhà để nằm treo lên võng. Bỗng nghe thèm một tách trà. Hắn nghĩ bụng thì ra trà cũng làm con người ta ghiền như vậy, hèn chi cha hắn, cha vợ và mấy người có tuổi ai cũng thích uống trà. Thậm chí bà Năm, bà Tám nhà có đồi trà vẫn mua trà đã qua chế biến về uống. Vậy mà sao lâu nay hắn không phát hiện ra nhỉ? Nhưng công nhận, dù là trà làm tinh thần phấn chấn nhưng ghiền nó cũng mệt thiệt, bủn rủn tay chân không muốn làm gì.

Bạt tranh thủ về nhà, nấu trà nhâm nhi một mình, xong rồi nằm treo lên võng lắng nghe cảm giác nhẹ nhàng bay bổng. Hắn chợt nghĩ, ghiền trà mà như vầy thì ghiền xì ke sẽ ra sao nữa? Mỗi tối, sau khi uống trà hắn đều thèm khát dục vọng, đều lôi vợ ra mà hành lạc, càng tàn bạo hắn càng thỏa mãn trong khi Lành kinh sợ phát khiếp. Sau đó Bạt cũng tự vấn mình, tại sao lại hồ đồ như vậy?

Rồi hắn không đi đâu xa, cứ một chút là chạy về nhà để uống trà. Thiếu là cảm thấy bức rứt trong người không chịu được. Và khi uống xong thì mọi vật trước mắt bỗng trở nên rực rỡ, vợ cũng xinh đẹp duyên dáng hơn khiến hắn thấy thèm khát. Lành hoàn toàn không hề phát hiện những thay đổi của hắn ngoại trừ chuyện gối chăn hùng hổ như cưỡng bức.

Chưa được hai mươi ngày nửa ký trà rời đã hết sạch. Hắn bắt đầu khui bịch trà nén và thất vọng khi mùi vị trà nén bình thường không mang lại cho hắn cảm giác gì. Bạt cuống cuồng lên, hắn lập tức gọi điện cho Lan. Lan nói cô đang đi công tác tận Đà Nẵng nên chưa về được. Lần đầu tiên Bạt muốn khóc, hắn đành phải nhịn thôi. Nhưng mỗi lúc cơn thèm trà cứ sục sôi trong người, đầu óc mụ mẫm, tứ chi bải hoải, da thịt như có trăm ngàn con vi trùng ngọ nguậy, châm chích vào ruột gan phèo phổi khó chịu tột cùng. Hắn nằm lăn lộn trên giường bứt xé mền gối. Chợt kinh hoàng nghĩ ra hay là mình đã bị ghiền ma túy rồi? Con quỷ đó đã bỏ gì trong trà để đầu độc mình? Chết thôi. Ghiền ma túy là tàn đời nhưng bây giờ phải làm sao đây?

Hắn có tiền. Tiền nầy Lành hoàn toàn không biết vì xuất xứ đồng tiền không thể công khai minh bạch. Nhưng hắn cũng không thể ghiền xì ke được. Trước mắt phải cắt cơn ghiền để tính sổ con nhỏ nầy mới hả cơn giận của hắn. Đi thưa nó ư? Tang chứng đâu? Bịch trà nén bây giờ chỉ là trà Thái Nguyên bình thường thì thưa là thưa chỗ nào? Đúng là quỷ ám con nhỏ nầy, nó ra tay không để lại dấu vết. Nó thù oán gì mình chứ? Chẳng lẽ nó biết mình bị thúc thủ vụ Lù Tẩy mới đẩy thằng Trung vào tù? Không đời nào, thằng Trung dầu có ăn cám xú cũng không ngu dạy mà thú thật với nó. Vậy thì tại sao? Hay là mình nghi oan cho nó? Chẳng qua là hãng trà cố tình để chất gây nghiện vào câu khách thôi? Nói vậy ba của nó cũng bị ghiền như mình à?

Bạt cố tình suy nghĩ lan man để quên nhưng càng lúc càng cảm thấy khó chịu. Không kiềm được, hắn ngồi dậy cố gắng mặc quần áo vào và lấy xe chạy đến quầy bán thuốc hút trước cửa một nhà hàng lớn, bạo dạn hỏi mua vài tép heroin. Nhìn bộ mặt đang ghiền của hắn người bán không nghi ngờ gì. Vậy là hắn mua liền mấy tép rồi chạy nhanh về nhà, lúc nầy thật sự lún sâu vào ma túy.

Ma túy chính hiệu khác với loại trà Lan mang đến cho hắn. Nó làm con người của hắn luôn hưng phấn và yêu đời. Hắn không bao giờ để mình thiếu thuốc nên Lành không thể nhận ra vì càng ngày hắn càng mập mạp, da dẻ hồng hào. Hắn bán hết hàng dự trữ rồi thì không làm động đến móng tay. Hơn ba mươi cây vàng đang cất giữ hắn đốt từ từ, không động đến tiền của Lành.

Chưa được nửa năm thì ba mươi cây vàng cũng bay mất không thấy dấu vết. Hắn bắt đầu lo. Hết số tiền nầy rồi thì đâu ra nguồn tiền để hút chích nữa? Từ hơn tháng nay hắn đã bắt đầu chích chứ hít không còn đủ đô. Do thuốc lúc nào cũng có sẵn nên trông hắn phương phi không có vẻ suy sụp. Chỉ có việc chẳng hiểu sao đâm ra sợ nước, hắn chỉ lau mình chứ không dám tắm rửa rần ì như trước nên lúc nào người cũng nghe mùi chua. Và có thể do ảnh hưởng của ma túy quá nặng nên hắn đã chán nản chuyện gối chăn với vợ. Bạt cũng nhiều lần tự cai nghiện bằng cách giấu đi những tép thuốc nhưng cứ lên cơn là hắn ngáp muốn tét họng, nước mắt nước mũi chảy ròng ròng, bức rứt trong người, đứng không vững và ruột gan bèo bọt khó chịu lạ lùng đành phải chích vào để có cảm giác bay bổng lên chín tầng mây.

Bạt bắt đầu gầy còm, dơ bẩn. Hắn cố tình lánh mặt vợ. Khi Lành về nấu cơm thì hắn kiếm chuyện ra ngoài, đến tối về cùng ăn cơm xong hắn lăn đùng ra ngủ. Lành phát hiện càng ngày hắn càng lười biếng vệ sinh cá nhân, môi thâm sì trong khi trước giờ mặc dù hắn có hút thuốc nhưng rất ít. Trên người Bạt toát ra một mùi hôi khăn khắn khó chịu cứ xộc vào mũi khi nằm cạnh. Chị buộc lòng hỏi:

- Ông không tắm sao ông?

- Sao không? Hỏi kỳ vậy mà hỏi?

Lành đưa tay quẹt lên cổ Bạt, chắc lưỡi:

- Gì mà hòm hố không vầy nè.

- Mệt nhen. Kệ bà tui, miễn tui không động tới bà là được.

- Ông ngộ nhen. Già rồi sao không biết tự lo cho mình vậy?

- Tao nói im à. Lộn xộn.

Một lần, Lành từ chợ về ở lại một chút làm cá ướp sẵn để chiều nấu ăn, chị thấy Bạt ngáp điên cuồng thì hoảng kinh:

- Ông bị gì vậy ông?

- Bị gì? Buồn ngủ thôi.

- Buồn ngủ thì đi ngủ, làm gì ngáp như lên đồng vậy?

- Bà đi đi tui ngủ. Tui ngủ bà đi không chốt cửa chúng vô khiêng đồ hết.

- Vậy tui đi đây. Ông đóng cửa ngủ đi.

Chỉ chờ có vậy, Lành vừa quay ra là Bạt bắt đầu phê…

Bấy giờ thì hắn không còn tiền bạc gì nữa, bắt đầu chôm vàng của Lành. Vì tin chồng, Lành cũng chỉ chỗ cất vàng trước giờ. Hắn lấy vài chỉ đi mua ma túy hết về dự trữ, rất lâu Lành cũng không hay. Đến khi hắn lấy đến chỉ cuối cùng thì trong đó chỉ còn sợi dây chuyền vàng 18 và vài chiếc cà rá Lành dùng làm đồ trang sức để đi đám tiệc mà chị vẫn chưa biết chưa hay.

Bạt bắt đầu lo, sắc mặt tiều tụy, tinh thần suy sụp, thân thể gầy nhom, yếu đuối như người bệnh lâu năm. Lành năm lần bảy lượt kêu hắn đi bác sĩ hắn đều từ chối. Đau khổ nhận ra mình càng ngày càng sử dụng nhiều ma túy hơn vì cơn ghiền cứ đến liên tục. Rồi tiền ở đâu mà phục vụ hắn đây? Rồi Lành cũng sẽ biết, biết rồi sao nữa? Chẳng lẽ bán miếng đất của thằng Trung? Mình đã hứa để dành trả lại cho nó về kia mà? Nhưng nếu không có thuốc thì làm sao chịu đựng nổi? Bạt cay cú trong lòng, chua xót nghĩ đến tương lai mình. Hắn đã cản không cho Lành đem thằng Quân lên để học lớp mười hai như dự định vì hắn sợ Quân nhìn ra và nhất là hắn sẽ không có không gian riêng để hút chích. Lành thì quá bận rộn với việc buôn bán nên cũng không có thời gian quan tâm hắn. Càng tốt. Hắn đã nghỉ bán trà từ lâu, hắn cũng không xin tiền Lành nên chị hoàn toàn không biết điều gì đã xẩy ra với hắn. Bạt cũng lấy làm lạ sao mình mau xuống dốc như vậy. Hắn luôn cho mình là loại người bản lĩnh sao không thể chống cự lại nổi sự cám dỗ của ma túy như thế nầy.

HẾT CHƯƠNG 31

CHƯƠNG CUỐI

Hôm nọ, hắn vừa phê thuốc xong, đang nằm lim dim tận hưởng sự khoan khoái thì Lan đến. Cô điện thoại báo trước với Lành và đến thẳng nhà để tận mắt chứng kiến cảnh Bạt trả giá. Bạt đã trở lại trạng thái bình thường sau khi chích xong một mũi. Hắn nhìn thấy Lan thì quắc mắt, gầm lên:

- Con quỷ cái, mầy cho tao uống loại trà gì vậy?

- Tôi dẫn lối cho ông đến thiên đường không biết cám ơn còn lớn tiếng gì chứ?

- Khốn kiếp, mầy đầu độc tao. Tao giết mầy.

- Giết nổi không? Ông chạy lại tôi không?

- Tao thù oán gì mầy? Tại sao hại tao ra nông nỗi nầy chứ? Tao là ba của thằng Trung, thằng bồ mầy đó.

- Phải! Bởi vì ông là ba của Trung nên tôi thù ông. Chính ông, ông biết Trung lầm lạc không những không rầy dạy, kéo anh ấy về mà còn tiếp tay rửa tiền cho ảnh, sử dụng đồng tiền nhơ bẩn cho riêng mình. Ông xứng đáng làm cha sao?

- Tao đã để nó lập công chuộc tội rồi mầy không thấy sao?

Lan liếc ra cửa, thấy Lành về tới, cô lớn tiếng:

- Lập công chuộc tội à? Chứ không phải chính ông giao dịch mua bán ma túy bị anh Sinh phát hiện nên đem Trung ra đỡ đạn sao? Nếu ông không làm chuyện đó anh Trung có phải vì cứu ông mà ở tù thay ông không?

- Mầy nói bậy bạ gì đó con kia?

- Trước khi ở tù, Trung đã nói hết với tôi. Và long trọng nói thêm với ông, hôm ông dụ Trung ra đầu thú ở nhà trọ, tôi đứng ngoài nghe không sót một chữ. Tui biết ông lấy ma túy chỗ Lù Tẩy đi bán, nhờ anh Sinh đem giao giùm. Anh Sinh không biết chuyện nên ông trót lọt mấy vụ đến khi anh ấy phát hiện được, buộc ông phải vô công an đầu thú thì ông lôi Trung đi thế ông, sau đó ở tù thay ông. Làm cha như ông đúng là khốn kiếp.

- Mầy nói tầm bậy. Bóp méo sự thật.

- Sự thật à? Sự thật như thế nào chỉ cần gặp anh Sinh thì biết. Ông còn buộc Trung về nói với mẹ của anh ấy là đi xuất khẩu lao động bên Nhật nữa. Thật đáng sợ.

Đúng! Lan cố tình bóp méo sự thật để Lành không nghĩ là đứa con trai chị đặt bao kỳ vọng vào lại chính là một dã thú. Lan khinh ghét Bạt nhưng với Lành thì lại khác. Cô biết chị không hề liên quan đến vụ việc nầy. Thật ra, khi bước vào, nhìn thấy Bạt trong lòng cô có chút xốn xang. Cô không ngờ chưa đầy một năm mà hắn ta đã thảm hại như vậy. Vậy mà Lan cứ nghĩ, khi uống xong nửa ký trà, dù Bạt nhận ra mình đã trúng kế của Lan nhưng nếu lý trí vững vàng, hắn sẽ chịu ray rứt vài hôm rồi thôi. Ít ra hắn cũng đã biết thế nào là nghiện nhưng lượng gây nghiện rất ít Lan trộn vào trà chưa đủ để Bạt phải ra nông nỗi đi tìm ma túy. Là do hắn đã không chịu nổi sự cám dỗ của "Nàng tiên nâu" mà lao vào.

Khi Khiêm, bạn của Lan và Hương vướng vào ma túy rồi chết, mẹ Khiêm đau khổ ra sao chính mắt Lan nhìn thấy. Từ đó cô sinh ra oán hận những kẻ gây ra tội ác nầy. Trực tiếp hay gián tiếp cũng vậy. Trung đã bị pháp luật trừng trị, Bạt lại càng không thể đứng ngoài cuộc. Cô chỉ định làm cho hắn điên đảo một thời gian rồi sẽ trực tiếp nói với Lành để khống chế hắn. Nhưng hiện trạng như bây giờ chắc khó thể nào giúp hắn trở lại như buổi đầu, nếu như cứ dung túng không cho Lành biết những việc làm xấu xa của hắn thì đến khi Lành phát hiện ra thì tài sản chắc cũng sẽ theo hắn mà ra đi. Lan phải tìm cách cứu gỡ. Cô biết mình là nguyên nhân dẫn đến kết cuộc nầy nhưng nguyên nhân chính vẫn là do hắn. Nếu hắn biết dừng lại thì kết quả không như bây giờ.

Lành đứng sững như trời trồng khi nghe tất cả những điều Lan nói và Bạt ú ớ biện giải không rõ ràng. Cảm giác như ai đã móc trái tim chị ra và dần từng búa một. Trung ở tù rồi sao? Ở tù thay cho ba nó sao? Bạt bán xì ke sao? Và hiện giờ anh ta đang nghiện xì ke? Lành nghe trong tai mình có những tiếng nổ chát chúa của sấm sét trút xuống đời. Hèn chi bấy lâu nay anh ta có những biểu hiện thất thường nhưng chị có gặp, có chứng kiến người nghiện xì ke bao giờ mà biết. Lành run rẩy không nói được thành lời, sóng gió chính thức đổ xuống gia đình chị rồi. Lành lắp bắp nói không thành tiếng:

- Lan. Con… nói gì vậy? Là… sự thật sao?

Lan quay sang Lành, nhìn sắc mặt tái mét, giọng nói run, chân đứng không vững của chị mà đau lòng. Cô ôm lấy Lành:

- Bình tĩnh bác gái. Sự thật đã phơi bày rồi. Bác nên tỉnh táo mà tìm cách giải quyết.

Lành thều thào:

- Trời đất quỷ thần ơi. Thằng con ở tù mới một năm mà thằng cha ra nông nỗi nầy rồi. Hèn chi lâu nay tui hỏi ông sao Trung không gửi thư, gọi điện về mà ông cứ ấm a ấm ớ hoài. Rồi mắc chứng dịch gì ông lại ghiền xì ke?

Bạt uể oải cả người, không muốn đôi co dài dòng, hắn đưa tay chỉ Lan:

- Bà hỏi con quỷ cái đó đi.

Lành đưa mắt ngó sang Lan, Lan phủ đầu Bạt:

- Tại sao ông đổ thừa cho tôi? Việc ông ghiền xì ke liên quan gì tôi chớ?

Bạt gượng hét lên:

- Trời ơi tao mệt mỏi lắm rồi nghen. Biến hết giùm tao cái đi.

Lành bước tới:

- Không được. Ông phải dứt khoát đi cai nghiện.

- Cai nghiện con mẹ mầy. Kệ cha tao đi, tao sống hay chết không liên quan bọn bây.

- Ông nói vậy mà nghe được hả?

Bạt cười gằn:

- Tính ra đời tao như vầy cũng thỏa mãn rồi. Giàu nghèo có đủ, khói khát, ăn sung mặc sướng cũng từng trải qua. Giờ thì mỗi ngày được phiêu bồng miền cực lạc vài giờ. Ngu sao mà đổi thay nữa mậy?

- Trời ơi, ông đốt tiền đốt bạc đốt sức khỏe của ông đó.

- Tao thí mạng cùi. Đốt thì đã đốt rồi. Của cải tao dành dụm riêng đã hết, giờ tới phiên bà phải lo cho tui.

- Tui làm gì có nhiều tiền mà lo cho ông hút xách chứ? Còn phải dành để sang năm nuôi thằng Quân học đại học nữa kia.

- Thằng Quân có ông bà ngoại và cậu Hai nó lo. Sau nầy nó sẽ trả hiếu cho họ. Bổn phận bà là lo cho tui.

- Tự ông gây sóng gió thì tự ông khắc phục đi. Con tui ông cũng đã dùng làm vật hy sinh rồi. Tui thật không ngờ ông càng ngày càng quá đáng. Ông đúng là không có lương tâm mà.

- Bà chửi tui đi. Chửi cho đã rồi đưa tiền cho tui là được.

Lành hốt hoảng chạy đến chỗ giấu vàng thì hỡi ơi… có còn gì đâu nữa. Chị khóc tức tưởi:

- Tui tán gia bại sản vì ông.

- Coi như tui nợ bà. Sau đó sẽ bán miếng đất rồi chia hai. Bà làm gì thì làm.

- Không đời nào. Miếng đất đó là của thằng Trung. Ông đã nói với con như vậy.

- Chứ chẳng lẽ để đất đó coi tui chết hả?

- Trời đất ơi. Tui làm gì nên tội mà phải nhận hậu quả như vầy? Là ông. Là do ông đã làm bao nhiêu chuyện thất đức để ngày nay bị trừng phạt. Con cái tù tội, gia đình ly tán, bản thân nghiện ngập, màn trời chiếu đất bây giờ.

Bạt chọi bình trà vào tường vỡ nát, gầm lên:

- Mệt mỏi lắm rồi nhen. Biến đi giùm cái.

- Biến đi cho ông chích phải không?

- Đúng. Biến.

Lan vội vã dìu Lành đang khóc tức tưởi ra ngoài. Trong lòng cô cảm thấy vừa căm ghét vừa có chút hối hận. Tội nghiệp cho Lành vô tội phải lấy nhầm thứ chồng chẳng ra gì, đến giờ phút nầy cũng không biết ăn năn hối cải.

Không phải Bạt không ân hận về việc vướng vào ma túy. Nhưng dứt khoát phải cai nghiện thì hắn không có đủ dũng khí. Hắn thừa biết ma túy sẽ dần dần phá nát cơ thể mình và mình sẽ chết rất khó coi. Tất cả những điều đó hắn không lo, chỉ lo sau khi hắn chết rồi Lành sẽ trắng tay, sẽ không còn tinh thần mà gầy dựng lại. Rồi khi Trung ra tù có còn gì đâu để lại cho nó? Hắn cũng không làm gì được cho Quân mà bây giờ lực bất tòng tâm. Người ăn mạnh như hắn bây giờ mà cũng không còn tha thiết gì tới cơm nước nữa miễn sao có đủ thuốc cho hắn dùng. Cũng đôi khi Bạt để thuốc đó nhưng cố gắng kiềm lòng không đụng tới nhưng cuối cùng hắn cũng thua. Bạt chua chát nghĩ: thì ra thứ mà hắn phải khuất phục trên đời chỉ có ma túy mà thôi.

Cuối cùng thì Lành cũng đành phải bán miếng đất mà chị hãnh diện đi khoe với dân chợ là do chính chồng mua bằng sức lao động của anh ta. Lành đã dùng tình cảm để khuyên nhủ Bạt, chị nhận được những lời hứa hẹn sáo rỗng rồi cũng đâu vào đó. Lành đau khổ nhìn tiền bạc bay theo những làn khói trắng đầy mùi tử khí mà Bạt đốt mỗi ngày. Hàng đêm, chị chứng kiến chồng phê theo khói thuốc mà căm giận lũ người chế ra loại ma túy hại biết bao nhiêu gia đình lâm vào cảnh tàn mạc. Lành không bao giờ có thể tưởng tượng ra Bạt vì tham tiền lại đi mua bán loại chất độc giết người rồi để con gánh tội thay mình. Chị lại càng không thể ngờ chính anh ta lại trả giá cho việc làm khốn kiếp của mình.

Nhiều đêm, thấy hắn nằm banh người ra lim dim sau cơn say thuốc, chị bực tức nói:

- Điểm lại cuộc đời ông không có chi để ngẩng mặt với đời. Nếu ông không ngộ sát thằng Xung thì bây giờ có lẽ mình đã có một cơ ngơi vững chắc ở Mỏ Cày rồi. Hoặc nếu ông một lòng một dạ với hai dì Năm, Bảy thì cũng sống ung dung ở Lâm Đồng. Hoặc an phận mà ở với vợ chồng cô Nga, hoặc chịu khó buôn bán cùng thằng Sinh, bao nhiêu cơ hội ông đều đạp đổ mà dấn thân vô tội lỗi như vầy để hôm nay nhận quả báo, hại mình hại người. Ông biểu tui thương và thông cảm cho ông được sao? Thà là ông bị bịnh nan y, dù có tán gia bại sản để lo chạy chữa cho ông tui cũng cam tâm tình nguyện không một tiếng than vãn. Đàng nầy ông tự đi tìm thú vui cho riêng mình một cách man rợ như vậy. Một năm nay chắc là ông đã đốt không ít tiền, còn sống ngày nào ông sẽ đốt tiền ngày nấy. Tại sao không nghe lời tui đi cai nghiện họa may giữ lại cho con chút đỉnh nào.

- Ạ, thì ra bà muốn trù tui chết sớm phải không?

- Nếu trù mà ông chết được chắc tui cũng ngày đêm ráng trù.

- Bà kêu tui đi cai nghiện cho xã hội biết tui là thằng hút chích à?

- Chứ bây giờ người ta không biết sao? Ông đâu nghe ngoài chợ người ta đồn rùm. Nội ngó bộ hình của ông là biết rồi.

- Vậy bà chia hai tiền bán miếng đất đi. Tui tự sống, còn ăn hết tui tự xử luôn.

- Không đời nào. Tui phải thủ cho con.

- Ừ. Nếu bà có gan để tui chết thì cứ thủ. Chỉ sợ phần bà cũng không giữ được chứ đừng nói giữ phần tui.

Hắn nói đúng vậy. Nửa năm tiếp theo. Hắn dùng đủ mọi cách, chôm chỉa, năn nỉ cầu khẩn, vay mượn của khách hàng làm ăn với Lành, đẩy Lành vào thế triệt buộc, cuối cùng một trăm lượng vàng trong vòng nửa năm chỉ còn có không được mười lượng.

Lành kể cho người bên ngoài nghe. Ai cũng nói như vậy là hắn đã lậm ghê lắm rồi chứ đâu thể nào chỉ mới nửa năm mà xài cỡ đó tiền. Lành lo lắng, khổ sở, đề phòng chồng như một kẻ gian.

Lan cũng không đến chơi nữa, chỉ thỉnh thoảng gọi điện thăm Lành. Biết chuyện rồi nhưng để Trung còn chút sĩ diện chị cũng không đi thăm mà nhờ Lan đi giùm. Lan hứa. Lành sợ khi gặp Trung chị sẽ không thể giấu được sự thật phũ phàng về Bạt.

Lúc nầy Bạt ăn cơm rất ít, ốm nhom như ma đói, con mắt còn lại lúc nào cũng đỏ au, chảy ghèn trông thật gớm ghiếc. Hắn không tắm gội bao giờ đến độ bốc mùi nên Lành dù giận cũng lau rửa cho hắn. Bạt ít ra ngoài chỉ nằm vật vã trên võng hoặc giường, thuốc thì có người đem tới và thu tiền. Đôi khi Lành muốn báo công an tóm cổ chúng nhưng chị lo nếu không có thuốc thì Bạt sẽ chết. Nhìn anh ta sống vật vờ không có mục đích Lành thấy chán nản. Chị biết hắn vẫn còn đủ sức khỏe để chạy xe ra ngoài nhưng do xấu hổ với những nhà chung quanh nên không dám ló mặt. Lành chua chát nghĩ: đến khi hắn biết xấu hổ thì đã không còn gì nữa để giữ gìn.

Một hôm, Lành đi bán về thì thấy hắn nằm sóng soài ra đất. Chị hốt hoảng kêu cứu sau đó điện gọi tac xi đưa hắn đến bệnh viện. Bác sĩ chụp hình, xét nghiệm mới biết hắn bị hai bệnh ung thư một lượt là ung thư phổi và ung thư đại tràng. Ung thư nào cũng đều vào thời kỳ cuối. Lành điếng cả người, trong một thoáng chị không biết mình nên vui hay buồn.

Bạt tỉnh lại là đòi chích. Bác sĩ cấm không cho còn tuyên bố nếu tiếp tục chích ma túy vào thì hắn có thể chết bất cứ lúc nào. Bạt hỏi hắn còn bao nhiêu thời gian nữa? Bác sĩ trả lời nếu sống tốt và tuân theo phác đồ điều trị của bệnh viện thì có thể duy trì nửa năm. Bạt nhếch mép cười và kêu Lành xin xuất viện.

Bạt biết mình sắp đến ngày tận rồi. Lúc nầy hắn hoàn toàn tỉnh táo để quyết định hậu sự của mình. Hắn dặn Lành khi hắn sắp chết, chỉ gọi một mình Quân đến cho hắn gặp và đừng nói cho nó biết hắn ghiền xì ke. Sau nầy có đi thăm Trung cũng khoan cho nó biết là ba đã mất để nó còn động lực mà ra tù. Sau khi hắn chết đem về chôn trên đất nhà cạnh mộ cha mẹ hắn. Bạt xin lỗi đã gây cho Lành biết bao đau khổ trong cuối đời. Chúc vợ mau chóng quên hắn và vui vẻ hạnh phúc bên cạnh các con. Lành biết hắn nói thật. Chị khóc và cầm tay hắn. Dù sao hắn cũng là người đã cùng chị lăn lóc gần nửa cuộc đời. Lành không yêu chồng, hình như chưa bao giờ yêu mà chỉ sống với nhau bằng trách nhiệm. Bạt không đòi thuốc bởi vì hắn vẫn còn mấy liều trong nhà nên mới gấp rút xin bác sĩ cho xuất viện.

Lành ra chợ thu xếp đóng cửa nghỉ vài hôm. Đang là mùa hè nên chị muốn Quân lên ở cạnh ba nó một thời gian. Lành điện thoại về cho Hai Hiền trình bày sự việc rằng Bạt mắc hai bệnh nan y nên muốn gặp Trung. Hai Hiền thất kinh nói để cho Quân lên ngay. Thật ra cha má và anh Hai của Lành đã biết chuyện Trung mua bán ma túy và bị đi tù vì công an đã gửi công văn về địa phương. Lành cũng dự định ở nhà chăm sóc cha con họ vài hôm mặc dù bây giờ Bạt cũng còn tự lo cho mình được.

Nhưng khi Lành về tới nhà thì cửa mở toang. Bạt nằm co quắp dưới nền gạch trong tư thế thảm hại, thân thể cứng đờ. Chắc trước khi chết đã trải qua bao nhiêu đau đớn. Chị biết, hắn chết do chích thuốc quá liều. Lành chạnh lòng nhớ đến lời thề của hắn với Nga: "Chết không có con đưa đám.". Lành muốn biết, trong những ngày cuối cùng của cuộc đời, có khi nào anh ta ăn năn hối hận bởi cuộc sống hoang đàng trụy lạc của mình đưa đến cái chết cô đơn và tủi nhục như vầy hay không?

Bốn mươi tuổi, Lành đã trở thành người đàn bà góa bụa.

HẾT

(Viết xong 31.8.2018)

Mục Lục

Liên lạc Tác giả
Lê Nguyệt
lenguyet2806@gmail.com

Liên lạc Nhà xuất bản
Nhân Ảnh
han.le3359@gmail.com
(408) 722-5626